1964

சுதர்சன் கோபால்

பொருளடக்கம்

பொருளடக்கம்

நன்றி

பெற்றோர்களுக்கும், நண்பர்களுக்கும்

• v •

முகவுரை

'மனிதன் என்பவன் தெய்வம் ஆகலாம், வாரிவாரி வழங்குவதில் வள்ளலாகலாம்'. ஒரு மனிதன் தனது வாழ்வில் செய்யும் செயல்கள் தான் அவனை தெய்வமாகவும், அசுரனாகவும் காட்டுகிறது. இந்த உலகம் தோன்றி சுமார் 4.5பில்லியன் ஆண்டுகள் ஆகிவிட்டன, ஆனால் இதில் மனித இனம் தோன்றியது சுமார் 300,000 ஆண்-டுகள் முன்பாக என்கிறது நமது நவீன அறிவியல். 300,000 ஆண்டுகளுக்கு முன்பாக தோன்றிய அந்த மனித இனம் கூட இன்-றைய நவீன மனிதனை போல இல்லை, அவனது உடலமைப்பு, முக அமைப்பு, தோற்றம் என எல்லாமே முற்றிலும் மாறுபட்டிருந்தது. ஒரு செல் உயிரியான அமீபாவில் தோன்றிய இந்த பயணம் பல கோடி ஆண்டுகளுக்கு பின்னர் தான் நமது பண்டைய மனித நிலையை அடைந்தது. அதற்கு பின்னர் ஹோமோ எரக்டஸ், நியாண்டர்தால், ஹோமோ செப்பியன்ஸ் என பல்வேறு படிநிலைகளை கடந்து தான் இன்றைய நவீன மனிதனின் நிலையை எட்டியது இந்த பரிணாம வளர்ச்சி. ஆனால் இத்தனை கோடி ஆண்டுகளுக்கு பின்னர் உரு-வான இந்த மனிதன் தான் இன்று தனக்குள் சாதி, மதம், இனம், நிறம், நாடு என பல்வேறு பிரிவினைகளை உருவாக்கி வைத்-துள்ளான். இந்த பிரிவினைகளால் நாம் நிறைய போர்களையும், அடக்கு முறைகளையும் சந்தித்திருக்கிறோம். மனிதனின் பேராசை தான் இந்த போர்களுக்கும், அடக்கு முறைக்கு மிகமுக்கிய கார-ணமாக இருந்துள்ளது. குறிப்பாக ஐரோப்பிய நாடுகளின் மாபெ-ரும் பேராசை தான் இரண்டு உலகப்போர்களை உருவாக்கியது, இதனால் ஏற்பட்ட இழப்புகளின் வலி இன்றும் நம்மைவிட்டு நீங்-கவில்லை. இந்த உலகில் வாழும் கோடிக்கணக்கான மக்களின் ஆசையும், தேவையும் ஒவ்வொருக்கும் வேறுபடுகிறது. சிலர் அமை-தியான, நிம்மதியான வாழ்க்கையை வாழ நினைக்கின்றனர். பலர் வசதியான ஆடம்பர வாழ்க்கையை வாழ நினைக்கின்றனர். மனி-தனின் வாழ்க்கை நிலையை நிர்ணயிப்பது பணம் தான், இந்த பணத்தை தேடி தான் ஒவ்வொரு மனிதனும் ஓடிக்கொண்டிருக்கி-றான். ஆனால் இந்த பணத்தை தேடி அலையும் பயணம் எல்-லோருக்கும் ஒரே மாதிரியாக இருப்பது இல்லை, சிலர் உட்கார்ந்த இடத்தில் சம்பாதிக்கின்றனர், பலர் ஓடி உழைத்து சம்பாதிக்கின்றனர்,

இன்னும் பலர் ஊழல், கொலை, கொள்ளை, திருட்டு முதலியவற்-
றில் ஈடுபட்டு இந்த பணத்தை சம்பாதிக்கின்றனர். ஒட்டு மொத்த
உலகமே மனிதனின் கட்டுபாட்டில் இருந்தாலும், மனிதனே பணத்-
தின் கட்டுபாட்டில் தான் இருக்கிறான். ஆனால் இந்த பணத்தை
உருவாக்கியது மனிதன் தான்!!

பணத்தை தேடி அலையும் ஒரு கொடூர கொள்ளையனின் கதை
தான் இந்த கதை.

1960களில் மெட்ராஸ் மாகாணத்தில் இருக்கும் பல ஜமீந்தார்-
களின் வீடுகளில் தொடர்ச்சியாக கொள்ளை நடக்கிறது, இதனால்
ஒட்டுமொத்த ஜமீன் குடும்பங்களும் அதிர்ந்து போய் இருக்கின்றனர்.
அந்த கொள்ளையனை பிடிக்க பல்வேறு முயற்சிகள் எடுக்கின்றனர்,
ஆனால் எதுவும் எடுபடவில்லை. இறுதியாக இந்த பொறுப்பு கர்-
ணன் எனும் ஒரு துப்பறிவாளனிடம் ஒப்படைக்கப் படுகிறது. இந்த
இளம் துப்பறிவாளன் தனது குழுவினருடன் இணைந்து பல்வேறு
ஆராய்ச்சிகளிலும் தேடலிலும் ஈடுபடுகிறான். இந்த தேடலில் அவன்
பல்வேறு திருப்பங்களையும், மர்மங்களையும் சந்திக்கிறான்.

இந்த கதையில் குறிப்பிட்டிருக்கும் அனைத்து ஜமீன்களின்
பெயர்களும், நிலங்களும் முற்றிலும் கற்பனையே, எந்தவொரு
வாழும் அல்லது வாழ்ந்த ஜமீன்களின் தனிப்பட்ட வாழ்க்கையையோ
அல்லது குடும்பத்தினரையோ இழிவுபடுத்தும் நோக்கத்தில் எழுதப்-
பட்டவை அல்ல.

தினசரி வாழ்வில் நான் பார்த்த, கேட்ட, படித்த சம்பவங்களை
வைத்தே இக்கதையை உருவாக்கியுள்ளேன், என்னால் முடிந்தவரை
இக்கதையை சுவாரசியாக எழுத முயற்சித்துள்ளேன். 1960 கால-
கட்டத்தில் நடக்கும் கதை என்பதால் அதற்கு தேவையான சில
ஆராய்ச்சிகளில் எனக்கு பல உதவிகளை செய்த எனது நண்பர்
ஒருவருக்கு நான் நன்றியை தெரிவித்து கொள்கிறேன். என்னை
ஊக்குவித்த ஆசிரியர்களுக்கும், நண்பர்களுக்கும் நன்றிகளை தெரி-
வித்துக் கொள்கிறேன்.

நன்றி,
சுதர்சன்
sudharshan91999@gmail.com
8610869886

1

சிவகங்கையில் கொள்ளை

நள்ளிரைவை கடந்திருந்த நேரம், சாலை முற்றிலும் வெறிச்சோடிப்போய் கிடந்தது. மழைக்காலம் நெருங்கியதால் வானமும் கருமேகம் சூழ்ந்து காணப்பட்டது, சில்லென்று அடித்த காற்றினால் சாலை ஓரம் கிடந்த இலை சருகுகள் பறந்து கொண்டிருந்தன. அந்த இருளிலும் கூட ஜமீனின் வீடு பிரகாசமாகவும் பிரமாண்டமாகவும் காட்சியளித்தது. கிட்டத்தட்ட 150ஆண்டுகளாக சிவகங்கை சீமையின் ஜமீன்களாக இருந்தவர்கள் வாழ்ந்து வரும் வீடு அது. 1950இல் ஜமீந்தார் நடைமுறை ஒழிக்கப்பட்ட போதிலும் மக்கள் மத்தியில் இன்றும் அவர்களுக்கான மதிப்பும் மரியாதையும் குறையாமல் உள்ளது. ஜமீந்தார்கள் என்கிற அந்தஸ்த்து இல்லாமல் போனாலும் அவர்களே இன்றும் அந்த சீமையின் மாபெரும் செல்வந்தர்கள். அப்போது அந்த சாலையில் கையில் பாட்டிலை ஏந்தியவாறு தள்ளாடிக்கொண்டு ஒரு குடிகாரன் நுழைகிறான். கிழிந்து கசங்கிய ஆடை... கலைந்த தலைமுடி.... தோளில் ஒரு பை என அவனது தோற்றமே மிகவும் பரிதாபமாக இருந்தது. அவன் மெதுவாக தள்ளாடி நடந்து ஜமீனின் வீட்டின் முன் வந்து நிற்கிறான். யாரோ வெளியில் நிற்கிறான் என உணர்ந்த ஜமீன் வீட்டு காவலர் உடனடியாக வெளியில் வருகிறான். அவனது தோற்றத்தையும் நிலையையும் கண்டு "ஏய் யாரடா நீ.... சாராயத்த குடிச்சுட்டு இங்க என்ன செய்ற.... உன்ன பாத்தா இந்த ஊர் காரன் மாரி தெரியலையே...." என அதற்றும் தோணியில் கேட்கிறான். ஆனால் அந்த

குடிகாரன் பதிலெதுவும் கூறாமல் அமைதியாக நிற்கிறான். இதனால் எரிச்சலடைந்த அந்த காவலன் அந்த குடிகாரனை அங்கிருந்து அடித்து விரட்டிடலாம் என்ற ஒரு முயற்சியில் அவனை நெருங்கி செல்கிறான், அந்த நேரத்தில் சட்டென்று தனது கையில் வைத்தி-ருந்த பாட்டிலை அந்த காவலனின் முகத்தில் வீசி அடிக்கிறான். அந்த பாட்டிலில் இருந்த திராவகம் முழுதும் அவனது முகத்தில் அடிக்க அவன் துடிதுடித்து தரையில் வீழ்ந்தான். அவன் வலி-யிலும் எரிச்சலிலும் கத்தி கதறினான். அப்போது அந்த குடிகா-ரனை போல வேடமணிந்தவன் அருகில் கிடந்த ஒரு பெரிய கல்-லினை தூக்கி வலியில் துடித்து கொண்டிருந்த காவலனின் முகத்தின் மீது போட்டு கொன்றான். அந்த சத்தத்தில் தோட்டத்தின் அருகி-லும், வீட்டின் முகப்பிலும் உறங்கிக்கொண்டிருந்த காவலர்கள் மற்றும் வேலைகாரர்கள் எழுந்து கொண்டனர். அதேநேரத்தில் குடிகாரன் போல் வேடமணிந்த கொள்ளையனும் வீட்டின் முகப்பு தோட்டத்-திற்குள் வந்துவிட்டான். காவலர்களும், வேலையாட்களும் கைகளில் அரிவாள் மற்றும் கட்டைகளை எடுத்து வைத்திருந்தனர் இருப்பி-னும் அவர்கள் அத்தனை பேரும் மிகுந்த அச்சத்திலும் பதற்றத்திலும் இருந்தனர். ஆனால் கொள்ளையனுக்கு எவ்வித அச்சமும் பதட்ட-மும் இல்லை. அவனுக்கு முன்பாக கிட்டத்தட்ட 10பேர் கைகளில் ஆயுதங்களோடு நிற்கின்றனர். அவன் அமைதியாக தனது பெயி-னுள் கைகளை விட்டு colt M1911 என்ற அதிநவீன கைத்துப்-பாக்கி ஒன்றினை கையில் எடுக்கிறான். எடுத்த மறு நொடியே சற்-றும் தாமதிக்காமல் தனக்கு எதிரில் இருப்பவர்கள் அனைவரையும் சுட்டு கொல்கிறான். சிலர் அவன் சுட தொடங்கியதுமே உயிரை காப்பாற்ற அலறியடித்து ஓடுகின்றனர், ஆனால் இவனோ ஒரு-வனை கூட தப்பிக்க விடாமல் அனைவரையும் சுட்டு கொல்கிறான். அனைவரையும் சுட்டு கொன்றவுடன் வீட்டினுள் நுழைகிறான், அந்த நுழையும் நேரத்தில் தனது துப்பாக்கியில் புதிய குண்டுகளை உள்-ளிடுகிறான். சரியாக உள்ளே நுழைந்தவுடன் முன்னால் ஜமீன்தார் கரிகாலனின் மகன் நெடுஞ்செழியன் அவனை எதிர்க்க கையில் மிக நீண்ட நாட்டு துப்பாக்கியை ஏந்தியவாறு நின்றான். "ஏய் மரியா-தையா வந்த வழியிலேயே திரும்பி போயிரு.... இதுவர நீ எத்-தனையோ ஜமீன் வீட்டுல கொள்ளை அடிச்சுட்டு போய்யிருப்ப.... ஆனா கரிகாலன் வீட்டுல இருந்து உன்னால ஒரு மையிர கூட எடுத்துட்டு போக முடியாது... உனக்கு உயிர் பிச்ச போடுறேன்...

பொழச்சி போடா...." என கோபம் கொந்தளித்தவாறு கத்துகிறான். ஆனால் கொள்ளையனோ தனது முகத்தில் எந்த ஒரு அசைவும் காட்டவில்லை. கொள்ளையனை நோக்கி துப்பாக்கியை நீட்டியவாறு அவனை நெருங்கி வருகிறான் நெடுஞ்செழியன், ஆனால் கொள்ளையனோ சட்டென தனது கையில் வைத்திருந்த துப்பாக்கியால் நெடுஞ்செழியனின் வலது கால் தொடையில் சுடுகிறான். இதனால் நிலை தடுமாறி தரையில் வீழ்கிறான் நெடுஞ்செழியன். வலியில் துடிக்க இரத்தம் கொட்டுகிறது... அப்போது அறையின் மூலையில் ஒழிந்திருந்த நெடுஞ்செழியனின் மனைவியும், அவர்களது மூன்று வயது மகளும் அலறியடித்து ஓடிவருகின்றனர். வீட்டில் இருந்த மற்றவர்கள் அனைவரும் வெளியூருக்கு சென்றிருந்தனர். நெடுஞ்செழியனோ இரத்த வெள்ளத்தில் கிடக்கிறான்.... தனது தந்தை கீழே விழுந்து கிடப்பதை கண்ட குழந்தையோ " அப்பா... அப்பா" என அழுது கொண்டிருக்க...அவனது மனைவியோ கொள்ளையனிடம் கைகளை கூப்பி கெஞ்சுகிறாள். "ஐயா தயவுசெஞ்சு எங்கள விட்டுடுங்க.... நான் கெஞ்சி கூத்தாடி கேக்குறேன் ஐயா.... உங்களுக்கு பணம் நகை தான வேணும்... நாங்க எல்லாத்தையும் குடுத்திடுறோம்.... ஆனா எங்கள விட்டுடுங்க ஐயா". அவள் அழுது கொண்டே அவனது கால்களில் விழுகிறாள். உடனடியாக எழுந்து தனது வீட்டில் உள்ள பணம் நகை என அனைத்து செல்வங்களையும் ஒரு சேலையில் வைத்து கட்டி அவனுக்கு முன்பாக வைக்கிறாள். "ஐயா எங்க வீட்டுல இருக்க எல்லாத்தையும் இதுல வச்சுட்டேன்... தயவுசெஞ்சு எங்கள விட்டுடுங்க ஐயா...." தாய் செய்வதை போலவே அந்த குழந்தையும் கொள்ளையன் முன்பாக சென்று காலில் விழுகிறது. கொள்ளையன் தனக்கு முன்பு இருந்த சேலையை பிரித்து பார்க்கிறான் அதில் தங்க நகைகள் மற்றும் பணக்கட்டுகள் இருந்தன. அதனை எடுத்து தனது பையில் வைத்துக்கொள்கிறான். அவள் சற்று நிம்மதி பெருமூச்சு விடலாம் என நினைப்பதற்குள் அந்த கொள்ளையன் தனது கையில் வைத்திருந்த துப்பாக்கியால் தரையில் கிடந்த நெடுஞ்செழியனின் நெஞ்சில் சுடுகிறான், அதனை உணரும் முன் அவனது மனைவியின் நெற்றியிலும், நெஞ்சிலும் சுடுகிறான்... இங்கு என்ன நடக்கிறது என தெரியாமல் துப்பாக்கி சத்தத்தில் அரண்டு போய் அழுது கொண்டிருந்த குழந்தை கொள்ளையனை நேரெதிரில் காண்கிறது, கொள்ளையனும் அந்த குழந்தையை மூன்று வினாடிகள் பார்க்கிறான், சட்டென தன்

கையிலிருந்த துப்பாக்கியால் அக்குழந்தையின் நெஞ்சில் சுட, துடிது-டித்து அந்த குழந்தை தரையில் வீழ்கிறது. அவனது வேலை முடிந்து விட்டது, வீட்டை விட்டு மிக சாதாரணமாக வெளியேறி வருகிறான். ஜமீன்தாரின் வீடானது சற்று ஊருக்கு வெளியில் இருப்பதால் இங்கு நடந்த நிகழ்வுகள் யாருக்கும் தெரியவில்லை... அவன் சில தூரம் நடந்தவுடன் சிவகங்கை ரயில் நிலையத்தை அடைந்தான், அங்கு ஒரு சரக்கு ரயில் கிளம்ப தயாராக இருந்தது. அதில் ஒரு பெட்-டியின் கதவினை சத்தமில்லாமல், யாருக்கும் தெரியாமல் திறந்து உள்ளே ஏறிக்கொண்டான். இரவு நேரம் என்பதால் அவனை யாரும் கவனிக்கவில்லை. அவன் ஏறிய நொடியிலே ரயில் புறப்பட்டது.

2

லாரன்ஸ் பிரதர்ஸ் துப்பறியும் நிறுவனம்

நண்பகல் நேரம், வெயிலின் தாக்கம் பெரிதாக இல்லாமல் வானம் சற்று மேகமூட்டமாக காட்சியளித்தது. எப்போதும் பரபரப்பாக காணப்படும் மவுண்ட் ரோடானது மதிய நேரம் என்பதால் சற்று அமைதியாக காணப்பட்டது. அந்த சாலையின் மிக முக்கிய சந்திப்புக்கு அருகாமையில் தான் Lawrence Brother's Detective Agency அலுவலகம் அமைந்திருந்தது. மதராஸ் மாகாணத்தில் உள்ள துப்பறியும் நிறுவனங்களில் மிக முக்கியமான ஒன்று இந்த Lawrence Brother's Detective Agency. ஆங்கிலேயர்கள் ஆட்சி காலத்தில் தொடங்கப்பட்ட நிறுவனம் கிட்டத்தட்ட 50 ஆண்டுகளுக்கு மேல் சீரும் சிறப்புமாக இங்கே இயங்கி வருகின்றது. அரசாங்கம் மற்றும் காவல்துறையினரால் கூட கண்டுபிடிக்க முடியாத பல கொலை, கொள்ளை வழக்குகளை திறம்பட முடித்த பெருமை இவர்களுக்கு உண்டு. அதற்கு முக்கிய காரணம் அவர்களிடம் உள்ள திறமையான துப்பறிவாளர்களும், தடயவில் நிபுணர்களுமே. இந்த நிறுவனத்தின் தற்போதைய தலைவர் பாண்டியன் தனது அறையினுள் அமர்ந்திருந்தார். முழுதும் சவரம் செய்யப்பட்ட முகம், முற்றிலும் வெளுத்த தலை முடி…. இறுக்கமில்லாத பேண்ட், சட்டை அணிந்தவர்…. 60ஐ கடந்த வயது. தந்தையால் தொடங்கப்பட்ட நிறுவனம், தந்தையின் ஓய்வுக்கு பின் 20 ஆண்டுகளாக தலைவர் பதவியில் இருக்கிறார். அவரது மேசையில் பல்வேறு கோப்புகளும், செய்தி தாள்களும் இருக்க…. அவருக்கு பின்னால் இருந்த கண்-

ணாடி பெட்டிகளில் பல்வேறு கேடயங்களும், பதக்கங்களும் இருந்தன. அப்போது அவர் தமிழ் முரசு எனும் நாளிதழை புரட்டி கொண்டிருந்தார். அதில் ஒரு செய்தி அவர் கண்களில் பட அதை படிக்க தொடங்கினார், "வெள்ளையனிடமிருந்து தப்பித்த நாடு மீண்-டும் கொள்ளையனிடம் சிக்கியதா??... சிவகங்கை ஜமீனின் வீட்டில் தனது கைவரிசையை காட்டிய கொள்ளையன". இந்த செய்தியை படித்து கொண்டிருக்கும் அவருக்கு சற்று பசி எடுக்க தனக்கு அரு-கில் இருந்த தட்டில் இருக்கும் பிரெட்டினை எடுக்கிறார். அவரது மேசையில் இருந்த கண்ணாடி பாட்டிலை திறந்து, அதில் இருந்த ஜாமை எடுத்து பிரட்டில் வைத்து பரப்பிக்கொண்டிருக்க, அவரை சந்திக்க ஒருவர் அந்த அறையினுள் நுழைகிறார். வெள்ளை வேட்டி, சட்டை.... கம்பீரமான மீசை, அடர்த்தி குறைந்த தலை முடி... வயது சுமார் 60ஐ கடந்திருக்கும். பாண்டியன் அவரை புன்-முறுவலோடு வரவேற்றார்.

"வாங்க மலர்வேந்தன்.... எப்படி இருக்கீங்க??"

"நல்லா இருக்கேன் பாண்டியன்... நீங்க எப்படி இருக்கீங்க?"

"நல்லா இருக்கேன்.... மெட்ராஸ்க்கு எப்ப வந்தீங்க?"

"நேத்து ராத்திரி தான் வந்தேன்...."

என பதில் கூறிவிட்டு, பாண்டியனின் மேசையில் இருக்கும் தட்-டினை பார்க்கிறார்.

"ஐயோ... நான் உங்கள சாப்புடுற நேரத்துல தொந்தரவு பண்-ணிட்டேனா??"

"அட அதெல்லாம் இல்ல.... இந்தாங்க நீங்களும் கொஞ்ச சாப்-பிடுங்க..."

எனக்கூறி தனது தட்டினை மலர்வேந்தனிடம் நீட்டுகிறார் பாண்-டியன்.

"ஐயோ இல்ல பாண்டியன் நான் இதெல்லாம் சாப்பிடுறது இல்ல...."

"அட என்ன மலர்வேந்தன் நீங்க...."

"வெள்ளக்காரனே நம்ம நாட்ட விட்டு போனாலும் அவன் விட்டு போனதுலாம் நம்மல விட்டு போகாது போலயே...."

என பிரெட்டினை பார்த்து மலர்வேந்தன் கூற, அவர்கள் இரு-வரும் சிரித்திக்கொண்டனர். சில விநாடிகள் இடைவெளிக்கு பின் மீண்டும் தனது பேச்சினை தொடங்குகிறார் மலர்வேந்தன்...

"பாண்டியன் நான் என்ன விஷயமா வந்தேன்னா....."

என அவர் சொல்லும்போதே, பாண்டியன் அவரை இடைமறித்து...

"தெரியும் மலர்வேந்தன்.... போன வாரம் உங்க கடிதம் வந்துச்சு... நான் நேற்றைக்கே நீங்க வருவீங்கனு எதிர்பார்த்தேன்...."

"நானும் அப்படி தான் திட்டம் போட்டிருந்தேன்... ஆனா நேற்றுக்கு முந்தைய நாள் இரவு சிவகங்கை ஜமீன் வீட்டுல கொலை...கொள்ளை...."

"இப்ப கூட அத தான் மலர்வேந்தன் நான் படிச்சுட்டு இருந்தேன்...."

என செய்தித்தாளை எடுத்து பாண்டியன் காண்பிக்கிறார்.

"பாண்டியன் நான் உங்க ஏஜென்சிய ரொம்ப நம்புறேன்.... அந்த திருட்டு தெரு நாய நீங்க தான் கண்டுபிடிச்சு குடுக்கணும்...."

"கண்டுபிடிக்க வேண்டியது எங்க பொறுப்பு மலர்வேந்தன்.... நான் இதுக்கான வேலைய ஏற்கனேவே தொடங்கிட்டேன்...."

"ரொம்ப நன்றி பாண்டியன்.... அந்த நாய தேட போற டிடெக்டிவ் யாரு?... நான் அவர பாக்கலாமா"

"Detective கர்ணன்.... அவன் இப்ப இங்க தான் வந்துட்டு இருக்கான்..."

"எனக்கு உங்க மேல நம்பிக்கை இருக்கு பாண்டியன்.... நீங்க அவன கண்டிப்பா பிடிப்பீங்க.... பிடிக்கணும்.... இந்த கர்ணன் இதுக்கு முன்னாடி இந்த மாதிரி கேஸ்லாம் முடிச்சிருக்காரா?"

"நீங்க கவலையே பட வேணாம் மலர்வேந்தன்.... Detective கர்ணன் ரொம்ப திறமைசாலி.... நம்ம ஏஜென்சியோட பெஸ்ட் detective வசீகரனுக்கு உதவியா இருந்தவன்... இப்ப சமீபத்துல பம்பாய்ல நடந்த ஒரு தொடர்கொலை கேஸ்ல கூட இவன் தான் கொலைகாரன தேடி கண்டுபிடிச்சான்...."

"ஓ... சரிங்க பாண்டியன்.... சீக்கிரம் அவன பிடிச்சு குடுங்க...."

இவ்வாறு அவர்கள் பேசிக்கொண்டிருக்கும்போது, அந்த அறையினுள் ஒருவன் நுழைகிறான். நன்றாக சவரம் செய்யப்பட்ட முகம், அடர்த்தியான தலைமுடி, மாநிறம்... நன்கு உடை அணிந்தவன். 30வயதை தாண்டாத இளைஞன். பாண்டியன் அவனை வரவேற்கிறார்...

"வா கர்ணன்.... பயணம் எப்படி இருந்தது..."

என அவனிடம் கேட்டுவிட்டு, மலர்வேந்தனிடம் அவனை அறிமுகம் செய்கிறார்.

"மலர்வேந்தன், இது தான் நான் சொன்ன Detective Mr. கர்-
ணன்...."

மலர்வேந்தன் அவனை பார்த்து புன்முறுவல் செய்கிறார்... இப்-
போது கர்ணனிடம் மலர்வேந்தனை அறிமுகம் செய்கிறார்....

"கர்ணன், இவர் தான் மலர்வேந்தன்....கடம்பூரோட முன்னால்
ஜமீன் சக்கரபாணியோட மகன்.... நம்ம மெட்ராஸ் மாகாணத்தில
இருக்க ஜமீன்களோட கூட்டமைப்பு சங்க தலைவர்...."

கர்ணன் அவரை பார்த்து புன்முறுவல் செய்கிறான்...

"Mr. கர்ணன்... பாண்டியன் உங்கள பத்தி சொன்னாரு....
எனக்கு நீங்க அந்த தெருநாய எப்படியாச்சும் பிடிச்சு குடுக்கணும்....
அரசாங்கம் அல்லது காவல் துறை உதவி ஏதாவது தேவைபட்டா
கூட சொல்லுங்க.... உங்களுக்கு எல்லா உதவிகளையும் செய்து
குடுக்க வேண்டியது என் பொறுப்பு...."

"கண்டிப்பா நம்ம அவன பிடிப்போம்..."

கர்ணன் தனது பதிலை மிக தைரியமாக கூறுகிறான்.... அது
மலர்வேந்தனுக்கு இன்னும் நம்பிக்கை அளித்தது. அவர் புறப்பட
தயரானார்.

"சரிங்க பாண்டியன், அப்ப நான் கிளம்புறேன்.... கர்ணன்
இனிமே அவன பிடிக்க வேண்டியது உங்க பொறுப்பு...."

அவர் அந்த இடத்திலிருந்து புறப்படுகிறார்.

"உட்காரு கர்ணன்..."

பாண்டியன் அவனை அமர செய்கிறார்...

"கர்ணன், இந்த ஜமீன் வீட்டுல நடக்குற கொலை கொள்ளை
வழக்கு தான் இப்போ மெட்ராஸ் மாகாணத்தில ரொம்ப பெரிய
அளவில பேசப்பட்டுட்டு இருக்கு.... 4 வருசமா எத்தனையோ அதி-
காரிகள் தேடுறாங்க ஆனா எந்த பயனும் இல்ல...."

அவரது பேச்சினை கவனமாக ஆராய்கிறான் கர்ணன்....

"ஜமீன்களோட தலைவரே வந்து நம்மகிட்ட நேரடியா கேட்டு
போறாரு.... அவன நீ தான் கர்ணன் பிடிக்க போற.... நாளைல
இருந்து நீ நம்ம செப்பாக்த்துல இருக்க அலுவலகத்த எடுத்-
துக்கோ.... உனக்கு தேவையான உதவியாளர்கள் எல்லாரும் அங்க
இருப்பாங்க.... "

"Ok சார்...."

"நாளைல இருந்து நீ அவன தேட போற கர்ணன்..."

"யாருமே பிடிக்க முடியாதவன நம்ம பிடிப்போம் சார்...."

"எனக்கு உன் மேல நம்பிக்கை இருக்கு கர்ணன்.... அவன பிடிக்க உன்னால மட்டும் தான் முடியும்...."

கர்ணன் அவரை பார்த்து சிறிதாக புன்முறுவல் செய்கிறான்.

"சரி சார் அப்ப நான் கிளம்புறேன்.... நாளைல இருந்து இந்த தேடல தொடங்கிடலாம்...."

"சரி கர்ணன்.... நீ இப்ப பயண களைப்புல இருப்ப.... போய் நல்லா ஓய்வு எடுத்துட்டு நாளைல இருந்து இந்த வேட்டைய தொடங்கு..."

கர்ணன் அங்கிருந்து கிளம்பி செல்கிறான்.

3

கர்ணன்

காலை நேரம் மணி 10ஐ நெருங்கியிருக்கும், கடற்கரை சாலையா-
னது எப்போதும் போல பரபரப்பாக காணப்பட்டது. அச்சாலையை
ஒட்டிய பகுதியில் அமைந்துள்ள சேப்பாக்கம் மாளிகையின் அருகில்
தான் Lawrence Brother's Detective Agencyஇன் மற்றொரு
அலுவலகம் அமைந்திருந்தது. மெரினா கடற்கரையின் காற்று அப்-
பகுதியை இதமாக வைத்திருக்க, அருகில் இருந்த தேவாலயத்தின்
மணி ஒலிக்கிறது, "நேரம் காலை 10.... உங்கள் காரியங்கள் எல்-
லாம் அன்போடே செய்யப்படக்கடவது". அந்த நேரத்தில் கர்ணன்
தனது தேடுதல் பணியை தொடங்குவதற்காக ஏஜென்சி அலுவலகத்-
திற்குள் நுழைகிறான். அலுவலகத்தில் இருந்த ஆல்பர்ட், கர்ணனின்
வருகையை எதிர்பார்க்கவில்லை.

"யார் நீங்க... உங்களுக்கு என்ன வேணும்?"

"என் பேரு கர்ணன்... பாண்டியன் என்ன இந்த ஆபிசுக்கு வர
சொன்னாரு...."

"ஐயோ நீங்க தான் கர்ணனா.... பாண்டியன் எங்ககிட்ட நேத்து
ராத்திரியே எல்லாத்தையும் சொன்னாரு.... ஆனா நீங்க இன்னிக்கி
இவ்வளவு சீக்கிரம் வருவிங்கனு நான் எதிர்பார்க்கல...."

என தனது பதில்களை எடுத்துக்கூறினான் ஆல்பர்ட்.

"ஓ அப்படியா.... உங்க பேர் என்ன...?"

"என் பேரு ஆல்பர்ட்.... நான் தான் இந்த ஆபிஸ் பொறுப்பா-
ளர்.... பாண்டியன் சார் கிட்ட 20வருசமா வேலை பாக்குரேன்...."

கர்ணன் முகத்தில் பெரிதாக எந்தவொரு மாற்றமும் இல்லை.

"என்னோட ரூம் எங்க?"

கர்ணன் வினவ, ஆல்பர்ட் ஒரு அறையினை நீட்டி கைகளை காட்டுகிறான். அந்த அறையினுள் இருவரும் நுழைகின்றனர். அந்த நன்கு கூட்டி, பெறுக்கி சுத்தம் செய்யப்பட்டிருந்தது. ஒரு சிறிய மேசை, நாற்காலி என சிறிய அளவிலான அறை. ஜன்னலை திறந்து விட, சற்று வெளிச்சம் அந்த அறையினுள் புகுந்தது. இருப்-பினும் கர்ணனுக்கு அந்த அறையில் பெரிதாக திருப்தி இல்லை. சிறிது நேரம் அந்த அறையினுள் தனியாக அமர்ந்திருந்தான், அப்-போது அந்த அறையினுள் இருவர் நுழைகின்றனர். இருவரும் சற்று மாநிறத்தில் இருந்தனர், வயதும் கூட இருவருக்கும் 28 முதல் 30 இருக்கும் என நினைக்க வைத்தது.

கர்ணன் அவர்களை யாரென வினவுகிறான்.

"சொல்லுங்க யார் நீங்க?"

அதில் ஒருவன் பதிலளிக்கிறான்.

"பாண்டியன் ஐயா அனுப்புனாரு.... என் பேரு சிதம்பரம், இவன் பேரு கார்மேகம்.... உங்களுக்கு உதவியா இருக்க சொல்லி...."

அவன் கூற வருவதை கர்ணன் புரிந்து கொண்டான்.

"ஓ... நீங்க தான் அந்த ரெண்டு பேரா...."

"ஆமா சார்..."

என இருவரும் ஒன்றாக பதில் கூறினார்கள்.

"சிதம்பரம்..... கார்மேகம்.... உங்களுக்கு தெரியும்னு நினைக்கி-றேன்..... என் பேரு கர்ணன்.... இந்த சார்லாம் வேணா.... புரிஞ்-சுதா...."

"சரி கர்ணன்"

அந்த அறையில் ஒரே ஒரு நாற்காலி மட்டும் தான் இருந்தது, எனவே அவர்கள் பக்கத்து அறையில் இருந்து இரண்டு நாற்காலி-களை எடுத்து வந்தனர்.

"நம்ம எந்த கேஸ பாக்க போறோம்னு உங்களுக்கு தெரியும்னு நினைக்கிறேன்...."

"தெரியும் கர்ணன்..."

"நல்லது.... இந்த கேஸ்ல நம்ம மூணு பேரும் ஒருத்தருக்கு ஒருத்தர் உதவியா இருக்க போறோம்.... அவன நம்ம கண்டிப்பா பிடிப்போம்...."

அவர்கள் இருவரும் கர்ணனின் பேச்சை மிகவும் கவனமாக கேட்டுக்கொண்டிருந்தனர்.

"உங்களுக்கு இன்னைக்கு ஒரு நாள் தரேன்.... இதுவரை அவன் பண்ண கொலை, கொள்ளை எல்லாத்தையும் பத்தி உங்களால எவ்-வளவு தகவல் கலக்ட் பண்ண முடியுதோ.... அவ்வளவையும் எடுத்-துட்டு வாங்க"

"சரிங்க கர்ணன்..."

அவர்கள் இருவரையும் அங்கிருந்து அனுப்பி வைக்கிறான். அவர்கள் இருவரும் புறப்பட்ட பின் கர்ணன் தனது அறையை விட்டு வெளியே வருகிறான். தனக்கு ஒதுக்கப்பட்ட சிறிய அறை அவனுக்கு பிடிக்கவில்லை. அலுவலகத்தின் முன்புற அறையில் இருந்த செய்தித்தாள்களை எடுத்துக்கொண்டு அந்த அலுவலகம் முழுவதையும் சிறிது நோட்டம் விடுகிறான். அப்போது அவன் கண்-களுக்கு ஒரு பெரிய கலந்தாய்வு அறை தென்படுகிறது. உடனே உள்ளே நுழைகிறான், ஆனால் அந்த அறை முழுதும் பழைய பொருட்கள் மற்றும் தேவையற்ற கோப்புகள் என குப்பை கூலமாக காட்சியளித்தது. உடனடியாக ஆல்பர்ட்டை அழைத்து தனது கோரிக்கையை அவனிடம் முன் வைக்கிறான்.

"ஆல்பர்ட் எனக்கு இந்த ரூம் வேணும்...."

"கர்ணன் இது ரொம்ப பெரிய ரூம்... உங்களுக்கு எதுக்கு இவ்-வளவு பெரிய ரூம்...??"

"இங்க பாருங்க ஆல்பர்ட்... நான் தனியா இல்ல.... நாங்க மூணு பேரும் ஒரு அணியா வேல செய்றோம்.... அதனால எங்களுக்கு ஒரு பெரிய ரூம் வேணும்...."

"இல்ல கர்ணன் அந்த ரூம்ல தான் பழைய பொருட்கள் எல்லாம் இருக்கு.... அத தான் ஸ்டோர் ரூம் மாதிரி வச்சுருக்கோம்.... அதா..."

"எனக்கு அந்த ரூம் வேணும் ஆல்பர்ட்.... நான் பாண்டியன் சார்க்கிட்ட பேசணுமா?..."

"ஐயோ இல்ல கர்ணன்.... நாளைக்கு அந்த ரூம் உங்களுக்கு ரெடியா இருக்கும்..."

மீண்டும் தனது அறைக்குள் நுழைந்தான் கர்ணன். தான் கையில் எடுத்து வந்த செய்தித்தாள்களை பிரித்து ஜமீன் கொள்ளையன் குறித்த செய்திகளை படிக்க தொடங்கினான்.

கர்ணன் பிறந்தது மதராஸ், ஆனால் படித்தது வளர்ந்தது எல்லாம் லண்டனில். அவனது தந்தை ஒரு மாபெரும் செல்வந்தர், ஆங்கி-லேய ஆட்சியாளர்கள் பலர் இவரோடு நல்ல நட்பில் இருந்தனர்.

அவர் கர்ணனை ஒரு மருத்துவராக்க வேண்டுமென நினைத்தார், ஆனால் அவரது மனைவியோ கர்ணனை ஒரு வழக்கறிஞராக முயற்சித்தார். கர்ணனுக்கு அவற்றில் விருப்பம் இல்லை, அவனுக்கு தடயவியல், குற்றவியல் போன்ற படிப்புகளிலே அதிக ஆர்வம் கொண்டிருந்தான். அதற்கு பின் அவனது தந்தையே அவனை Lawrence Brother's Detective Agencyஇல் சேர்த்துவிட்டார். தந்தையின் ஆதரவில் நுழைந்தாலும் தனது தனித்திறமையால் அவன் அந்த ஏஜன்சியில் நல்ல பெயரை பெற்றான்.

சரியாக மாலை 5மணிக்கு அலுவலகத்தில் இருந்து புறப்பட்டான் கர்ணன். ஆல்பர்ட்டிற்கு கர்ணனை சிறிதும் பிடிக்கவில்லை. வந்த முதல் நாளிலேயே தன்னை கடுமையாக நடத்துவதை போல உணர்ந்தான்.

4

ஜமீன்களின் கூட்டம

அலுவலகத்திலிருந்து புறப்பட்ட கர்ணன், ஒரு டாக்சியை பிடித்து தான் தங்கியிருக்கும் அறைக்கு செல்கிறான். அவன் தங்கியிருக்கும் அறையானது பூங்கா நகரில் அமைந்துள்ளது. அறைக்குள் நுழைந்தவன் உடனடியாக குளித்து தயாராகினான். தனது அறையில் இருந்த துணிகளையெல்லாம் மடித்து, அடிக்கி வைத்தான். தனக்கு ஒரு மனைவியோ இல்லை காதலியோ இருந்திருந்தால் இந்த வேலைகளில் மிகவும் உதவியாக இருந்திருப்பாள் என நினைத்து சிறிது வருந்தினான். அவன் இவ்வாறு வருந்துவது இது முதல் தடவை அல்ல. சரியாக 7மணியளவில் தனது அறையிலிருந்து வெளியேறுகிறான். மதராசப்பட்டினத்தின் இரவு நேர சாலை அழகை ரசித்தபடி நடந்து கொண்டிருந்தான். அவனுக்கு முன்பாக மதராசின் முக்கிய சின்னமாக விளங்கும் மதராஸ் செண்ட்ரல் ரயில்நிலையத்தின் கட்டிடம் தென்பட்டது. சுமார் தொண்ணூறு ஆண்டுகள் பழமையான கட்டிடம், வெள்ளையர்களால் கட்டப்பட்டது. இரவு நேரத்தில் அது இன்னும் அழகாகவும், பிரம்மாண்டமாகவும் காட்சியளித்தது. அந்த பிரம்மாண்ட கட்டிடத்தின் அருகாமையில் உள்ள ஒரு அரங்கத்தினுள் கர்ணன் நுழைகிறான். சரியாக இவன் நுழையும் அதே நேரத்தில் ஒரு பெண்ணும் நுழைகிறாள். கர்ணன் அவளை கவனிக்க தவறவில்லை. அவள் நன்கு ஆடம்பரமான சேலையை உடுத்தியிருந்தாள். அவளும் கர்ணனை நோக்கினாள். அவளது அழகினில் கர்ணன் மயங்கிப்போனான். சில விநாடிகளில் அங்கிருந்த கூட்டத்தினுள் சென்று அவள் மறைந்து போனாள். கிட்டத்தட்ட நூறு பேர் அந்த அரங்கத்தினுள் இருந்தனர். அந்த அரங்கத்தின் மேடை

அருகினில் மலர்வேந்தன் நின்று கொண்டிருந்தார், யாரும் கவனிக்-
காத நேரத்தில் கர்ணன் அவரை சென்று சந்தித்து வந்தான். கர்-
ணனின் வருகையை அவர் எதிர்பார்க்கவில்லை, அவனது வருகை-
யில் அவர் மகிழ்ந்து போனார். அது ஜமீன்தார்கள் சந்திப்பு, மதராஸ்
மாகாணத்தில் உள்ள பல ஊர்களில் இருந்த முன்னால் ஜமீன்தார்-
கள் மற்றும் அவரது சந்ததியினர் அந்த சந்திப்பிற்கு வந்திருந்தனர்.
நடந்து வரும் கொள்ளை சம்பவம் குறித்து பேசுவதற்காக கூட்டப்-
பட்ட கூட்டம் அது. மலர்வேந்தன் கர்ணனை எல்லாரிடமும் அறி-
முகம் செய்ய விரும்பினார், ஆனால் கர்ணன் அதனை மறுத்துவிட்-
டான். சாதாரண மனிதனை போல கூட்டத்தில் ஒருவனாக சென்று
அமர்ந்து கொண்டான். கூட்டத்தில் இருந்த சலசலப்பு மலர்வேந்-
தன் மேடை ஏறியதும் மெல்ல மெல்ல அமைதியானது. அவர் தனது
பேச்சினை தொடங்குகிறார்.

"இங்க வந்திருக்க எல்லா ஜமீன்களுக்கும் வணக்கம், நம்ம
அழைப்ப மதிச்சு பல ஊர்கள்ள இருந்து, ரொம்ப நேரம் பயணம்
பண்ணி வந்திருக்கீங்க அதுக்கு நான் ஒரு பெரிய நன்றிய தெரிவிச்-
சுக்கிறேன்...."

கூட்டத்தில் கலந்து கொண்ட அனைவரும் மலர்வேந்தனின்
பேச்சை கேட்க தொடங்கினர்.

"இந்த சந்திப்புக்கான காரணம் என்னனு உங்க எல்லாருக்கும்
தெரியும்.... என்னதான் அரசாங்கம் 10வருசத்துக்கு முன்னாடி ஜமீன்
முறைய ஒழிச்சாலும்... இன்னைக்கும் மக்கள் மத்தியில நம்ம மேல
பயமும், மரியாதையும் நிறைய இருக்கு.... ஆனா ஒரு திருட்டு
தெரு நாய் கடந்த 4வருசமா நம்ம ஜமீன்தார்கள் பல வீடுகள்ள
கொள்ளையடிச்சுட்டு வரான். அவன் பிடிக்க அரசாங்கமும் காவல்-
துறையும் எவ்வளவோ முயற்சி செய்றாங்க....."

அப்போது கூட்டத்திலிருந்த ஒருவர், "4வருசமா முயற்சி மட்டும்
தான் பண்ணிட்டு இருக்காங்க.... ஆனா அவன் கொலை கொள்-
ளைனு தொடர்ந்து பண்ணிட்டு தான் இருக்கான்...."

"எனக்கும் உங்க கஷ்டங்கள் புரியுது.... ஆனா இன்னும் ஒரு
மாசத்துல நம்ம அவன பிடிச்சுடுவோம்.... என்ன நம்புங்க"

மலர்வேந்தனின் இந்த பதிலானது அரங்கிலிருந்த அனைவருக்-
கும் ஆச்சரியத்தை அளித்தது. மலர்வேந்தன் சிறு புன்னகையோடு
தனது பேச்சை மீண்டும் துவங்குகிறார்.

"அந்த நாய பிடிக்கிற பொறுப்ப ஒரு டிடெக்டிவ்கிட்ட கொடுத்தி-ருக்கேன்.... இந்த தடவ அவனால தப்பிக்க முடியாது...."

இந்த தகவலானது கூட்டத்திலிருந்த சிலருக்கு நம்பிக்கை கொடுத்த போதிலும் சிலர் பெரிதாக நம்பிக்கை இல்லாமல் இருந்-தனர். அதற்கு பின் மேலும் ஒரு மணி நேரம் அவர்கள் பல விசயங்கள் குறித்து, கலந்துரையாடினர். அந்த கூட்டம் நிறை-வடைந்தது, அனைவரும் புறப்பட்டனர். கர்ணனும் புறப்பட்டான், ஆனால் அவன் கண்கள் முழுதும் அந்த பெண்ணையே தேடிக்-கொண்டிருந்தது. ஆனால் அவளை காணவில்லை, சிறிது ஏமாற்றத்-தோடு அவன் அங்கிருந்து வெளியேறினான். அப்பொழுது அவனது பெயரை கூறி யாரோ பின்னிருந்து அழைக்க திரும்பி பார்க்கிறான். அவனுக்கு மிகுந்த ஆச்சர்யம், அதே நேரத்தில் அதிர்ச்சி... அவனுக்கு பின்னால் நிற்ப்பது அவள் தான். அவளுக்கு எப்படி தன்னுடைய பெயர் தெரியும் என்ற அதிர்ச்சி குறையாமல் அவளை நேரெதிரில் பார்க்கிறான். அவள் முகத்தில் சிறு புன்னகையோடு அவனை காண்கிறாள். அவளை அருகில் பார்க்கையில் இன்னும் அழகாக தெரிந்தாள். அவள் கண்கள் இரண்டும் வானத்து நட்சத்-திரங்கள் போல மின்னுகின்றன...

"யார் நீங்க...?"

கர்ணன் தனது கேள்வியை அவளிடம் எழுப்புகிறான்.

"நடந்துக்கிட்டே பேசலாமா...?"

கர்ணனும் சம்மதிக்க அவர்கள் இருவரும் அந்த சாலையில் நடக்க தொடங்கினர். அவனுக்கு அங்கு நடப்பது அத்தனையும் புது-மையாக இருந்தது.

"நீங்க யாரு.... உங்களுக்கு எப்படி என்ன தெரியும்...?"

"உங்க தேடுதல் பணி எல்லாம் எப்படி போய்ட்டு இருக்கு Detective Mr. கர்ணன்....?"

இந்த கேள்வி அவனை மேலும் அதிர்ச்சியடைய வைத்தது. ஏனெனில் அவன் ஒரு துப்பறிவாளன் என்பது ஏஜென்சியை தவிர மற்ற யாருக்கும் தெரியாது. ஒரு வேளை மலர்வேந்தன் இவளிடம் கூறி இருப்பாரோ என யோசித்து தன்னை குழப்பி கொண்டான்.

"என் பேரு கர்ணன் தான்.... ஆனா நான் ஒரு detective எல்-லாம் இல்ல...."

இந்த பதிலை கேட்டவுடன் அவள் சத்தமாக சிரித்தாள்.

"கர்ணன் நீங்க ஒரு detectiveனும் எனக்கு தெரியும்.... நீங்க தான் இப்ப அந்த ஜமீன் வீட்டில கொள்ளையடிக்கிறவன தேடிக்-கிட்டு இருக்கிங்கனும் தெரியும்..."

"சரி இவ்வளவும் தெரிஞ்ச நீங்க யாரு?"

"என் பேரு குமாரி..."

"நீ யாரு குமாரி...?"

"போக போக உங்களுக்கே தெரியும்..."

அவள் சிரித்து கொண்டே பதிலளித்தாள். அவள் சிரிப்பு கொள்ளை அழகு. அவள் மேலும் தனது பேச்சை துவங்கினாள்.

"சொல்லுங்க கர்ணன் உங்க தேடல் எப்படி போய்ட்டு இருக்கு.... அவன எப்ப பிடிப்பீங்க...?"

"போக போக உங்களுக்கே தெரியும்..."

கர்ணனின் இந்த பதில் அவளை மீண்டும் சிரிக்க வைத்தது.

இரவு வேளையயில் யாரென்றே தெரியாத ஓர் அழகிய பெண்-ணோடு நடந்து செல்வதென்பது ஒரு புதுமையான உணர்வு, அதனை கர்ணன் அனுபவித்து கொண்டிருந்தான். அந்த நேரத்தில் அவர்-களுக்கு முன்பாக ஒரு கார் வந்து நிற்க, குமாரி அந்த காரின் கதவினை திறந்து கர்ணனை திரும்பி பார்க்கிறாள். முகத்தில் வெட்-கம் கலந்த புன்னகையோடு, "திரும்பவும் சந்திப்போம் Mr. கர்ணன்" என கூறி உள்ளே நுழைகிறாள். அந்த காரும் அங்கிருந்து கிளம்-பியது. அவனுக்குள் நிறைய குழப்பம்....'யார் இவள்.... இவளுக்கு எப்படி தன்னை தெரியும்.... எங்கிருந்து வந்தாள் இவள்.... எதற்காக வந்தாள்... அவள் நம்மீது காதல் வயப்பட்டாளா இல்லை நாம் அவள் மீது காதல் வயப்படுகிறோமா...' அவனே தன்னிடம் பல்வேறு கேள்விகளை எழுப்புகிறான். ஆனால் அவளை மீண்டுமொரு முறை சந்திக்கும் வரை இதற்கான பதில்கள் எதுவும் கிடைக்காது என்பது அவனுக்கு தெரியும். அறைக்கு வந்தவன், கை கால்களை தண்ணீ-ரில் அலம்பிவிட்டு படுக்கைக்கு சென்றுவிட்டான்.

5

தேடலின் துவக்கம்

மறுநாள் காலையில் சரியாக 9மணிக்கெல்லாம் கர்ணன் தனது அலுவலகத்திற்குள் நுழைந்துவிட்டான். ஆல்பர்ட் தனது அறையில் அமர்ந்திருந்தார், ஆனால் கர்ணன் அவரை பெரிதாக கண்டுகொள்-ளவில்லை. ஆல்பர்ட்டும் கூட கர்ணனை கண்டுகொள்ளவில்லை. ஆல்பர்ட் சொன்னதை போலவே கர்ணன் கேட்டிருந்த அறையை சுத்தம் செய்து வைத்திருந்தார். அந்த அறை மிகவும் பெரிதாக இருந்தது. ஆனால் அங்கே நாற்காலிகள் எதுவும் இல்லை, பக்கத்து அறையிலிருந்து கர்ணனே 3 நாற்காலிகளையும் 1 மேசையையும் எடுத்து வந்தான். மேசையை அந்த அறையின் நடுவில் வைத்து விட்டு நாற்காலிகளை அம்மேசையை சுற்றி வைத்தான். சரியாக அவன் இவற்றையெல்லாம் செய்து முடிக்கும் நேரத்தில் சிதம்பரம் மற்றும் கார்மேகம் இருவரும் அங்கே நுழைந்தனர். இருவர் கைக-ளிலும் செய்தித்தாள்கள் மற்றும் சில கோப்புகள் இருந்தன. இருவ-ரையும் கர்ணன் அமர செய்கிறான்.

"கார்மேகம், சிதம்பரம்.... ரெண்டு பேரும் இந்த கேஸ் பத்தின details எல்லாம் collect பண்ணிட்டு வந்திருப்பிங்களு நினைக்கி-றேன்.... "

இருவரும் தாங்கள் கொண்டு வந்த கோப்புகள் மற்றும் செய்தித்-தாள்களை மேசையில் வைத்தனர்.

"எனக்கு இந்த கொள்ளை சம்பவம் தவிர்த்து additionalஆ ஒரு information வேணும்.... இந்த ஜமீன்தார்கள் வரலாறு பத்தி கொஞ்ச சுருக்கமா சொல்ல முடியுமா??"

கார்மேகம் தனது பதில்களை தொடங்குகிறான்.

"1790கள்ல பிரிட்டிஷ் அரசாங்காத்தால கொண்டு வரப்பட்டது தான் இந்த ஜமீன்தார்கள் முறை... மக்கள்ட்ட இருந்து நிலவரி வசூல் செய்றதுக்காக தான் இந்த ஜமீன்தார்கள் முறை அறிமு- கப்படுத்தப்பட்டுச்சு.... அவ்வளவு பெரிய நாட்டுல இருக்க எல்லா மக்கள்கிட்டயும் இருந்து வரி வசூல் செய்றது கஷ்டமா இருந்- தால.... அவங்க நம்ம ஊர பல சமஷ்டானங்களா பிரிச்சு... ஒவ்- வொரு சமஷ்டானங்களுக்கும் ஒரு ஜமீன்தார நியமிச்சாங்க...."

"யாரையெல்லாம் அவங்க ஜமீன்தார்கள நியமிச்சாங்க...?"

கர்ணன் தனது கேள்வியை கார்மேகத்திடம் எழுப்புகிறான்.

"அந்த பகுதியில அதிக நிலப்பரப்பு வச்சிருந்தவங்க, மன்னர் வம்சம்.... பெரிய பணக்காரர்களா இருந்தவங்க... இவங்க தான் ஜமீன்தார்களா நியமிக்கப்பட்டாங்க... ஒரு சில ஜமீன்கள் மக்களுக்கு நல்லவங்களா இருந்தாங்க.... ஆனா ஒரு சிலர் மக்கள ரொம்ப கொடுமை செஞ்சாங்க.... பிரிட்டிஷ் அரசாங்கம் சொன்ன வரிய விட அதிகமான வரிய மக்கள்கிட்ட இருந்து வாங்குனாங்க.... அந்த வரிய கட்ட முடியாதவங்க நிலத்தையெல்லாம் அபகரிச்சாங்க...."

"பிரிட்டிஷ் அரசாங்கத்துக்கு இந்த கொடுமையெல்லாம் தெரி- யாதா?"

"அவங்களுக்கு தேவ வரிப்பணம் தான... அதுனால இந்த கொடுமைகள எல்லாம் அவங்க கண்டுக்கல"

கார்மேகம் தனது பதிலை முடிக்க, கர்ணன் சில வினாடிகள் அமைதியாக இருந்தான்.

"Good job கார்மேகம்... இப்போதைக்கு இந்த வரலாறு போதும்... நம்ம தேடுறவன் ஜமீன்தார்கள் வீட்டுல மட்டும் தான் கொள்ளையடிக்கிறான்..."

"ஆமா கர்ணன்.... கடந்த 4வருசத்துல இதுவர அவன் 12ஜமீன்- கள் வீட்டுல கொள்ளையடிச்சுருக்கான்...."

சிதம்பரம் தனது பதில்களை கர்ணனிடம் கூறுகிறான்.

"அவன் கொள்ளையடிக்கிறதோட நிறுத்தல.... இந்த 12கொள்ளை சம்பவத்துல அவனால கொல்லப்பட்டவங்க 97பேர்."

கார்மேகம் தனது பதில்களை கூற, கர்ணன் முகத்தில் பெரிதாக மாற்றம் இல்லை. ஏனெனில் அவன் இந்த அனைத்து தகவல்களை- யும் நேற்றைக்கே படித்திருந்தான்.

"அவன் சம்பவ இடத்தில இருந்த யாரையுமே உயிரோட விடல.... எல்லாரையும் கொன்னுறுக்கான்... அந்த வீட்டுல வேலை

பாக்குறவங்க.... வயதானவங்க... பெண்கள்... குழந்தைகள்.... யாரையுமே அவன் விட்டுவைக்கல...."

"அப்ப தான கர்ணன், அவன் மாட்டமாட்டான்... பாத்த சாட்சினு யாரும் இருக்கமாட்டாங்க...."

சிதம்பரம் தனது பதில்களை கூறுகிறான்...

"சரியா சொன்ன சிதம்பரம்.... அவன 4வருசமா தேடியும் பிடிக்க முடியாதுதுக்கு காரணம் அவன சம்பவ இடத்தில நேரடியா பாத்த யாரும் உயிரோட இல்ல.... என்ன தான் ஒரு கொலைகாரன், கொள்ளைக்காரனா இருந்தாலும் அவனும் ஒரு மனுசன் தான்... அவனுக்குள்ள ஒரு துளியாவது இரக்கம்னு ஒன்னு இருக்கும்.... ஆனா நாம தேடுறவனுக்கு அப்படி எதுவுமே இல்ல.... அவன் கொன்ன 97பேர்ல... 6பேர் 5வயசுக்கு கீழ இருக்க குழந்தைங்க... 24பேர் பெண்கள்..."

சிதம்பரம் மற்றும் கார்மேகம் இருவரும் கர்ணனின் பேச்சினை கவனமாக கேட்கின்றனர்.

"இவன் ஜமீன்தார்கள் வீட்டுல மட்டும் தான் கொள்ளையடிக்கி- றான்.... இதுக்கு என்ன காரணமா இருக்கும்னு நீங்க நினைக்கி- றீங்க...?"

கர்ணன் தனது கேள்வியை எழுப்புகிறான்.

"ஜமீன்தார்கள் தான கர்ணன் பெரிய பணக்காரங்க.... 100சாதாரண மக்கள் வீட்டுல கொள்ளையடிக்கிற பணத்த, அவன் ஒரே ஒரு ஜமீன்தார் வீட்டுல கொள்ளையடிச்சிடலாம்ல...."

சிதம்பரத்தின் பதிலில் அர்த்தம் இருந்தது.

"ஜமீன்தார்களுக்கு சமமா மத்த பணக்காரங்களும் இருக்காங்க தான.... அவன் நினைச்சா மத்த பணக்காரங்க வீடுகள்ல கூட கொள்ளையடிக்கலாமே... ஏன் ஜமீன்கள் வீடுகள மட்டும் குறி வைக்கிறான்?"

கர்ணனின் பேச்சினை அவர்கள் இருவரும் அமைதியாக கவனிக்கின்றனர்.

"ஒரு வேளை அவன் இல்ல அவனோட குடும்பத்துல யாராவது இந்த ஜமீன்களால ரொம்ப பாதிக்கப்பட்டு... அவங்க நிலத்தையெல்- லாம் இழந்து.... அதுக்காக பழி வாங்குறவனா கூட இவன் இருக்- கலாம்...."

கர்ணனின் பதிலிலும் அர்த்தம் இருந்தது.

"முதல் கொள்ளை சரியா எப்ப நடந்துச்சு...??"

"1960ல சரியா ஆகஸ்ட் 15, நம்ம சுதந்திர தினம் அன்னைக்கு.... கோயம்புத்தூர் பக்கத்துல இருக்க போத்தனூர் ஜமீன் வீட்டுல..... சரியா இது நடந்து 4மாசத்துக்கு அப்பறம் அதே கோயம்புத்தூர் பக்கத்துல இருக்க காட்டம்பட்டி ஜமீன் வீட்டுல அடுத்த கொள்ளை...."

கார்மேகம் கூறும் தகவல்களை மிக கவனமாக கேட்டுக்கொண்டிருந்தான் கர்ணன்.

"சோ முதல் ரெண்டு கொள்ளை கோயம்புத்தூர்ல நடந்திருக்கு.... ஆனா அதுக்கப்பறம் இந்த கொள்ளை மதராஸ் மாகாணத்தில இருக்க நிறைய ஊர்கள்ல தொடர்ந்திருக்கு...."

"ஆமா கர்ணன், இப்ப கடைசியா 4நாள் முன்னாடி நடந்த கொள்ளை மதுரைக்கு பக்கத்துல இருக்க சிவகங்கைல...."

சிதம்பரம் பதிலளிக்க, கர்ணன் மீண்டும் தனது பேச்சை துவங்கினான்.

"இந்த கொள்ளைக்காரன் எல்லா கொள்ளையையும் நடுராத்திரியில தான் பண்ணியிருக்கான்.... அவன் அந்த ஊருக்குள்ள எப்படி வந்தானு தெரியல, அதே நேரத்தில கொள்ளையடிச்ச பொருட்களோட எப்படி யார்ட்டையும் மாட்டாம தப்பிச்சு போனான்... அதுவும் நமக்கு தெரியல....."

"ஒரு வேளை அவன் ஒரு கார்லயோ... இல்ல வேற எதாவது ஒரு வண்டியில வந்து கொள்ளையடிச்சு போயிருக்கலாம்ல...."

சிதம்பரம் பதிலளிக்க, கார்மேகம் அதனை மறுக்கிறான்.

"இல்ல கார்மேகம்.... கொள்ளை நடந்த எல்லா ஊர்களையும் எந்தவொரு காரும், வண்டியும் புதுசா அந்த ஊருக்குள்ள வந்து போகல...."

கார்மேகம் பதிலளிக்கிறான்.

"இந்த தகவல் உனக்கு எப்படி கிடைச்சது கார்மேகம்...?"

"கொள்ளை நடந்தப்ப போலீஸ் காரங்க விசாரிச்ச ரிப்போர்ட்ல இருந்த தகவல், கர்ணன்."

"கரெக்ட் தான் கார்மேகம்.... புதுசா ஏதாவது காரோ, வண்டியோ வந்திருந்தா கண்டிப்பா ஊர் மக்களே அத பாத்திருப்பாங்க.... சோ அவன் கண்டிப்பா அப்படி வரல..."

"ஆமா கர்ணன்..."

இருவரும் ஒன்றாக பதிலளிக்கின்றனர்.

"அதே நேரத்தில அவன் யார்ட்டயும் மாட்டாம கொள்ளையடிச்ச பொருளோட தப்பிச்சுருக்கான்... அதுவும் ஒரு தடவ, ரெண்டு தடவ இல்ல... மொத்தமா 12தடவ...."

தனது பேச்சினை நிறுத்திவிட்டு, சிறிது நேரம் அமைதியான சிந்தனையில் இருந்தவன் மீண்டும் தன் பேச்சினை துவங்கினான்.

"சிதம்பரம், கார்மேகம்.... இப்ப தான் நம்மலோட உண்மையான தேடல் தொடங்கபோது..."

"நம்ம இப்ப என்ன பண்ண போறோம் கர்ணன்...?"

கார்மேகம் கேள்வியெழுப்புகிறான்.

"நாம மூணு பேரும் பிரிஞ்சு போய் தேடப்போறோம்....."

"எப்படி கர்ணன்...??"

"கார்மேகம், நீ முதல் ரெண்டு கொள்ளை நடந்த கோயம்புத்தூர்க்கு போ.... அந்த ஊர்ல போலீஸ் ஸ்டேசன்.... பொது மக்கள்.... இவங்ககிட்டலாம் ஏதாவது தகவல் கிடைக்குதானு பாரு... அவன பத்தி ஒரு சின்ன தகவல் கிடைச்சா கூட அத நம்ம பெரிசா யூஸ் பண்ணலாம்...."

"சரி கர்ணன்"

"சிதம்பரம், நீ அந்த 12கொள்ளை நடந்த அன்னைக்கு... அந்த ஊர்ல இருந்து நடு ராத்திரி மேல கிளம்பின பஸ்.... அந்த ஊர் வழியா போன லாரி.... ட்ரைன்... இதோட தகவல் எல்லாத்தையும் கலெக்ட் பண்ணு...."

"சரி கர்ணன்"

அவர்கள் இருவரும் மிகுந்த நம்பிக்கையோடு இருந்தனர்.

"நீ என்ன பண்ண போற கர்ணன்..."

கார்மேகம், கர்ணனிடம் கேள்வி எழுப்பினான்.

"நான் சமீபத்திய கொள்ளை நடந்த சிவகங்கைக்கு போக போறேன்...."

சட்டென பதிலளித்தான் கர்ணன். அவர்களின் திட்டத்தில் மூவருக்கும் நம்பிக்கை இருந்தது.

"நாம தேடி போறவன் நம்ம நினைக்கிறத ரொம்ப மோசமான ஒருத்தன்.... 4வருசமா எத்தனையோ பேர் தேடியும் கிடைக்காதவன்... இப்ப அவன பிடிக்க வேண்டிய பொறுப்பு நம்மகிட்ட இருக்கு... "

"நம்மகிட்ட இருந்து அவன் தப்பிக்க முடியாது.... கண்டிப்பா நம்ம அவன பிடிக்க போறோம்..."

கார்மேகம் மிகுந்த நம்பிக்கையோடு பதிலளித்தான்.

"Good கார்மேகம்... உங்க பயணத்துக்கு தேவையான எல்லா செலவையும் நம்ம ஏஜென்சி பாத்துக்கும்... உங்களுக்கு வேற எதாவது சந்தேகம் இருக்கா...?"

"இல்ல கர்ணன்...."

"நம்ம ஒரு விசயத்த மட்டும் நல்லா புருஞ்சுக்கணும்.... அவன் எவ்வளவு பெரிய கொலைகாரன், கொள்ளையடிக்கிறவனா வேணா இருக்கலாம்.... இத்தன வருசமா பல பேர் தேடியும் கிடைக்காதவனா கூட இருக்கலாம்.... ஆனா அவன் எவ்வளவு பெரிய ஆளா இருந்தாலும் அவனுக்கே தெரியாம சில தடயங்கள விட்டு போயிருப்பான்.... நாம அத தான் தேடி போறோம்...."

கர்ணன் அவர்களுக்கு மேலும் உத்வேகம் அளிக்கிறான், அவர்கள் அலுவலகத்தில் இருந்து புறப்பட்டனர். இந்த தேடல் எளிமையாக இருக்கப்போவதில்லை என்பது கர்ணனுக்கு புரிந்தது. ஆனால் அவனை பொறுத்தவரை சிறிய தகவல்கள் கூட இத்தேடலின் போக்கை நிச்சயம் மாற்றும். அவர்களின் திட்டப்படி கர்ணன் சிவகங்கைக்கு செல்ல வேண்டும், கார்மேகம் கோயம்புத்தூர் செல்ல வேண்டும், சிதம்பரம் பேருந்து, லாரி, ரயில் போன்றவைகளின் நேர கால அட்டவணைகளை ஆராய வேண்டும். கர்ணன் தனது அறையை அடைந்தான். களைப்பில் சிறிது நேரம் உறங்கிப்போனான்.

6

உளவாளி

கர்ணன் தனது படுக்கையிலிருந்து எழுகையில் நேரம் மாலை 6ஜ நெருங்கியிருந்தது, உடனடியாக எழுந்து குளித்து தயாரானான். இப்போது அவன் தனது அலமாரியில் இருந்து ஒரு வெள்ளை நிற சட்டையையும், வேட்டியையும் எடுத்து உடுத்திக்கொள்கிறான். பின்னர் வெள்ளை நிற சாயத்தை எடுத்து தன் தலைமுடியில் ஆங்காங்கே பூசிக்கொள்கிறான். கடைசியாக ஒரு மூக்கு கண்ணாடியை எடுத்து மாட்டி கொண்டு தன் தோற்றத்தை கண்ணாடியில் பார்க்கிறான். அவனது தோற்றம் முற்றிலும் மாறிப்போய் 50-60 வயது முதியவரை போல் தோன்றினான். தோளில் ஒரு வெள்ளை துண்டை அணிந்து கொண்டு தன் அறையிலிருந்து வெளியே வருகிறான். ஒரு டாக்சியை நிறுத்தி அதில் ஏறிக்கொண்டான். சரியாக 20நிமிட பயணத்திற்கு பின் அது அவன் சொன்ன இடத்தை அடைந்தது. அது சேத்துப்பட்டு மற்றும் நுங்கம்பாக்கம் ஆகிய இரண்டு பகுதிகளுக்கும் நடுவில் அமைந்துள்ள ஒரு இடம். அங்கே சாலையின் ஓரத்தில் அமைந்த ஒரு கலையரங்கத்தினுள் அவன் நுழைகிறான். அது ஒரு பெரிய கலையரங்கம், ஒரு முக்கிய அரசியல் பிரமுகரின் வீட்டு நிகழ்ச்சி. சிலர் குடும்பம் குடும்பமாக சேர்ந்து அமர்ந்து மகிழ்ச்சியாக பேசிக்கொண்டிருந்தனர். ஒரு சில குழுக்களில் ஆண்கள் மட்டும் குழுமி அரசியல் மற்றும் நாட்டுநடப்பு போன்றவைகளை பேசிக்கொண்டிருந்தனர். கர்ணன் கூட்டத்தில் ஒருவனாக சாதாரண மனிதன் போல் அங்கே நடமாடிக்கொண்டிருந்தான். அவன் கண்கள் மொத்த கூட்டத்தையும் அலசி ஆராய்ந்து கொண்டிருந்தது. ஒரு 5நிமிட தேடலுக்கு பின் அவன் தேடி வந்தது அவனது கண்களுக்கு

தெரிந்தது, ஆனால் அந்த காட்சி அவனுக்கு சற்று அதிர்ச்சியை ஏற்படுத்தியது. ஏனெனில் அவன் இங்கு தேடி வந்தது குமாரியை... அவளை அவன் பார்த்துவிட்டான். ஆனால் அவன் அதிர்ச்சிக்கு காரணம் அவளோடு இருப்பது ஆல்பர்ட். அவன் இதனை எதிர்பார்க்கவில்லை. அவர்கள் இருவருடன் மற்றொரு பெண் இருந்தார், அவரின் வயது சுமார் 45 முதல் 50 இருக்கும். அவரது நெற்றியில் குங்குமமோ பொட்டோ எதுவும் இல்லை. அது ஆல்பர்ட்டின் மனைவியாக இருக்க வேண்டும் என்பதை ஊகித்துக்கொண்டான். அவர்களுக்கு அருகில் சென்று அமர்ந்து கொண்டான், ஆனால் அவர்கள் இவனை கவனிக்கவில்லை. அவன் அவர்கள் பேசுவதை கேட்க நினைக்கிறான், ஆனால் அந்த கூட்டத்தில் எதுவும் சரியாக கேட்கவில்லை. குமாரி நிச்சயம் ஒரு உளவாளியாக தான் இருக்க வேண்டும் என்பதை அவன் உணர்கிறான். தன்னை பற்றிய தகவல்களை ஆல்பர்ட்டிடம் கேட்டு தெரிந்து கொண்டிருக்க வேண்டும் என்பதும் அவனுக்கு புரிந்தது. அவள் மேல் மிகுந்த கோபம் இருந்த போதிலும் அவளின் அழகு இவனை கொன்றது. அவள் இன்றைக்கு இன்னும் அழகாக தோன்றினாள். அவனுக்குள் பல்வேறு குழப்பங்களும், கேள்விகளும் ஓடிக்கொண்டிருந்தன. உண்மையில் இவள் யார், ஒரு வேளை இவளுக்கும் அந்த ஜமீன் கொள்ளையனுக்கும் ஏதேனும் தொடர்பு இருக்குமா அல்லது இதற்கு தான் முடித்த பம்பாய் கொள்ளையனின் உளவாளியா?... எதற்காக உளவு பார்க்கிறாள்... எல்லா கேள்விகளும் அவனை குழப்ப அவன் தனது மனதை அமைதிப்படுத்தினான். சரியாக அப்போது குமாரியும் அங்கிருந்து கிளம்பினாள். உடனடியாக கர்ணனும் அவளை பின் தொடர்ந்து சென்றான். கலையரங்கத்தில் இருந்து வெளியே வந்தவள், சிறிது தூரம் நடக்கிறாள். அப்போது தன்னை யாரேனும் பின் தொடர்கிறார்களா என கவனிக்கிறாள், ஆனால் கர்ணன் இவள் நடந்து செல்லும் சாலையின் மறுபுறத்தில் நடப்பதால் அவனை கவனிக்கவில்லை. அவள் ஒரு டாக்சியை நிறுத்தி அதில் ஏறிக்கொள்கிறாள். உடனடியாக கர்ணனும் ஒரு டாக்சியில் ஏறி, அவளை பின் தொடர்கிறான். அவர்கள் இருவரும் கிட்டதட்ட 10நிமிட பயணத்தில் எழும்பூர் ரயில் நிலையத்தை அடைந்தனர். அவள் ஏன் இங்கு வந்தாள் என்ற குழப்பத்தோடு அவளை கர்ணன் பின்தொடர்ந்தான். இரயில் நிலையம் மிகுந்த கூட்ட நெரிசலில் இருந்தது. மக்கள் தலையில் பெரிய பெட்டிகளோடும், கைகளிலும் மூடைகளோடும் கூட்டம் கூட்-

டமாக ரயில் நிலையத்தின் உள்ளிருந்து வருவதும், வெளியிலி-ருந்து உள்ளே நுழைவதுமாக இருந்தனர். இந்த கூட்ட நெரிசலில் அவளை தவறவிட்டிட கூடாது என்பதில் அவன் மிகவும் கவனத்-தோடு இருந்தான். அவளை இங்கு யாரையும் சந்திக்க வந்தாளா அல்லது இங்கிருந்து கிளம்ப இருக்கிறாளா... என்ற கேள்விகளும் அவனை சூழ்ந்தன. அப்போது முதலாம் நடைமேடையில் ஒரு ரயில் நின்று கொண்டிருக்க, அதில் சட்டென அவள் ஏறிக்கொண்டாள். கர்ணன் ஏறவில்லை, அவளை சற்று தள்ளியிருந்து கவனிக்கி-றான். அவள் ஏறியது முதல் வகுப்பு பயணிகளுக்கான பெட்டி, அது எந்த ரயில், எங்கே செல்கிறது என்பதை தெரிந்து கொள்ள அந்த பெட்டியின் மேற்புறத்தை கவனிக்கிறான். 103-மெட்ராஸ் - தூத்-துக்குடி என எழுதப்பட்டிருந்தது. கிட்டத்தட்ட 5நிமிடங்கள் அங்கே நின்று அவளது நடவடிக்கைகளை அவன் கவனிக்கிறான் அவள் ரயிலில் தனியாக தான் இருந்தாள்... அவளை யாரும் சந்திக்க-வில்லை. சரியாக 9:15க்கு அந்த ரயில் பெரும் சத்தத்தோடு, கரும்-புகையை வெளியிட்டு அங்கிருந்து கிளம்பியது. கர்ணன் அங்கிருந்து தனது அறைக்கு புறப்பட்டான், அவள் ஒரு உளவாளி என்பது கர்-ணனுக்கு புரிந்தது, ஆனால் தன்னை உளவு பார்க்க வந்தவளையே அவளுக்கு தெரியாமல் அவளை உளவு பார்த்தோம் என நினைத்து கர்ணன் கர்வம் கொண்டான்.

7

கர்ணனின் பயணம்

மறுநாள் காலையில் கர்ணன் சிவகங்கைக்கு புறப்படுவதற்கு முன்பு சில கோப்புகளை எடுக்க அலுவலகம் சென்றான். தனது அறை- யிலிருந்து சில கோப்புகளை எடுத்து கொண்டு வெளியே புறப்படும் போது ஆல்பர்ட் அவனுக்கு முன்பாக வந்தார். அவன் சற்று குழப்- பத்தோடு பார்க்கிறான்.

"கிளம்பிட்டீங்களா கர்ணன்?"

"ஆமா..."

"உங்ககிட்ட கொஞ்ச பேசணும் கர்ணன்..."

"ஏதாவது முக்கியமான விஷயமா..."

"முக்கியம்னு சொல்ல முடியாது...."

ஆல்பர்ட் தனது பதிலை இழுத்தார்.

"சரி சொல்லுங்க...."

"உங்களுக்கு குமாரிய தெரியும்ல...."

"தெரியும் ஆல்பர்ட்"

கர்ணன் சற்று அமைதியாக பதிலளிக்கிறான்.

"அந்த பொண்ணு உங்க மேல உயிரா இருக்கா கர்ணன்.... நீங்க முதல் நாள் இந்த ஆபிஸ் வந்தப்போ நீங்க சீக்கிரமா வீட்டுக்கு போயிட்டீங்க.... அன்னைக்கு அந்த பொண்ணு உங்கள தேடி நம்ம ஆபிஸ்க்கே வந்துருச்சு...."

"ஓ அப்படியா..."

கர்ணன் சற்று அதிர்ச்சியாக கேட்பதை போல் நடிக்கிறான்.

"ஆமா கர்ணன்.... நீங்க ஒரு டிடக்டிவா இருக்கிறது அந்த பொண்ணுக்கு புடிக்கல.... உங்களுக்கு ஏதாவது ஆகிருமோனு பயப்-

படுது... நான் வேற ஒரு போக்குல நீங்க இப்ப பாக்குற கேஸ் பத்-
திலாம் சொல்லிட்டேன்.... அதுனால இன்னும் பயம் வந்துடுச்சு"

கர்ணனுக்கு இப்போது புரிந்து விட்டது, அவள் எப்படி நடித்து
தன்னை பற்றிய தகவல்களை ஆல்பர்ட்டிடம் வாங்கி இருக்கிறாள்
என்பது. அதே நேரம் ஆல்பர்ட்டும் இப்படி ஒரு மதியற்றவனாக
இருக்கிறான் என புரியும் போது கோவம் வந்தது. இருப்பினும்
அவன் வெளியில் கட்டாமல் முகத்தில் சிறு புன்னகையை உதிர்த்-
தான்.

"நேத்து ராத்திரி கூட அந்த பொண்ண ஒரு நிகழ்ச்சில பாத்-
தேன்.... நீங்க இப்ப எங்க போறிங்க, என்ன பண்ண இருக்கீங்கனு
எல்லாத்தையும் ரொம்ப அக்கறையா விசாரிச்சுச்சு...."

"ஓ அப்படியா ஆல்பர்ட்... நீங்க சொன்னீங்களா....?"

"நம்ம வேலைல ரகசியம் ரொம்ப முக்கியம்.... இருந்தாலும்
அந்த பொண்ணு உன்ன காதலிக்கிறா... எப்படியும் உன் குடும்பத்துல
ஒருத்தியா போறா.... அதுனால சொல்லிட்டேன்..."

அவனது அடுத்தக்கட்ட நடவடிக்கைகள் அனைத்தும் சிதம்பரம்
மற்றும் கார்மேகத்திற்கு மட்டுமே தெரியும். ஆனால் அவர்கள் இரு-
வரும் இவனிடம் ஒரு மரியாதை நிமித்தமாக அதனை கூறியிருக்-
கின்றனர். அவன் இவை அனைத்தையும் அவளிடம் சொல்லியி-
ருக்கிறான்.... கர்ணன் தனது கோபத்தை வெளிக்காட்டவில்லை.

"பரவாயில்ல ஆல்பர்ட் அந்த பொண்ணு அதுக்கு என்ன பதில்
சொல்லுச்சு...."

"அந்த பொண்ணுக்கு பயம் தான்... நீங்க திரும்பி வர வரைக்கும்
மைசூருல இருக்க அவங்க வீட்டுல இருக்க போறத சொல்லுச்சு..."

"அவ போயிட்டாளா?"

"ஆமா கர்ணன்.... நேத்து ராத்திரி 9மணிக்கு மைசூருக்கு ரயில்
ஏறி போய்ட்டா..."

அவள் ஏறி சென்றது தூத்துக்குடி ரயில், தன்னை திசை திருப்-
பவே மைசூரு செல்வதாக பொய் சொல்லியிருக்கிறாள் என கர்ணன்
உணர்கிறான். சற்று அமைதியாக முகத்தை வைத்துக்கொண்டு பதி-
லளிக்கிறான்.

"நான் அந்த கொள்ளையயன பிடிச்சுட்டு வந்து அவள போய்
பாக்குறேன்...."

"கண்டிப்பா கர்ணன்... சீக்கிரம் திரும்பி வாங்க...."

"சீக்கிரம் வரேன் ஆல்பர்ட்... நீங்க ரொம்ப நல்ல விசயம் பண்-
ணியிருக்கீங்க..."

அவன் ஆல்பர்ட்டை தனக்குள் வஞ்சிக்கிறான். பின்னர் அங்கி-
ருந்து புறப்படுகிறான்.

அவள் செய்த செயல்களை பார்க்கையில் அவள் உளவாளியாக
தான் இருப்பாள் என்பது கர்ணனுக்கு ஏறக்குறைய உறுதியாகி-
விட்டது. ஒருவேளை அவள், தான் தேடி சொல்லும் கொள்ளை-
யனின் உளவாளியாக இருந்தால், அவன் சாதாரணவன் அல்ல.
தன்னையே உளவு பார்க்க ஒருவளை அனுப்பியிருக்கிறான். இப்-
போது தான் என்ன செய்கிறோம், அடுத்து என்ன நடக்கவடிக்கை
எடுக்க இருக்கிறோம் என்பது வரை அத்தனையும் அவன் தெரிந்து
வைத்துள்ளான். அதே நேரம் ஆல்பர்ட்டை மட்டும் குறை சொல்லி
பயனில்லை. தன்னையே ஒரு கட்டத்தில் மயக்கியவளுக்கு ஆல்-
பர்ட்டை ஏமாற்றுவது என்பது அவ்வளவு கடினமல்ல என புரிந்து
கொண்டான். மீண்டும் இவளை சந்திப்போம் என நம்பிக்கை
அவனிடம் இருந்தது. அவள் ஒரு உளவாளி என்பது கர்ணனுக்கு
தெரியாது என அவள் நினைத்து கொண்டிருக்கிறாள், அது கர்-
ணனுக்கு ஒரு வகையில் நல்லதே. சிதம்பரம் மற்றும் கார்மேகம்
இருவருமே ஏற்கனவே தனது பணிகளை கவனிக்க புறப்பட்டுவிட்-
டனர். பல்வேறு கேள்விகளோடும், குழப்பங்களோடும் கர்ணன் சிவ-
கங்கை நோக்கி தன் பயணத்தை தொடங்கினான்.

8

சோழவந்தான் ஜமீன்

அது ஒரு நண்பகல் நேரம், சூரியன் உச்சியில் இருந்ததால் வெயி-
லின் தாக்கம் அதிகமாக இருந்தது. அங்கிருந்த சோழவந்தான் ஜமீ-
னின் வீடு மாளிகையை போல காட்சியளித்தது. அது பிரம்மாண்-
டமான மாளிகையாய் இருந்தாலும் கிட்டத்தட்ட 100 ஆண்டுகளாக
அங்கு இருப்பதால் சிறிது பழமையான தோற்றம் அதில் குடியிருந்-
தது. அந்த மாளிகையின் முகப்பில் இருந்த நிழற்குடை போட்ட
இளைப்பாறும் இடத்தில் தோட்ட வேலை செய்பவர்கள் மதிய உணவு
அருந்திக்கொண்டிருந்தனர். ஒரு சிலர் உண்ட மயக்கத்தில் உறங்கிக்-
கொண்டிருந்தனர். மாளிகையின் உள்ளே மிகப்பெரிய முகப்பு அறை
இருக்க, அதனை ஒட்டியே மற்ற அறைகளும் இருந்தன. பூஜை
அறைக்கு பக்கத்து அறையில் தான் முன்னால் ஜமீன்தார் ராஜேந்தி-
ரனின் அறை இருந்தது. ஒரு காலத்தில் அப்பகுதியில் மிகுந்த மரி-
யாதை மற்றும் அதிகாரத்தோடு கம்பீரமாக வலம்வந்த ராஜேந்திரன்
இன்று கடும் காய்ச்சலில் தனது பெரிய மரக்கட்டிலில் படுத்த படுக்-
கையாக இருக்கிறார். இராஜேந்திரனின் வயது 65-70 இருக்கக்கூடும்,
சுமார் 4-5 தலைமுறைகளாக அந்த பகுதிகளுக்கு ஜமீந்தார்களாக
இருந்தது அவர்களின் குடும்பம். முற்காலத்தில் அவர்களுக்கு சொந்-
தமாக எண்ணிலடங்காத விளை நிலங்கள், நிறைய தோட்டம், குளம்
என இருந்தன, ஆனால் ஜமீன் ஒழிப்பு சட்டத்துக்கு பின் அவர்-
களிடம் மிஞ்சி இருப்பது இந்த மாளிகையும், சில விளைநிலங்க-
ளும் மட்டுமே. ராஜேந்திரனை சுற்றி அவரது மகன் கந்தன், மகள்
ஜானகி மற்றும் ஜானகியின் கணவன் பார்த்திபன் நின்று கொண்டி-
ருந்தனர். இராஜேந்திரனுக்கு ஒருவன் வைத்தியம் பார்த்து கொண்-

டிருந்தான். அவன் மிகவும் நாகரிகமான உடை அணிந்திருந்தான். அவனது வயது சுமார் 40ஐ கடந்திருந்தாலும், சற்று இளமையாகவே தெரிந்தான். அவன் ராஜேந்திரனின் உடல் வெப்ப நிலையை பார்த்துவிட்டு, சில பரிசோதனையை செய்து கொண்டிருக்க, அவனது பதிலுக்காக மூவரும் காத்துக்கொண்டிருந்தனர்.

"என்னாச்சு நிலவன், இப்ப எப்படி இருக்காரு?"

கந்தன் தனது கேள்வியை மருத்துவர் நிலவனிடம் கேட்கிறான். நிலவன் முகத்தில் சிறிது புன்னகையை உதிர்க்கிறான்.

"ரொம்ப பயப்படாதிங்க கந்தன்.... உங்க அப்பாவுக்கு ஒன்னும் ஆகல்.... சாதாரண மழைல நினைஞ்சதுலா அவ்வளவு பெரிய ஜமீன எதுவும் பண்ணீடாது...."

அங்கிருந்த மூவரும் சிறிது மகிழ்ச்சி அடைகின்றனர்.

"இல்ல நிலவன், நாங்க எவ்வளவு சொன்னாலும் கேக்க மாட்டாரு... வயல் வேலைய பாத்துக்க அவ்வளவு பேர் இருக்காங்க.... ஆனாலும் இவரு வேலையெல்லாம் ஒழுங்க நடக்குதானு பாக்க போயிடுறாரு...."

கந்தன் தனது ஆதங்கத்தை வெளிப்படுத்துகிறான்.

"அண்ணா கோபப்படாதிங்க...."

ஜானகி அவனை அமைதிபடுத்த முயல்கிறாள்.

"நம்ம இங்க நின்னு எதுவும் பேச வேணா.... வெளிய போய் பேசலாம்.... அவருக்கு நல்ல ஓய்வு தேவ...."

நிலவன் அவர்கள் மூவரையும் வெளியில் அழைத்து வந்து, அவர்களிடம் சில மருந்து மாத்திரைகளை நீட்டுகிறான்.

"இந்த மருந்தயெல்லாம் ஒரு வாரத்துக்கு குடுங்க, காய்ச்சல் சரியாயிடும்"

ஜானகி அந்த மருந்துகளையெல்லாம் வாங்கி வைத்து கொள்கிறாள்.

"ரொம்ப நன்றி நிலவன், எங்களுக்காக அவ்வளவு தூரத்துல இருந்து வந்திருக்கிங்க"

"ஐயோ இதுல்ல என்ன இருக்கு கந்தன்.... அப்பா வயலுக்கெல்லாம் போகட்டும் தடுக்காதிங்க.... ஆனா மழை நேரத்துல மட்டும் கொஞ்சம் கவனமா பாத்துக்கோங்க...."

நிலவன் அவர்களிடம் சில அறிவுரைகளை கூறுகிறான்.

"அவரு 6மாசத்துக்கு முன்னாடி அம்மா தவறுனதுல இருந்து ரொம்ப ஓடஞ்சு போயிட்டாரு நிலவன். யாரு என்ன சொன்னாலும் கேக்குறது இல்ல... பித்து பிடிச்ச மாதிரி சுத்திட்டு இருக்காரு...."

"எனக்கு உங்க கஷ்டம் புரியுது கந்தன், இனிமே நீங்க கொஞ்ச கவனமா பாத்துக்கோங்க...."

"சரி நிலவன்.... நான் அன்னைக்கு மெட்ராசுக்கு போயிருந்தேன் அதுனால தான் கொஞ்ச பாத்துக்க முடியாம போயிருச்சு.... அன்னைக்கு தான் இவரு போய் மழைல நினைஞ்சுட்டாரு...."

"மெட்ராசுக்கு என்ன விசயமா போனிங்க கந்தன்...."

"உங்களுக்கு தெரிஞ்சுருக்குமே நிலவன்... ஜமீந்தார்கள் கூட்ட சந்திப்பு...."

"ஓ அதுக்காக போயிருந்தீங்களா...."

"ஆமா நிலவன்... உங்களுக்கு ஒரு விசயம் தெரியுமா...?"

"என்ன விசயம் கந்தன்...?"

"அந்த கொள்ளக்காரன பிடிக்க மலர்வேந்தன் ஐயா ஒரு டிடக்-டிவ நியமிச்சுருக்காரு...."

"என்ன சொல்றீங்க கந்தன்... ரொம்ப நல்ல விசயம்...."

"ஆமா நிலவன்... கூடிய சீக்கிரம் அந்த கொள்ளக்கார நாய் மாட்ட போறான்...."

"பொறுத்திருந்து பாப்போம் கந்தன்..."

நிலவன் முகத்தில் சிறு புன்னகையோடு பதிலளிக்கிறான்.

"சரி கந்தன் நான் புறப்படுறேன்...."

"ஐயோ நிலவன்.... என்ன பேசுறீங்க நீங்க... சாப்பிட்டு சாயங்-காலத்துக்கு மேல போகலாம் இருங்க...."

"ஐயோ இல்ல கந்தன்... நான் இப்ப உங்க வீட்டுக்கு விருந்-தாளியா வரல... வைத்தியம் பாக்க வந்தேன்... இன்னொரு நல்ல நாள் நான் விருந்தாளியா விருந்து சாப்பிட வரேன்...."

"இல்ல நிலவன் நீங்க இப்படி தான் சொல்லுவீங்க, ஆனா வர மாட்டிங்க...."

"கந்தன் என்ன நம்புங்க... நான் கண்டிப்பா வருவேன்...."

அவர்கள் மூவரும் எவ்வளவு வற்புறுத்தியும் நிலவன் கேட்பதாய் இல்லை... அவன் கிளம்பத்தயாரானான்.

"நிலவன் அண்ணா நீங்க அடுத்த முறை எங்க வீட்டுக்கு வரும்-போது கண்டிப்பா உங்க தங்கையையும் கூட்டி வாங்க...."

ஜானகி அவனிடம் கோரிக்கை வைக்கிறாள்.

"சரிம்மா நான் முயற்சி பண்றேன்..."

சிறு புன்னகையோடு பதிலளித்துவிட்டு அங்கிருந்து புறப்படுகி-
றான் நிலவன்.

9

போத்தனூரில் விசாரனை

மெட்ராசிலிருந்து தனது பயணத்தை துவங்கிய கார்மேகம் கிட்டத்-
தட்ட 12மணி நேரத்திற்கு பின் அவன் சென்ற ரயில் போத்தனூர்
ரயில்நிலையத்தை அடைந்தது. அப்போது நேரம் விடியற்காலை
7மணியை தொட்டிருக்கும். சூரியன் முழுவதுமாக வானில் இருந்து
வெளிவரவில்லை, வானம் முழுதும் வெளிர்நீல நிறத்தில் காட்சி-
யளித்தது. அந்த நீல வானத்தில் ரயில் வெளியிட்ட கரும்புகை
சூழ்ந்து கொண்டு, அப்பகுதியை கருவானமாய் மாற்றிக்கொண்டி-
ருந்தது. பயணிகள் அனைவரும் ரயிலிலிருந்து கூட்டம் கூட்டமாய்
இறங்கிக்கொண்டிருந்தனர், எஞ்சினை ஓட்டிய பெட்டிகளில் இருந்த
பயணிகள் முகத்திலும், உடையிலும் கூட ஆங்காங்கே சிறிது கரி
துகள்கள் படர்ந்திருந்தன. கார்மேகம் தனது கையில் ஒரு பையோடு
அந்த ரயிலில் இருந்து இறங்கினான், அதிகாலை குளிர்காற்று
அவனை போத்தனூருக்கு வரவேற்றது. அந்த நடைமேடையிலிருந்த
பயணிகளின் கூட்டத்தை கடந்து ரயில்நிலையத்திற்கு வெளியில்
வந்தான். இரயில்நிலையத்திற்கு அருகில் 'அன்பகம் தங்கும் விடுதி'
என்று பெயர் பலகை வைக்கப்பட்ட ஒரு விடுதி இருந்தது. அதனை
பார்த்த கார்மேகம், அந்த விடுதிக்குள் நுழைந்து தனது வசதிக்கேற்-
றவாறு ஒரு அறையினை எடுத்துக்கொள்கிறான். அந்த விடுதியில்
அறைகள் அனைத்தும் சற்று விலை அதிகமாக இருப்பினும் அது
ரயில் நிலையத்திற்கு அருகில் இருப்பதால் அவன் இங்கு தங்கு-
வது தான் சிறந்தது என முடிவு செய்தான். தனது அறையினுள்

நுழைந்த கார்மேகம் அந்த அறையினை சுற்றி பார்க்கிறான். அது உண்மையில் நன்கு சுத்தம் செய்யப்பட்டு அருமையாக இருந்தது. ஒரு கட்டில், சிறிய மேசை, அலமாறி என அனைத்தும் நன்றாக இருந்தன. பயணக்களைப்பில் உண்டான சோர்வு அவனை சிறிது நேரம் ஓய்வெடுக்க வைத்தது. ஒரு இரண்டு மணி நேர தூக்கத்திற்கு பின் அவன் குளித்து, கிளம்பி தயாராகிவிட்டு அந்த அறையிலிருந்து புறப்பட்டான்.

அவன் சில பேரிடம் விசாரித்து போத்தனூர் காவல் நிலையத்தின் இருப்பிடத்தை அறிந்தான். அது அவன் தங்கியிருந்த அறையிலிருந்து சில நிமிட நடைபயணத்தில் தான் இருந்தது. அது மிகவும் பழமையான கட்டிடம், ஆங்கிலேயர் காலத்தில் கட்டப்பட்டதை போல காட்சியளித்தது. சுவற்றில் இருந்த வண்ண சாயம் கூட முழுமையாக இல்லாமல் ஆங்காங்கே வெள்ளை சுவற்றை காட்டிக்கொண்டிருந்தன. அந்த கட்டிடத்தை புதுப்பிக்க கூட அரசாங்கம் எந்தவொரு நடவடிக்கையும் எடுக்கவில்லை என நினைக்க வைத்தது. வெள்ளையனிடமிருந்து நாம் சுதந்திரம் பெற்றால் நம்மால் தனியாக ஒரு குண்டூசியை கூட தயாரிக்க முடியாது என்று சொன்ன ஈ.வெ.ராவின் வரிகள் அவனுக்குள் நினைவு வந்தது. அந்த வலுவிழந்த கட்டிடத்தின் முகப்பில் 'போத்தனூர் காவல் நிலையம்' என பெரிதாக எழுதப்பட்டிருந்தது, ஆனாலும் அதில் கூட சில எழுத்துகள் பாதி அழிந்து போய் இருந்தன. ஊரை காக்கும் காவல் நிலையமே இந்த கதியில் இருக்கையில் ஊர் எந்த கதியில் இருக்கும் என கார்மேகம் தனக்குள் முனுமுனுத்துக்கொண்டே அந்த காவல் நிலையத்திற்குள் நுழைந்தான். காவல் நிலையத்திற்குள் வெளிச்சம் பெரிதாக இல்லாமல் சற்று இருளாகவே காட்சியளித்தது. அந்த நிலையத்தின் ஒரு மூலையில் இருந்த மேசையை கண்டான், அந்த மேசை முழுதும் பல கோப்புகள் மற்றும் ஆவணங்கள் சூழ்ந்து கிடந்தன. அந்த மேசைக்கு பின்னால் போடப்பட்டிருந்த நாற்காலியில் அமர்ந்தவாறு ஒருவர் காபி குடித்துக்கொண்டு செய்தித்தாளை வாசித்துக்கொண்டிருந்தார். மிகவும் பெரிய குண்டான உருவம், முடியில்லாத மண்டை, கம்பீரமான மீசை, தொலதொலவென்ற சீருடை.... 50ஐ தாண்டியிருக்கும் வயது, அவர் தான் இந்த நிலையத்தின் காவல் ஆய்வாளர் என்பதை அவன் உணர்ந்து கொண்டான். நேரடியாக அவரின் மேசைக்கு அருகில் சென்றான், அவனது வருகையை அவரும் கவனித்துவிட்டு தனது கையில் இருந்த செய்-

தித்தாளை மேசையில் வைக்கிறார்.

"சொல்லுங்க யார் நீங்க?... என்ன பிரச்சனை..?"

அவரது பேச்சில் அதிகாரம் வெளிப்பட்டது.

"ஐயா என் பேரு கார்மேகம்.... மெட்ராஸ்ல இருக்க Lawrence Brother's Detective Agencyயில இருந்து வரேன்...."

அந்த காவல் ஆய்வாளர் கண்களை சுருக்கிக்கொண்டு கார்மே-கத்தின் பதில்களை கவனிக்கிறார்.

"சொல்லுங்க என்ன விசயமா இங்க வந்திருக்கீங்க...?"

அவர் மீண்டும் தனது கேள்விகளை கார்மேகத்திடம் எழுப்புகிறார்.

"ஐயா.... 4வருசத்துக்கு முன்னாடி இந்த ஊர் ஜமீன் வீட்டுல நடந்த கொலை, கொள்ளை பத்தி கொஞ்ச தெரிஞ்சுக்க வந்தேன்.... இப்ப அந்த கேச எங்க ஏஜென்சி தான் பாக்குது.... அந்த கேஸ்ல நானும் ஒரு டிடக்்வ் தான்"

அவன் எந்த விஷயமாக வந்தான் என்பது காவலருக்கு புரிந்து-விட்டது.

"கார்மேகம்.... அந்த சம்பவம் நடந்து 4வருசம் ஆச்சு.... அப்-பவும் நான் தான் இந்த ஸ்டேசன்ல இன்ஸ்பெக்டரா இருந்தேன்..."

கார்மேகம் அவரது பேச்சினை மிகுந்த கவனத்தோடு கேட்கத்-தொடங்கினான்.

"அந்த சம்பவம் நடந்தது நடு ராத்திரியில, ஆனா எங்களுக்கு தகவல் வந்தது காலைல 9மணிக்கு தான்.... ஜமீந்தார் வீட்டுக்கு போய் பாத்தா அவரு குடும்பம்.... வேலைக்காரங்கனு 11பேர் செத்-துக்கிடந்தாங்க.... அதுலயும் யாருமே வெட்டியோ, குத்தியோ சாகல.... துப்பாக்கியில சுட்டு கொன்றுக்கான்.... கொன்னுட்டு அந்த வீட்டுல இருந்த பணம், நகைனு எல்லாத்தையும் கொள்ளை-யடிச்சுட்டு போயிருக்கான். நாங்க எவ்வளவு தேடியும் இதெல்லாம் பண்ணது யாருனு எங்களால கண்டுபிடிக்க முடியல...."

இந்த தகவல் அனைத்தும் கார்மேகத்திற்கு ஏற்கனவே தெரிந்த ஒன்று தான், அவனுக்கு தெரியாத தகவல்கள் ஏதேனும் கிடைக்குமா என்ற நோக்கத்தில் காவலரிடம் சில கேள்விகளை எழுப்புகிறான்.

"எப்படி ஐயா ஊர்ல யாருக்குமே தெரியாம புதுசா ஒருத்தன் வந்-திருக்க முடியும்.... யாருமே அவன பாக்கலயா?"

"கொலை நடந்தப்ப யாரும் பாக்கல.... அப்படி பாத்தவங்க யாரும் உயிரோட இல்ல.... ஆனா அந்த கொலை நடந்த அன்-னைக்கி ஊர்ல புதுசா ஒரு சாமியார் வந்ததா ஊர் மக்கள் சொன்-

னாங்க...."

கார்மேகத்துக்கு இது ஒரு புதுமையான தகவல்.

"என்ன ஐயா சொல்றீங்க... அந்த சாமியார் அதுக்கப்பறம் வரலயா...?"

"ஆமா கார்மேகம்... அந்த கொலை நடக்குறதுக்கு முன்னாடியும் யாரும் அவன பாத்தது இல்ல... அந்த கொலைக்கு அப்பறமும் யாரும் அவன பாக்கல...."

"அந்த சாமியார கண்டுபிடிக்க முடியலயா...."

"நாங்க நிறைய பேர்ட்ட விசாரிச்சு பாத்துட்டோம்... அவன பாத்தது அந்த ஒரு நாள் மட்டும் தான்... அதுனால அவன கண்டிப்பா இந்த ஊர் காரன் இல்லனு தெரிஞ்சுருச்சு.... பக்கத்து ஊர்களையும் நிறைய தேடி விசாரிச்சுட்டோம்... ஆனா அப்படி ஒருத்தன் இப்ப வர கிடைக்கல.... "

அவர் தனது மொத்த பதில்களையும் சொல்லி முடித்தார். அந்த சாமியார் வேடமணிந்து ஊரில் சுற்றியவன் தான் கொள்ளையன் என்பது கார்மேகத்திற்கு புரிந்துவிட்டது. சாமியார் வேடமணிந்து ஊர் முழுதும் நோட்டம் விட்டிருக்கிறான் என்பதையும் அவன் உணர்ந்து கொண்டான்.

"இது தவிர வேற ஏதாவது தகவல் உங்களுக்கு தெரியுமா ஐயா.... அந்த ஜமீனுக்கு தனிப்பட்ட விரோதினு யாராவது?"

"இல்ல கார்மேகம், நாங்க அப்படியும் விசாரிச்சுட்டு பாத்துட்-டோம்.... ஜமீந்தாருக்கு எப்பவும் 1000 விரோதி இருக்கத்தான் செய்வாங்க... ஆனா கொலை பண்ணி கொள்ளயடிச்சுட்டு போற அளவுக்கு யாருக்கும் இந்த ஊர்ல தைரியம் இல்ல... அவன் அதுக்கு அப்பறம் இந்த 4வருசத்துல பல ஊர்கள்ல பல ஜமீன் வீட்டுல மாட்டாம கொள்ளையடிச்சு கொலை பண்ணீட்டு போயி-ருக்கான்.... அப்படி பாத்தா அவனுக்கு இந்த எல்லா ஜமீன்களுமே எதிரியாதான் இருக்கணும்...."

அவர் சொன்னது உண்மைதான் இது தனிப்பட்ட விரோதத்தால் செய்யப்பட்ட கொலை கொள்ளை அல்ல, இதற்கு பின் நிச்சயம் வேறு ஒரு காரணம் இருக்க வேண்டும் என்பது கார்மேகத்திற்கு விளங்கியது.

"நாங்க எவ்வளவோ முயற்சி பண்ணிட்டோம்... இருந்தும் எங்-களால் அவன பிடிக்க முடியல...."

இதனை கூறிவிட்டு அவர் சற்று அமைதியானார். அவரது முகத்-தில் அவனை பிடிக்க முடியவில்லை என்ற ஒரு சோகத்தையும், ஏமாற்றத்தை கார்மேகத்தால் காண முடிந்தது.

"கண்டிப்பா அவன பிடிப்போம் ஐயா... எப்படி அவன் மாட்டாம போவான்... பல நாள் திருடன் ஒரு நாள் அகப்படுவான்ல...."
கார்மேகன் மிகுந்த உத்வேகத்துடன் பதிலளித்தான்.

"ஒரு நாள் மாட்டுவான், ஆனா அதுக்குள்ள அவன் எத்தன பேர கொலை பண்ணியிருப்பான், எவ்வளவு கொள்ளையடிச்சுருப்-பான்...."

அவரது பேச்சில் அர்த்தம் இருந்தது, ஏனெனில் அவன் இப்-போதே 97பேரை கொன்றுள்ளான். இன்னும் அவன் மாட்ட-வில்லை...

"சரி கார்மேகம் நீங்க இப்ப அடுத்து என்ன பண்ண போறீங்க....?"

"காட்டம்பட்டி போலீஸ் ஸ்டேசன்... போக போறேன்...."

"ஓ இரண்டாவது சம்பவம் நடந்த இடத்துக்கு போறீங்களா...?"

"ஆமா ஐயா..."

"சரி அந்த ஸ்டேசன் இன்ஸ்பெக்டர் மூக்கையா எனக்கு தெரிஞ்-சவர் தான்... அவர்ட்ட போய் என் பேர சொல்லுங்க...."

"ஐயா உங்க பேர் என்ன?"
கார்மேகம் சற்று தயங்கியவாறு அவரிடம் கேட்கிறான்.

"இன்ஸ்பெக்டர் மாடசாமி...."

அவர் முகத்தில் சிறு புன்னகையை இப்போது தான் கார்மேகம் பார்க்கிறான்.

"உங்க உதவிக்கு ரொம்ப நன்றி ஐயா நான் கிளம்புறேன்...."

"இருக்கட்டும் கார்மேகம்... நீங்க அவன பிடிங்க அதுவே போதும்...."

அவர் தனது ஏக்கத்தை கார்மேகத்திடம் கூறுகிறார். பின்னர் அவரே கார்மேகத்திடம் காட்டம்பட்டிக்கு எவ்வாறு செல்ல வேண்-டும், எந்த பேருந்தில் செல்ல வேண்டும் என்பதை கூறுகிறார். கார்-மேகமும் அவருக்கு நன்றியை கூறி அங்கிருந்து விடைபெறுகிறான். அவன் காவல் நிலையத்திலிருந்து வெளியே சிறிது தூரம் நடந்து சென்றான், அப்போது அந்த காவலர் சொன்னது போலவே காட்டம்-பட்டி வழியாக செல்லும் ஒரு பேருந்து அங்கு வர, அதில் அவன்

ஏறிக்கொண்டான்.

ஏறிக்கொண்டான்.

10

மீண்டுமொரு கொள்ளை

நள்ளிரவை கடந்திருந்த நேரம், கருமேகங்களுக்கு நடுவில் மறைந்து கொண்டிருந்தது நிலவு, சாலை முற்றிலும் வெறிச்சோடிப்போய் கிடந்தது இரவு நேர பூச்சிகளின் சத்தம் மட்டுமே அங்கு முற்றிலும் நிறைந்திருந்தது. அந்த அமைதியான சாலையில் பிச்சை காரன் ஒருவன் நுழைய, தெருவில் சுற்றி திரிந்த நாய்கள் அத்தனையும் குரைக்க தொடங்கின. இதனால் அங்கிருந்த அமைதியான சூழல் நீங்கி நாய்களின் சத்தம் அதிகரித்தது. நேராக நடந்து வந்த பிச்-சைகாரன் சோழவந்தான் ஜமீனின் வீட்டின் முன் நிற்கிறான், அந்த இடத்தை ஒரு முறை நன்றாக சுற்றி பார்க்கிறான். யாரும் இல்லாத காரணத்தால் அந்த பிரம்மாண்ட மாளிகையின் கதவுகளை திறந்து உள்ளே நுழைகிறான். கதவுகள் திறந்த சத்தத்தை கேட்டு காவலர்கள் சிலர் எழுந்து விடுகின்றனர்.

"டேய் யார்ரா நீ...?, இங்க என்னடா பண்ற..."

என ஒரு காவலாளி கேட்க, பிச்சைக்காரனை போல வேடம-ணிந்தவன் தனது பையிலிருந்து இரண்டு நவீன ரக துப்பாக்கிகளை எடுக்கிறான். இதனை கண்ட காவலர்கள் பீதியில் அலறினர், இதனால் அங்கு உறங்கிக்கொண்டிருந்த மற்ற வேலையாட்களும் எழுந்து கொண்டனர். இப்போது அந்த பிச்சைக்காரன் தனது கையி-லிருந்த துப்பாக்கியால் அங்கிருந்த அத்தனை பேரையும் சுடத்தொ-டங்கினான். அவனுக்குள் நடுக்கமோ, பதற்றமோ எதுவும் இல்லை.... மிக சாதாரணமாக அங்கிருந்தவர்கள் அத்தனை பேரையும் கொன்று குவித்தான். அங்கிருந்த 13பேரையும் அவன் சரியாக 2நிமிடங்க-ளுக்குள் கொன்று முடித்தான், அந்த வளாகம் முழுதும் இறந்த-

வர்களின் சடலமும், ரத்த வெள்ளமாகவும் காட்சியளித்தது. வீட்-டின் உள்ளே நுழைவதற்கு முன், முகப்பில் இருந்த மண்பானை குடத்தை பார்க்கிறான், அதன் அருகில் ஒரு சொம்பு இருந்தது. அந்த பானையை திறந்து, அதில் ஒரு சொம்பு தண்ணீரை அள்ளி மடமடவென்று குடித்து முடித்துவிட்டு பார்க்கையில் வீட்டு வாயிலில் கந்தனும், பார்த்திபனும் கைகளில் அரிவாளோடு நின்று கொண்டி-ருந்தனர். என்ன தான் அவர்கள் கைகளில் அரிவாள் இருந்தாலும் அவர்கள் இருவரின் கை, கால்கள் நடுங்கிக்கொண்டிருந்தன. அவர்-களுக்கு இடையில் சுமார் 40அடி இடைவெளி இருக்கும். கொள்-ளயன் மெல்ல அவர்களை நோக்கி நடக்கிறான், அவனது கையில் துப்பாக்கி தயார் நிலையில் இருந்தது. அவன் வைக்கும் ஒவ்வொரு அடியும் அவர்களின் இதயத்துடிப்பை வெகுவாக அதிகரித்தது. அவர்களிடம் ஆயுதம் இருந்தும் கூட, அவனை முன்னோக்கி சென்று தாக்க அவர்களுக்கு தைரியம் வரவில்லை. அவன் ஒரு 10-20 அடிகள் நடந்திருப்பான், கந்தன் அவனது முகத்தை நன்கு உற்று நோக்குகிறான், ஏனெனில் அவன் இந்த முகத்தை எங்கோ பார்த்திருக்கிறோம் என்பது போல உணர்கிறான். சில வினாடிகளில் அவனை கந்தன் அடையாளம் கண்டுவிட்டான், பார்த்திபனும் கூடத்தான். அவர்களுக்கு முன்பு பிச்சைக்காரன் போல் வேடம-ணிந்து நிற்கும் கொள்ளயன் மருத்துவர் நிலவன். அவர்களுக்கு கொள்ளயனை கண்ட அதிர்ச்சியை, விட இவன் நிலவன் என்ற அதிர்ச்சி அதிகமாகியிருந்தது. அவர்கள் இருவருக்கும் அதிர்ச்சியில் பேச்சே வரவில்லை, மிகவும் சிரமப்பட்டு படபடக்கும் குரலில் கந்தன் கேள்விகளை எழுப்புகிறான்.

"இத்தன வருசமா இப்படி கொலை, கொள்ளனு பண்ணிட்டு இருக்குறது நீங்களா நிலவன்....?"

நிலவனின் முகத்தில் எந்தவொரு மாற்றமோ, அசைவோ இல்லை. அவன் மெல்ல அவர்கள் இருவரையும் நோக்கி நடக்-கிறான்.... இவன் முன்னோக்கி வைக்கும் ஒவ்வொரு அடிக்கும், அவர்கள் இருவரும் ஒவ்வொரு அடியாய் பின்னோக்கி சென்றனர்.

"ஏன் நிலவன் இப்படி பண்றீங.... தயவுசெஞ்சு எங்கள விட்டு-டுங்க...."

பார்த்திபனும் கெஞ்ச தொடங்கினான், ஆனால் நிலவனின் முக-பாவனையில் எந்தவொரு அசைவும் இல்லை. சரியாக இந்த நேரத்-தில் ஜானகியும் வீட்டினுள் இருந்து வெளியே வந்து, கொள்ளை-

யனின் உண்மை முகம் கண்டு அதிர்ந்து போனாள். ஜானகியின் வருகையை கண்டு கந்தனும், பார்த்திபனும் அதிர்ச்சியடைந்தனர்.

"ஜானகி…. நீ ஏன் இங்க வந்த… எப்படியாவது இங்க இருந்து தப்பிச்சு போயிருடி…."

பார்த்திபன் பயத்தோடு அவளிடம் கத்தினான்.

"நிலவன் கெஞ்சி கேக்குறேன் நிலவன் அவள எதுவும் பண்ணி-டாதிங்க…."

தனது கையிலிருந்த அரிவாளை கீழே போட்டுவிட்டு, நிலவனிடம் கையெடுத்து கும்பிட்டு கெஞ்சுகிறான் பார்த்திபன். அவன் மண்டி-யிட்டு அழத்தொடங்கினான். நிலவன் தன் கைகளிலிருந்த துப்பாக்-கியை அவர்களுக்கு முன்பாக நீட்ட மூவரும் பயத்தில் கத்தத்தொ-டங்கினர்.

"அண்ணா எங்கள எதுவும் பண்ணீடாதிங்க அண்ணா…. தயவு-செஞ்சு எங்கள விட்டுடுங்க அண்ணா…. "

அவள் ஓடிச்சென்று நிலவனின் கால்களில் விழுந்துவிட்டாள், கண்களில் கண்ணீர் வழிய கதறுகின்றாள். அவள் கண்ணீரை கண்ட கந்தனும், பார்த்திபனும் அழத்தொடங்கினர். அவர்கள் மூவ-ரும் அவனிடம் உயிர்பிச்சை கேட்கின்றனர்.

"அண்ணா நாங்க எங்க கிட்ட இருக்க எல்லா பணம், நகையை-யும் குடுத்துடுறோம்…. எங்கள மட்டும் விட்டுடுங்க…."

சட்டென தரையிலிருந்து எழுந்த ஜானகி, வீட்டினுள் ஓடுகிறாள். சில நிமிடங்களில் கையில் ஒரு பெட்டியோடு நிலவன் முன்பாக வந்து நிற்கிறாள்.

"அண்ணா எங்ககிட்ட இருக்க எல்லா பணமும், நகையும் இதுல இருக்கு…. எங்கள விட்டுடுங்க அண்ணா"

மீண்டும் அவனுக்கு முன்பாக மண்டியிட்டு கெஞ்சுகிறாள். இப்-போது நிலவன் சட்டென்று பார்த்திபனின் நெஞ்சில் சுட, அவனது நெஞ்சில் இருந்து ரத்தம் பீய்ச்சி அடித்தது. அதில் தெரித்த ரத்தம் ஜானகியின் சேலையிலும், முகத்திலும் பட்டது. அவன் நெஞ்சை பிடித்துக்கொண்டே தரையில் சாய்கிறான். இவை அனைத்தும் 2வினாடிகளில் நிகழ்ந்தது. தன் கண்களுக்கு முன்பாகவே தனது காதல் கணவன் சுட்டு கொல்லப்பட்டதை கண்ட ஜானகி துடிதுடித்து போனாள். தரையில் வீழ்ந்து அவன் மார்பை கட்டியணைத்து கதறி-னாள். கந்தனும் அவளோடு சேர்ந்து அழுது கொண்டிருந்தான். இப்-போது மீண்டும் நிலவன் தன் கையிலிருந்த துப்பாக்கியை தயார்-

படுத்த, இருவரும் அவனை அதிர்ச்சியோடு பார்த்தனர். ஆனால் ஜானகி கோபத்தோடு எழுந்து, அருகில் கிடந்த அரிவாளை கையில் எடுத்தாள். அவளது கண்கள் கோபத்தில் கொந்தளித்தது.

"ஏண்டா திருட்டு தெருநாயே... பல பேருக்கு பிறந்த பொறம்போக்கு மவனே.... நீயெல்லாம் நல்லாவே இருக்க மாட்டடா.... நீயெல்லாம் நல்லாவே இருக்க கூடாதுடா...."

தனது கையில் இருந்த அரிவாளை எடுத்து அவனை வெட்ட பாய்கிறாள், அவனது கையில் சிறு வெட்டு விழுந்து ரத்தம் லேசாக தரையில் சிந்தியது. இங்கு நடப்பதை கண்ட கந்தன் தன் தங்கையை தடுக்க முயல்கிறான். ஆனால் அதற்குள் நிலவன் ஜானகியின் வலது கையில் சுட்டுவிடுகிறான். அவள் கைகளில் வைத்திருந்த அரிவாள் தரையில் விழ, அவளும் தரையில் வீழ்கிறாள். ஆனால் அவள் சாகவில்லை, கையிலிருந்து ரத்தம் கொட்டுகிறது. ஒருபுறம் பார்த்திபன் வீழ்ந்து கிடக்க, மறுபுறம் ஜானகி வீழ்ந்து கிடக்கிறாள். அந்த இடமே ரத்த வெள்ளமாக காட்சியளித்தது. நிலவன் இப்போது மீண்டும் ஜானகியை நோக்கி முன்னேறுகிறான், கந்தன் அவன் கால்களை பற்றிக்கொண்டு கதறுகிறான்.

"நிலவன்... அவள விட்டுடுங்க நிலவன்... கெஞ்சி கேக்குறேன் நிலவன்... அவ இப்பதான் ஒரு மாசம் முழுகாம இருக்கா...."

கந்தன் கதறி அழுகிறான். நிலவனின் கால்களை விடுவதாய் அவன் இல்லை.

"நிலவன் நீங்க ஒரு டாக்டர்... ஒரு உயிரோட அருமை என்னனு உங்களுக்கு தெரியும்... விட்டுடுங்க நிலவன்... உங்களுக்கும் ஒரு தங்கச்சி இருக்காங்க தான நிலவன்... அவங்களுக்கு இப்படி எதாவது நடக்க விடுவீங்களா நிலவன்... அவளையும் உங்களுக்கு ஒரு தங்கச்சியா நினைச்சு விட்டுடுங்க நிலவன்... கெஞ்சி கேக்குறேன் நிலவன்."

ஆனால் நிலவன் இவை எதையும் தனக்குள் எடுத்துக்கொள்ளவில்லை. தனது துப்பாக்கியால் கந்தனின் நெஞ்சில் சுடுகிறான். அவன் தரையில் விழுந்ததோடு இறந்து விடுகிறான். ஜானகி கொண்டு வந்த பணப்பெட்டியை கையில் எடுத்துக்கொண்டு, காய்ச்சலில் படுத்திருந்த ராஜேந்திரனின் அறையினுள் நுழைகிறான். அறையில் இரண்டு முறை துப்பாக்கி சுடும் சத்தம் கேட்க அவன் அறையிலிருந்து வெளியே வருகிறான். உயிர் போகும் நிலையில் தரையில் துடித்துக்கொண்டிருந்த ஜானகியின் அருகில் செல்கிறான்

நிலவன். அவள் இவனை நிமிர்ந்து பார்க்கிறாள், இங்கிருக்கும் அத்-
தனை பேரையும் அவன் கொன்று விட்டான். அவள் கண்கள் கலங்-
கிப்போய் வலியில் துடித்துக்கொண்டிருந்தாலும், அவளுக்குள் இருக்-
கும் கோபமும், வெறியும் அடங்கவில்லை.

"டேய் உனக்கெல்லாம் நல்ல சாவே வராதுடா... இந்த பாவம்-
லாம் உன்ன சும்மா விடாதுடா...."

அவள் பேசிக்கொண்டிருக்கும்போதே மூன்று முறை நெற்றியிலும்,
வயிற்றிலும், நெஞ்சிலும் சுட்டுக்கொல்கிறான். அவள் கண்கள்
மூடாமலே அவள் உயிரி இவ்வுலகை விட்டு பிரிகிறது. பணப்-
பெட்டியுடன் வீட்டை விட்டு வெளியே வருகிறான் நிலவன். வீடு
முழுவதும் சடலங்கள் மற்றும் ரத்த வெள்ளமாக காட்சியளித்தது.
சாலையில் யாருமே இல்லை, எவ்வாறு வந்தானோ அதே போல
அங்கிருந்து சென்றான். சிறிது தூரத்தில் தான் சோழவந்தான் ரயில்
நிலையம் இருந்தது, அங்கே சிக்னல் காரணமாக ஒரு சரக்கு ரயில்
நிறுத்தப்பட்டிருந்தது. இரவு நேரம் என்பதால் அந்த நிலையத்தின்
குறிப்பிட்ட பகுதியில் மட்டும் தான் விளக்குகள் இருந்தன, மேலும்
அந்த நிலையத்திலும் கொடியசைப்பவர், ரயில் ஓட்டுனர்கள் இருவர்
மற்றும் நிலக்கரி கொட்டுபவர்கள் சிலர் மட்டுமே இருந்தனர். எனவே
அவர்கள் யார் கண்களிலும் படாமல் மெதுவாக ஒரு பெட்டியின்
கதவுகளை திறந்து உள்ளே நுழைந்து கொண்டான். சிறிது நேரத்தில்
ரயிலும் அங்கிருந்து புறப்பட்டது.

11

மதுரையில் கர்ணன்

❦

மெட்ராசில் இருந்து கிளம்பிய கர்ணன் சுமார் 12மணி நேர பயணத்-
திற்கு பின் மதுரையை அடைந்தான். அப்போது மணி 12ஐ தாண்-
டியிருந்தது, அவன் சிவகங்கைக்கு நேரடியாக செல்லும் மெட்ராஸ்-
தனுஷ்கோடி பாசஞ்சரில் தான் பயணிக்க திட்டமிட்டிருந்தான்,
ஆனால் சில நிமிட தாமதத்தால் அந்த ரயிலை அவன் தவற-
விட்டான். அதனால் தான் அவன் கடைசி நேரத்தில் மதுரைக்கு
செல்லும் ரயிலில் ஏறிவிட்டான், இங்கிருந்து சிவகங்கை இரண்டு
மணி நேரத்தில் பயணிக்கும் தொலைவில் தான் உள்ளது என்பதை
எழும்பூர் ரயில் நிலையத்தில் ஒருவரிடம் கேட்டு தெரிந்து கொண்-
டான். நள்ளிரவு நேரத்தில் கூட ரயில் நிலையம் சற்று பரபரப்பாகவே
இருந்தது, ரயில்நிலையத்திலிருந்து வெளியே வந்தவன், நிலையத்தில்
முகப்பினை கண்டான், அங்கே கிட்டத்தட்ட நூற்றுக்கும் அதிகமான
பயணிகள் தங்களை சுற்றி பெட்டிகளையும், உடைமைகளையும்
வைத்து கொண்டு திறந்த வெளியில் படுத்து உறங்கிக்கொண்டிருந்-
தனர். அப்போது அங்கிருந்த ஒரு முதியவரிடம் சிவகங்கைக்கு எப்-
படி செல்ல வேண்டும் என கேட்க, அவர் சொன்ன பதில் இவனுக்கு
சற்று ஏமாற்றத்தை அளித்தது.

"சிவகங்கைக்கு இப்ப பஸ் இல்ல தம்பி... ராத்திரி 10மணிக்கே
கடைசி பஸ் போயிருச்சு... அடுத்து காலைல 6மணிக்கு தான்
மொத பஸ்"

கர்ணனுக்கு வேறு வழியில்லை, அப்போதே நேரம் 1ஐ நெருங்-
கிவிட்டது... இன்னும் 5மணி நேரம் தான் எனவே அதுவரை
சற்று ஓய்வு எடுக்கலாம் என முடிவு செய்து, இரயில்நிலையத்-

திலிருந்து வெளியேறி சாலையில் சிறிது தூரம் நடக்கத்தொடங்கினான், அப்போது அவன் கண்களுக்கு 'மதுரை நகராட்சி மத்திய பேருந்து நிலையம்' என்ற பலகை தென்படுகிறது. இது தான் மதுரை சென்ட்ரல் பேருந்து நிலையம் என்பதை கர்ணன் உணர்ந்து கொண்டான். அந்த பேருந்து நிலையத்திற்கு அருகில் 'அன்னை மீனாட்சி Hotels' என எழுதியிருந்த பெயர்பலகையை அவன் பார்க்கிறான். அவன் பெரிதாக யோசிக்கவில்லை, பேருந்து நிலையத்திற்கும் ரயில்நிலையத்திற்கும் அருகில் இந்த விடுதி இருப்பதால் இங்கேயே தங்கிவிடலாம் என முடிவு செய்துவிட்டு உள்ளே நுழைகிறான். தனக்கு தேவையான ஒரு அறையை எடுத்துக்கொண்டு அதில் உறங்கிப்போனான்.

காலை பொழுது புலர்ந்தது, 6மணிக்கு முன்பாக எழ நினைத்தவன் பயணக்களைப்பினாலும், அறையின் வெளிச்சமின்மையாலும் சற்று அதிகமாகவே உறங்கினான். அவன் எழுந்து பார்க்கையில் மணி ஏழை தாண்டியிருந்தது, உடனடியாக சென்று குளித்துவிட்டு அறையிலிருந்து வேகமாக ஓடினான். விடுதியில் இருந்து வெளியே வந்தவன் அவசர அவசரமாக சென்ட்ரல் பேருந்து நிலையத்தை நோக்கி ஓடுகிறான். பேருந்து நிலையத்திற்குள் நுழைந்தவுடன், சிவகங்கை செல்லும் பேருந்துகள் வரும் இடத்தை தெரிந்து கொண்டு அந்த இடத்திற்கு சென்று காத்திருக்கிறான். அடுத்த பேருந்து வருவதற்கு இன்னும் 20 நிமிடங்கள் ஆகும் என்பதையும் அவன் தெரிந்து கொண்டான். ஒரு மணிநேரம் அதிகமாக தூங்கியதால் அவனுக்கே அவன் மீது கோபம் எழுந்தது. அப்போது அவனுக்கு அருகில் கட்டிட வேலைக்கு செல்லும் இரண்டு தொழிலாளர்கள் வந்து நின்றனர். அவர்கள் இருவரும் இவனுக்கு மிக அருகில் நிற்பதால் அவர்கள் பேசுவது இவன் காதுகளில் தெளிவாக விழுந்தது. முதலில் அவர்கள் பேசுவதை இவன் பெரிதாக கவனிக்கவில்லை, அவனது கண்கள் முழுதும் பேருந்து வரும் திசையிலேயே பார்த்துக்கொண்டிருந்தது. ஆனால் அவர்களில் ஒருவன் சொன்ன செய்தி, கர்ணனின் ஒட்டுமொத்த கவனத்தையும் அவர்கள் பக்கம் திருப்பியது.

"மாப்ள உனக்கு விசயம் தெரியுமா.... அந்த கொள்ளைகாரன் நேத்து ராத்திரி சோழவந்தான் ஜமீந்தார் வீட்டுல கொள்ளையடிச்சுருக்கான்டா...."

என ஒருவன் கூற மற்றொருவன் அதிர்ச்சியடைந்து கேட்கிறான்.

"என்ன மாப்ள சொல்ற... போன வாரம் தான சிவகங்கைல கொள்ளையடிச்சானு கேள்விப்பட்டோம்..."

இது அனைத்தும் கேட்டுக்கொண்டிருந்த கர்ணன் சட்டென அவர்கள் இருவருக்கும் முன்பாக போய் நின்றான்.

"இது எப்ப நடந்தது... உங்களுக்கு எப்படி இது தெரியும்?"

கர்ணன் தனது கேள்விகளை அவனிடம் எழுப்புகிறான். கர்ணன் மிகவும் நேர்த்தியான உடை அணிந்து நன்கு படித்தவனை போல தோன்றியதால், அவர்கள் இருவரும் அவனுக்கு பணிவாக பதில்-எிக்கத்தொடங்கினர்.

"அண்ணே... எங்க எதுத்த வீட்டு காரரு போலீஸ் தான்... விடிய காலைல ஆத்துக்கு போறப்ப அவர் சொல்லி தான் எனக்கு தெரியும்..."

சில வினாடிகள் சிந்தனையில் ஈடுபடுகிறான் கர்ணன்.

"இங்க இருந்து சோழவந்தான் எவ்வளவு தூரம்...?"

கர்ணன் அவர்களிடம் தனது கேள்வியை எழுப்புகிறான்.

"பக்கம் தான் அண்ணே ஒரு 13-14மைல் தூரம் தான்"

சிவகங்கையை விட இது அருகாமையில் உள்ளது, மேலும் கொலை கொள்ளை நடந்தது நள்ளிரவில் தான் எனவே கண்டிப்பாக அந்த இடத்தில் தனக்கு தடயங்களோ அல்லது தகவல்களோ கிடைக்கும் என கர்ணன் நம்புகிறேன். முதலில் சோழவந்தான் சென்று ஆய்வு செய்துவிட்டு பின்னர், சிவகங்கை செல்லலாம் என திட்டமிடுகிறான்.

"சோழவந்தான் பஸ் எங்க வரும்?"

"அந்த பக்கம் முன்னாடி போய் நில்லுங்க அண்ணே"

என ஒருவன் கூற, மற்றொருவன் இன்னொரு யோசனையை கூறுகிறான்.

"அண்ணே நீங்க பஸ்ல போறதுக்கு ரயிலுல போங்க... இப்ப சரியா 8:15க்கு திண்டுக்கலுக்கு போற பாசஞ்சர் ரயில் ஒன்னு இருக்கு.... அதுல ஏறுங்க அரை மணி நேரத்துல சோழவந்தான் போயிரலாம்... ஸ்டேசனுக்கு பின்னாடி தான் ஜமீன் வீடு..."

இவனது இந்த யோசனை கர்ணனுக்கு சரியென தோன்றியது. அவர்களுக்கு நன்றியை கூறிவிட்டு உடனடியாக அங்கிருந்து ரயில்-நிலையம் நோக்கி ஓடுகிறான். சரியாக இவன் நுழையும் போது அந்த ரயில் கிளம்பத்தயார் நிலையில் இருந்தது. ஒரு பெட்டியில் ஏறி நுழைந்து கொண்டான், அவன் சம்பவம் நடந்த இடத்திற்கு சென்று

நேரடியாக ஆய்வு செய்யலாம், அதில் சில புதுமையான தகவல்-கள் கிடைக்க வாய்ப்பு இருக்கிறது என நம்பினான். ஒருவேளை அவனை நேரில் பார்த்தவர்கள் கூட யாரேனும் இருக்கலாம், அவ்-வாறு இருந்தால் அது இந்த தேடுதலை இன்னும் எளிமையாக்கிடும் என நினைத்தான்.

சரியாக அரை மணிநேரத்தில் அந்த ரயில் சோழவந்தானை அடைந்தது. இரயிலிலிருந்து இறங்கியவன் நேராக ஜமீன் வீட்டை நோக்கி நடக்கத்தொடங்கினான். அவ்வூரில் மக்கள் மிகவும் பரபரப்-பாக அங்கும் இங்கும் நடந்து கொண்டிருந்தனர். சிறிது தூரம் நடந்த பின்னர் ஒரு பெரிய வீட்டின் முன்பாக ஊர் மக்கள் அனைவரும் கூட்டமாக திரண்டிருந்தனர், ஒவ்வொருவரின் கண்களிலும் பயத்தை-யும், பீதியையும் நன்றாக உணர முடிந்தது. அவ்வீட்டிற்கு முன்-பாக காவல் துறையின் வாகனம் நின்று கொண்டிருந்தது, அது தான் ஜமீனின் வீடாக இருக்க வேண்டுமென கர்ணன் யூகித்துக்கொண்-டான். காலை வயல் வேலைக்கு செல்பவர்கள், கட்டிட வேலைக்கு செல்பவர்கள், பள்ளிக்கு செல்லும் சிறுவர்கள், இதர வேலைகளுக்கு செல்லும் இளைஞர்கள், பெண்கள், முதியவர்கள் என ஒட்டுமொத்த கிராமமும் அவ்வீட்டை சூழ்ந்திருந்தது. ஒரு சிலர் தலையில் அடித்-துக்கொண்டு அழும் காட்சிகளை கர்ணனால் காண முடிந்தது. கர்-ணன் நேராக அந்த வீட்டினுள் நுழைகிறான், அப்போது ஒரு காவ-லர் அவனை தடுக்கிறார்.

"யார் நீங்க••• இப்பலாம் யாரும் உள்ள போக கூடாது•••"

"நான் ஒரு டிடெக்டிவ்••• மலர்வேந்தன் ஐயா தான் என்னை அனுப்பி வச்சாரு•••"

கர்ணன் அந்த காவலரிடம் சற்று அதிகாரத்தோடு பதிலளிக்கி-றான். அவன் உடனே உள்ளே சென்று ஒரு பெரிய காவல் ஆய்-வாளரை அழைத்து வருகிறார்.

"நீங்க யாரு••• எதுக்காக மலர்வேந்தன் ஐயா உங்கள அனுப்பி வச்சாரு•••?"

என அந்த காவல் ஆய்வாளர் கர்ணனிடம் கேள்வியெழுப்புகி-றார்.

"இந்த கொள்ளக்காரன பிடிக்கிற பொறுப்ப அவர் எங்க ஏஜென்-சிகிட்ட குடுத்துருக்காரு••• நான் ஒரு டிடெக்டிவ்•••"

தனது முகத்தில் எந்தவொரு மாற்றமும் இல்லாமல் அந்த ஆய்-வாளரின் கேள்விக்கு கர்ணன் பதிலளிக்கிறான். அந்த ஆய்வாளரும்

பெரிதாக யோசிக்கவில்லை, இவனை உள்ளே அனுமதித்துவிட்டார். கர்ணன் மெதுவாக அந்த வீட்டினுள் நுழைகிறான், வீட்டின் முன்னிருந்த தோட்டத்திலேயே சுமார் 8க்கும் மேற்ப்பட்டோர் இறந்து கிடந்தனர். அவர்களை சுற்றி சிதறிக்கிடந்த ரத்தமானது காற்றுடன் வினைபுரிந்து கருத்த நிறத்தில் உறைந்திருந்தது. சுடப்பட்ட அனைவரும் மார்பிலோ அல்லது கழுத்திலோ சுடப்பட்டிருந்தனர். அப்படி இறந்துகிடப்பவர்களை சுற்றி அவர்களது குடும்பத்தினர் நின்று கதறி அழுதுகொண்டிருந்தனர். அதில் பெண்கள், குழந்தைகள், முதியவர்கள் என எல்லா தர பிரிவினரும் இருந்தனர். "அப்பா... அப்பா" என அழும் குழந்தைகள் மற்றும் சிறுவர்களின் கதறல்கள் கர்ணனையே சிறிது கலங்கவைத்தது. அவன் தன் மனதை வலுபடுத்திக்கொண்டு வீட்டினுள் நுழைகிறான், அங்கே தரையில் இரண்டு நடுத்தர வயது ஆண் மற்றும் ஒரு பெண் சுடப்பட்டு இறந்து கிடந்தனர். தனது பையில் இருந்த கைக்குட்டையால் தன் மூக்கையும், வாயையும் மூடிக்கொண்டு அந்த அறை முழுதையும் பார்வையிடுகின்றான் கர்ணன். அந்த அறை முழுதும் ரத்தக்காடாய் காட்சியளித்தது. அங்கிருந்த காவலர்கள் அனைவரும் உடற்கூறு ஆய்வாளர்களின் வருகைக்காக காத்திருந்தனர். அந்த இடத்தில் கர்ணன் ஒரு விசயத்தை கவனிக்கிறான், அந்த ஆண்கள் இருவர் உடலிலும் ஒரே ஒரு குண்டு தான் பாய்ந்திருந்தது, ஆனால் அந்த பெண்ணின் உடலில் மட்டும் நான்கு வெவ்வேறு இடங்களில் குண்டு பாய்ந்திருந்தது. நிச்சயம் அந்த கொலைகாரனுக்கு மனிதாபிமானம், கருணை, இரக்கம் என எதுவும் இல்லை, அவன் உண்மையில் மனிதனே இல்லை... அவன் ஒரு மிருகம் என கர்ணனுக்கு விளங்கியது. அப்போது அந்த பெண்ணின் வலது கைக்கு பின்னால் ஒரு துப்பாக்கி குண்டு தரையில் கிடப்பதை கண்டு, அதனை கையில் எடுத்து பார்க்கிறான். அவனுக்கு அது அடுத்த அதிர்ச்சியை கொடுத்தது, ஏனெனில் அவன் கையில் எடுத்தது .45ACP வகை துப்பாக்கிகளில் பயன்படுத்தப்படும் குண்டுகள். இந்த வகை துப்பாக்கிகள் நமது இராணுவம், பாதுகாப்பு மற்றும் காவல்துறையினரிடம் கூட இல்லை. இது மிகவும் நவீன ரக துப்பாக்கிகளில் ஒன்று, இது அமெரிக்கா, ஜெர்மனி, இத்தாலி போன்ற மேலை நாடுகளால் உலகப்போர்களில் பயன்படுத்தப்பட்டது, ஆனால் இந்தியாவில் இந்த வகை துப்பாக்கிகளுக்கு அனுமதி இல்லை, அதே போல இதற்கான சந்தையும் இங்கு இல்லை. எனவே அவன் நிச்சயமாக

இது போன்ற நவீன துப்பாக்கிகளை மேலை நாடுகளிலிருந்து இந்-தியாவிற்குள் திருட்டுத்தனமாக இறக்குமதி செய்திருக்க வேண்டும் என்பதையும் கர்ணன் உணர்கிறான். தான் நினைப்பதை விட மிக-வும் கொடுமையான, மோசமான கொலைகாரன் என்பது கர்ணனுக்கு புரிந்துவிட்டது.

"சம்பவத்த நேர்ல பாத்தவங்க யாராவது இருக்காங்களா?"
காவல் ஆய்வாளரிடம் கர்ணன் வினவுகிறான்.

"இல்ல, இந்த வீட்டுல இருந்த யாருமே உயிரோட இல்ல..."
அவன் யாரையும் விட்டு வைத்திருக்க மாட்டான் என்பது கர்-ணனுக்கும் தெரியும்.

"இன்னும் சொல்லணும்னா, 4-5 நாளா முடியாம படுத்துருந்த ஜமீந்தார் ராஜேந்திரனையும் அவன கொன்னுட்டான்..."

அந்த காவலர் இதனை கூறிவிட்டு ஒரு அறையை காட்டுகிறார். கர்ணன் அந்த அறையினுள் விரைந்து நுழைகிறான். அங்கே கட்-டிலில் படுத்தவாறு ஜமீன் ராஜேந்திரன் இறந்துகிடந்தார். பின்னர் அந்த வீடு முழுவதையும் நன்றாக சுற்றி பார்த்து வேறு ஏதேனும் தடயங்கள் கிடைக்குமா என ஆராய்ந்தான், ஆனால் அவனுக்கு எதுவும் கிடைக்கவில்லை. கொள்ளையன் எப்படி யாருக்கும் தெரி-யாமல் ஊருக்குள் வருகிறான், எப்படி யாரும் பார்க்காத நேரத்தில் கொள்ளையடித்த பொருட்களோடு ஊரை விட்டு வெளியேறுகி-றான்... என்ற குழப்பம் கர்ணனை மிகவும் வாட்டியது.

"இந்த ஊர்ல ராத்திரி எத்தன மணிக்கு கடைசி பஸ்...?"
கர்ணன் மீண்டும் அந்த காவலரிடம் கேள்வியெழுப்புகிறான்.

"திண்டுக்கலுக்கு ராத்திரி 9மணிக்கு கடைசி பஸ்... மதுரைக்கு 10மணிக்கு கடைசி பஸ்... இதவிட்டா காலைல 6மணிக்கு தான் பஸ்..."

"ட்ரைன்...?"

"ராத்திரி 9 மணியில இருந்து விடியகாலை 6 மணி வர இந்த ஊர் பக்கம் எந்த பாசஞ்சர் ரயிலும் போகாது..."

காவலர் சற்று எரிச்சலோடு பதிலளித்தார். உண்மையில் கர்-ணனின் வருகை அவருக்கு சிறிதும் பிடிக்கவில்லை. இதுக்கு மேல் கேள்விகள் கேட்டு எந்தவொரு பயனும் இல்லை என்பதை கர்ணன் உணர்ந்து கொண்டான். அவர், கேட்கும் கேள்விகளுக்கு பதில் மட்-டும் தான் கூறுகிறார், ஆனால் அந்த கொள்ளையனை பிடிக்க ஒரு நடவடிக்கையும் எடுக்கும் விதத்தில் அவரிடம் யோசனை இல்லை.

இவரை போன்ற பயனில்லாத காவலர்களால் இதுபோன்ற கொள்–
ளையனை ஒருபோதும் பிடிக்க முடியாது என கர்ணன் புரிந்து
கொண்டு அங்கிருந்து கிளம்பினான். இங்கு கண்ட காட்சிகள்
அனைத்தும் கர்ணின் வெறியை அதிகரித்தது. இத்தனை பேரை
இரக்கமே இல்லாமல் கொன்று, அவர்கள் குடும்பம் மற்றும் நண்–
பர்களுக்கு மீளமுடியாத இழப்பையும், சோகத்தையும் கொடுத்தவன்
இதே உலகில் தான் மிக சந்தோசமாக கொள்ளையடித்த செல்வத்தை
அனுபவித்து வாழ்ந்து கொண்டிருக்கிறான் என நினைக்கையில் கர்–
ணனின் கோபம் கொந்தளித்தது. அவனை துரிதமாக பிடிக்கவேண்–
டும் என அவன் வேட்கை கொண்டான், அந்த வேட்கையோடு சிவ–
கங்கை நோக்கி தனது பயணத்தை தொடங்கினான்.

12

மருத்துவர் நிலவன்

விடிகாலை பொழுது, நிலவு இன்னும் வானைவிட்டு முழுதாக மறை-
யயில்லை, அதேநேரத்தில் சூரியக்கதிர்களும் முழுதாக வானில்
படரவில்லை. காகங்கள் கூட்டம் கூட்டமாக கரைந்து கொண்டிருக்க,
சிட்டு குருவிகள் அங்கும் இங்கும் கூட்டம் கூட்டமாக அலைந்து
கொண்டிருந்தன. விடியற்காலை நேரம் என்பதால் திருச்சிராப்பள்ளி
ரயில்நிலையத்தில் ஆட்கள் நடமாட்டம் சற்று குறைவாகவே காணப்-
பட்டது. அப்போது ஒரு சரக்கு ரயில் மெதுவாக ரயில்நிலையத்தி-
னுள் நுழைந்தது. அந்த ரயில் வருவது கடைசி தண்டவாளம், அந்-
தபக்கம் ஆள் நடமாட்டமே இல்லை. பெரும் சத்தத்தோடு உள்ளே
நுழைந்த ரயில் இப்போது நின்றுவிட்டது, எஞ்சினில் இருந்த ஓட்டு-
னர்கள் மற்றும் இதர பணியாளர்கள் அனைவரும் ரயிலில் இருந்து
இறங்கி, ஓய்வு அறையினை நோக்கி நடந்து சென்றனர். சரி-
யாக அந்த நேரத்தில் ஒரு பெட்டியின் கதவு திறக்கப்படுகிறது,
அதன் உள்ளிருந்து கொள்ளையன் நிலவன் வெளியே வருகிறான்.
அவன் ரயிலிலிருந்து இறங்கியதும் சுற்றி முற்றி பார்க்கிறான், அங்கு
யாரும் இல்லை. அவன் இப்போது பிச்சைக்காரனை போல இல்லை,
பேண்ட் சட்டை போட்டு கைகளில் ஒரு பெட்டியோடு நன்கு படித்த-
வன் போல காட்சியளித்தான். தன்னை யாரும் பார்க்கவில்லை என்-
பதை உறுதி செய்து கொண்டு தண்டவாளங்களை கடந்து, ரயில்-
நிலையத்தின் முகப்பு வாயிலை அடைந்து மக்களோடு மக்களாக
சாதாரணமாக நடக்கத்தொடங்கினான். அவனை கண்ட பொதுமக்-
கள் அனைவரும் மிகுந்த மரியாதையுடன் அவனுக்கு வணக்கம்
செலுத்துகின்றனர், அவனும் பதிலுக்கு அவர்களை பார்த்து புன்மு-

றுவல் செய்கிறான். மக்கள் மத்தியில் மிகுந்த மதிப்பும், மரியாதையும் பெற்றிருக்கிறான் என்பதை இது உணர்த்தியது. இரயில்நிலையத்தின் வெளியில் அவனுக்காக வெள்ளை நிற Fiat 1100 எனும் ஆடம்பர கார் ஒன்று காத்திருந்தது. அவன் அந்த காரை அடையும் காரில் இருந்து ஒரு பெண் வெளியே வருகிறாள், அவள் நிலவனை லேசாக கட்டியணைக்கிறாள்.

"போன காரியம் எல்லா சரியா முடிஞ்சிடுச்சா அண்ணா?"

அவள் நிலவனிடம் கேள்வியெழுப்புகிறாள், நிலவன் அவளை சிறு புன்னைகையோடு பார்க்கிறான்.

"மாதுரி... உங்க அண்ணன் இதுவர வெற்றியில்லாம திரும்பியி-ருக்கேனா?"

"இல்ல அண்ணா உனக்கு தோல்வியே இல்ல... இப்ப மட்டும் இல்ல... எப்பவும்"

இருவரும் சிரித்துக்கொண்டனர்.

"சரி வா வண்டில ஏறு... வீட்டுக்கு போய் பேசலாம்."

என நிலவன் கூற இருவரும் காரில் ஏறினார்கள், அவர்கள் வரு-கைக்காக காரின் ஓட்டுனர் காத்திருந்தான்.

"என்ன குமரா மூணு நாள் நான் இல்லாம நிம்மதியா இருந்தி-ருப்ப போலயே..."

நிலவன் அவனிடம் மகிழ்ச்சியோடு பேசுகிறான்.

"ஐயா... அப்படியெல்லாம் இல்ல..."

"சரி வண்டிய எடு..."

குமரன் காரை வீட்டை நோக்கி செலுத்துகிறான். ஒரு 20நிமிட பயணத்தில் அவர்கள் வீட்டை அடைந்தனர். அது மிகவும் பிரம்-மாண்டமான ஒரு வீடு, வீட்டின் வெளிப்புறத்தில் மாதுரிதேவி பவனம் என எழுதப்பட்டிருந்தது. வீட்டை சுற்றிலும் தோட்டம், வீட்டின் முகப்பில் வட்ட வடிவில் சிறு குளம் அதனை சுற்றி அழகுக்காக வளர்க்கப்படும் செடிகள் சூழ்ந்திருந்தன. நிலவனும், மாதுரியும் வீட்-டினுள் நுழைகின்றனர், இரண்டு மாடிகளை உள்ளடக்கிய மாளிகை அது. வீட்டு வேலையாட்கள் மற்றும் தோட்ட வேலையாட்கள் என அனைவரும் தங்களது பணிகளை பரபரப்பாக கவனித்துக் கொண்-டிருந்தனர். நிலவன் மற்றும் மாதுரியின் வருகையை கண்டதும், மிகுந்த மரியாதையோடு அவர்களை வணங்கினர். வீட்டின் சுவற்றில் பல வண்ண ஓவியங்கள் மாட்டப்பட்டிருந்தன. நிலவன் தான் கொள்-ளையடித்து வந்த பொருட்களை அவனது தங்கை மாதுரி தேவியி-

டம் காட்டுகிறான். அவள் அதனை பார்த்துவிட்டு முகத்தில் புன்-னகையை உதிர்க்கிறாள். பின் அந்த பொருட்களை தங்கள் வீட்டில் இருக்கும் ஒரு பாதுகாப்பு அறையில் வைத்து பூட்டிவிடுகின்றனர்.

"சொல்லு மாதுரி நீ போன விசயம் என்னாச்சு?"

"அண்ணா அவன் பேரு கர்ணன்... இதுவர நிறைய கொலை, கொள்ளை சம்பவங்கள்ல குற்றவாளிய ரொம்ப எளிமையா பிடிச்சு-ருக்கானு சொல்றாங்க..."

"ஓ அப்படினா... என்னயும் பிடிச்சுடுவானோ?"

நிலவன் சிரித்துக்கொண்டே தனது தங்கை மாதுரி தேவியிடம் இக்கேள்வியை எழுப்புகிறான்.

"அதுக்கு வாய்ப்பே இல்ல அண்ணா... அவன் என்ன ஒரு தடவ தான் நேர்ல பாத்தான், அதுக்கே மொத்தமா மயங்கிட்டான்"

இப்போது மாதுரியும் சிரித்துவிட்டாள்.

"என்ன மாதுரி சொல்ற... அவன் உன்ன பாத்தானா?"

"ஆமா அண்ணா... நானும் அவனும் ஒரு அரைமணிநேரம் பேசிக்கிட்டே நடந்து போனோம், அவன் கிட்ட என் பேர குமாரினு சொல்லியிருக்கேன்."

"அவன் அதுக்கு அப்பறம் உன்ன தேடி வரலயா?"

"இல்ல அண்ணா... நான் அவன பத்தின தகவல்கள் எல்லாத்-தையும் அவனோட ஆபிஸ்ல இருக்க ஆல்பர்ட்னு ஒரு ஆள்ட்ட கேட்டு தெரிஞ்சுக்கிட்டேன்..."

"நீ உன்ன பத்தின தகவல் எதயும் அங்க விட்டு வரலைல..."

"இல்ல அண்ணா அவங்கள பொறுத்தவர என் பேரு குமாரி, ஊர் மைசூரு"

நிலவன் இப்போது சிரிக்கத்தொடங்கினான், அவனது சிரிப்பில் ஆணவமும் கர்வமும் அதிகம் கலந்திருந்தது.

"4வருஷத்துல எவ்வளவோ போலிஸ் தேடியும் கண்டுபிடிக்காத அந்த கொலைகாரன, இவன் கண்டுபிடிச்சுடுவானா"

"ஒன்னு மட்டும் புரியல அண்ணா.... அந்த கர்ணனோட பேச்சு, நடவடிக்கை எதுவுமே துப்பறிவாளன மாதிரி இல்ல... ஆனா எப்படி இவன்ட்ட போய் இவ்வளவு பெரிய கொலைகாரன பிடிக்கிற ஒரு பொறுப்ப குடுத்துருக்காங்க...?"

நிலவன் பதிலெதுவும் பேசாமல் அமைதியாக இருந்தான்.

"அவன் உண்மையிலேயே ஒரு திறமைசாலியா இருந்தா கண்-டிப்பா நம்மல தேடி வருவான்"

மாதுரியின் இந்த பதிலை கேட்ட நிலவன் மீண்டும் சிரிக்கிறான்.

"அதயும் பாத்துடலாம்..."

"ஆனா எனக்கும் அவன பாத்ததுல இருந்து ஒரு மாதிரியாவே இருக்கு அண்ணா..."

மாதிரியின் பேச்சில் வெட்கம் கலந்திருந்தது.

"என்ன மாதுரி சொல்ற... அவன் உன்ன பாத்து மயங்கு-னானா... இல்ல நீ அவன பாத்து மயங்குனியா?"

"அண்ணா நான் மயங்கள இல்ல... ஆனா ஏதோ தெரியல எனக்கு அவன பிடிச்சுருக்கு"

"ஓ அப்படியா... அப்ப அவன் நம்மல தேடி வரட்டும்... அவனையே உனக்கு கல்யாணம் பண்ணி வச்சுடுவோம்..."

"அண்ணா... இப்ப அவன் நம்மலோட எதிரி...."

"நமக்கு எதிரியா?... அதுக்கான தகுதியும், திறமையும் அவனுக்கு இருக்கா இல்லையானு அவனோட நடவடிக்கை தான் பதில் சொல்ல போகுது"

"சரி அண்ணா.... போதும் நீங்க போய் குளிச்சுட்டு வாங்க.... ஹாஸ்பிட்டல்ல உங்களுக்காக நிறைய பேர் காத்துட்டு இருப்-பாங்க...."

மாதுரியின் அறிவுறுத்தலின்படி நிலவன் குளித்து தயாராக புறப்-பட்டான்.

சரியாக இரண்டு மணி நேரத்தில் அவர்கள் வீட்டிலிருந்து கார் புறப்பட்டது. குமரன் காரை இயக்க, நிலவன் பின்னிருகையில் அமர்ந்து அன்றைய செய்தித்தாள்களை படித்துக்கொண்டிருந்தான். நேரம் காலை 9ஐ நெருங்கிவிட்டது, சூரியன் இன்றைக்கு மிகவும் பிரகாசமாக வானில் தோன்றியது. சாலையில் அவர்களது கார் செல்லும் வழியெல்லாம் சிறுவர்கள் முதல் பெரியவர்கள் வரை மிக-வும் பிரம்மிப்பாக அதனை பார்த்து ரசித்தனர், இது தினமும் நடக்-கும் சம்பவம் தான். ஏனெனில் இந்த வசதியான ஆடம்பர காரை வைத்திருப்பவர்களின் எண்ணிக்கை மிகவும் குறைவு தான். அதி-கபட்சமாக மணிக்கு 75மைல் வேகம் செல்லும் இந்த கார்களை பெரும் பணக்காரர்கள் மட்டுமே வைத்திருப்பதுண்டு. சுமார் 10நிமிட பயணத்தில் அவர்கள் மருத்துவமனையை அடைந்தனர். 'மாதுரி-

தேவி மருத்துவமனை' என்ற பலகை அவர்களை வரவேற்றது. அது இரண்டு மாடி அடுக்குக்கட்டிடம், நன்கு வெள்ளை அடிக்கப்பட்ட சுவர் சூரிய கதிர்களை பிரதிபலித்து பிரகாசமாக காட்சியளித்தது. வாயிலில் இருந்த பெரிய மரக்கதவுகள் திறந்த நிலையில் இருந்தன, உள்ளே நுழைந்தவுடன் வலது புறத்தில் வரவேற்பு அறை மற்றும் இடது புறத்தில் மருந்துகள் வழங்கும் இடம் இருந்தன. அதற்கு- பின் இருந்தது நோயாளிகள் மற்றும் அவர்களது குடும்பத்தினர் காத்- திருக்கும் இடம், அங்கு வரிசையாக போடப்பட்டிருந்த மரப்பல- கையில் 40க்கும் அதிகாமானோர் அமர்ந்திருந்தனர், அவர்களுள் வயதான முதியோர்கள், கர்ப்பிணி பெண்கள், கைக்குழந்தையோடு இருக்கும் தாய்மார்கள், சிறுவர்கள், ஆண்கள் என எல்லா தரப்பி- னரும் இருந்தனர். அவர்கள் அனைவரும், அவர்களுக்குள் அமை- தியான குரலில் பேசிக்கொண்டிருந்ததனர். காத்திருக்கும் இடத்திற்கு எதிரில் இருந்த பெரிய அறை உள் நோயாளிகள் பிரிவாக செயல்- பட்டது. அதில் கிட்டத்தட்ட 10படுக்கைகள் இருந்தன, ஒவ்வொரு படுக்கைகளும் திரைசீலையால் மறைக்கப்பட்டிருந்தது. அதனுள் சில மருத்துவர்கள் மற்றும் செவிலியர்கள் நோயாளிகளை கவனித்துக்- கொண்டிருந்தனர். உள் நோயாளிகள் பிரிவிற்கு பக்கத்து அறையில் தான் தலைமை மருத்துவர் நிலவன் அறை இருந்தது, அறுவை சிகிச்சை, மகப்பேறு பிரிவு மற்றும் உதவி மருத்துவர்களுக்கான அறைகள் அனைத்தும் முதல் மாடியில் இருந்தன. நிலவன் மருத்- துவமனைக்கு உள்ளே நுழைய, அவனை வரவேற்பு அறையில் இருந்த ஒரு பெண் முகத்தில் புன்னகையோடு வணக்கம் சொல்லி வரவேற்கிறாள். நிலவனும் அவளுக்கு புன்னைகையோடு வணக்- கம் சொல்கிறான். அங்கிருந்த நோயாளிகள் மற்றும் அவரது குடும்- பத்தினர் அவனது வருகையை கண்டவுடன் பேசுவதை நிறுத்தி- விட்டு அவனை கவனிக்கின்றனர். உள் நோயாளிகள் பிரிவிலிருந்த மற்ற மருத்துவர்களும், செவிலியர்களும் அவனை வணங்குகின்றனர். இவர்களையெல்லாம் கடந்து நிலவன் தனது அறைக்குள் செல்- கிறான், சரியாக அவன் சென்று இரண்டு நிமிடங்களுக்கு பின் வரவேற்பு அறையிலிருந்த பெண் நிலவனின் அறைக்குள் நுழை- கிறாள். நிலவன் தனது நாற்காலியில் அமர்ந்திருந்தான், அவனது மேசை முழுவதும் மருந்துகளும், கோப்புகளும், சில மருத்துவ உபக- ரணங்களும் நிறைந்திருந்தன. அந்த பெண் அவனிடம் சில கடிதங்- களை நீட்டுகிறாள்.

"சார், இதெல்லாம் மூனு நாளா உங்களுக்கு வந்த கடிதங்கள்…"

நிலவன் அவற்றையெல்லாம் தனது கையில் வாங்கி பார்க்கிறான்.

"அப்பறம் நேத்து ஒருத்தர் AR Pharmaல இருந்து வந்தாரு… இந்த கார்ட உங்ககிட்ட குடுக்க சொன்னாரு…"

அவள் அந்த கார்டை அவனிடம் நீட்ட, அதனையும் வாங்கி பார்க்கிறான் நிலவன். பின் அவற்றையெல்லாம் தனது மேசையில் வைத்துவிட்டு பெருமூச்சுவிடுகிறான்.

"தமயந்தி, டாக்டர் கோபால் எங்க இருக்காரு?"

"பக்கத்து ரூம்ல தான் சார், அந்த கை ஒடஞ்சு போன பேசண்ட பாத்துட்டு இருக்காரு"

"சரி தமயந்தி அவரு பாத்து முடிச்சுட்டா, கொஞ்ச என்ன வந்து பாக்க சொல்லு"

"சரிங்க சார்…"

"அவரு போனதுக்கு அப்பறம் வெளிய இருக்குற patientsஅ உள்ள வர சொல்லு"

"சரிங்க சார்…"

அவனிடம் பதிலளித்துவிட்டு வெளியேறினாள் தமயந்தி, அவள் முதலில் உள் நோயாளிகள் பிரிவில் இருந்த மருத்துவர் கோபாலிடம் நிலவனை பார்க்க செல்லுமாறு சொல்லிவிட்டு தனது இருப்பிடத்-திற்கு வருகிறாள்.

தமயந்தி சுமார் 4ஆண்டுகளாக இந்த மருத்துவமனையில் பணிபு-ரிகிறாள். நன்கு அழகானவள், மாநிறத்தில் இருப்பவள், சராசரியான உடல் எடை கொண்டவள், 30ஐ நெருங்கிக்கொண்டிருக்கும் வயது இன்னும் திருமணம் ஆகவில்லை. பிறக்கையில் தாய் பிரசவ வலி-யில் இறந்துவிட்டாள், 6வயதில் தந்தையை சுதந்திர போராட்டத்தில் இழந்துவிட்டாள். தாய் தந்தை இல்லாமல் தவிக்கும் பெண் பிள்-ளையை வளர்க்க சொந்தபந்தம் யாரும் முன்வரவில்லை, அவளது தந்தையின் சொத்தை அபகரிக்கவே அத்தனை சொந்தமும் தெரு-நாய் போல காத்திருந்தனர். அவளுக்காக இருக்கும் ஒரே உயிர் தனது அப்பத்தா மட்டும் தான். பெரிதாக கல்வி கற்க முடியாமல் போனாலும் நல்ல திறமை கொண்டவள். ஆரம்பத்தில் வயல் வேலை செய்து கொண்டிருந்தாள், பின்னர் மாதுரி தேவியின் உதவியால் தான் இந்த மருத்துவமனையில் சேர்ந்தாள். தனது பொறுப்பான பணியால் நிலவனிடமும் நற்பெயர் பெற்றாள். தங்களுக்கென இருக்-கும் ஒரு சொந்த வீட்டில் தான் தனது அப்பத்தாவுடன் வசித்து வரு-

கிறாள். தனக்கு திருமணம் நடந்துவிட்டால் அப்பத்தாவை பார்த்-
துக்கொள்ள யாரும் இருக்க மாட்டார்கள் என்ற கவலையில் தான்
இப்போது வரை திருமணத்தை தள்ளிப்போட்டு கொண்டிருக்கிறாள்.

13

சிதம்பரத்தின் தேடல்

இரயில், பேருந்து மற்றும் லாரிகளின் நேரகால தகவல்களை தேடிச்-சென்ற சிதம்பரம் கிட்டத்தட்ட இரண்டுநாட்கள் பல்வேறு அதிகாரி-களின் உதவியால் சம்பவம் நடந்த அத்தனை இடங்களின் போக்-குவரத்து அட்டவணைகளை பெற்றான். இதற்காக அவன் பல்வேறு அலுவலகங்களில் ஏறி இறங்கினான். முதலில் தென்னக இரயில்-வேயில் பல்வேறு அதிகாரிகளை சந்தித்து ஒட்டுமொத்த மெட்ராஸ் மாகாண இரயில் நேரகால அட்டவணையை பெற்றான். அதற்கு பின் இதுவரை சம்பவம் நடந்த பகுதிகளின் கீழ் வரும் போக்கு-வரத்து கழகங்களான சேரன் போக்குவரத்து கழகம், ஜீவா போக்-குவரத்து கழகம், கட்டபொம்மன் போக்குவரத்து கழகம், பாண்டி-யன் போக்குவரத்து கழகம் போன்றவைகளை தொடர்பு கொண்டு அதற்கான நேர கால அட்டவணைகளையும் பெற்றுக்கொண்டான். ஆனால் அவனால் லாரிகளின் நேரகால தகவல்களை பெறமுடி-யயில்லை. அந்த அனைத்து விவரங்களையும் எடுத்துக்கொண்டு தனது செப்பாக்கம் அலுவலகம் செல்கிறான். அங்கு வைத்து தனது ஆராய்ச்சியை தொடங்குகிறான். முதல் இரண்டு சம்பவங்கள் நடந்த கோயம்புத்தூர் பகுதிகளான போத்தனூர் மற்றும் காட்டம்பட்டியிலி-ருந்து இரவில் கடைசியாக புறப்பட்ட பேருந்து நேரத்தை கவனிக்-கிறான். இரண்டு ஊர்களிலும் கடைசி பேருந்து 10மணிக்கு தான், ஆனால் சம்பவம் நடந்த நேரம் நள்ளிரவு 12க்கு மேல். இது போலவே இரயில்களின் அட்டவணைகளையும் ஆராய்கிறான். அதிலும் அவனுக்கு எந்தவொரு தகவலும் கிடைக்கவில்லை. இது போல தான் எல்லா ஊர்களிலும் இருந்தது. எனவே அவன் பேருந்-

திலோ அல்லது ரயிலிலோ தப்பித்து செல்லவில்லை எனபது உறுதி-
யாகிவிட்டது. தனது இரண்டு நாள் உழைப்பு அனைத்தும் வீணாகி-
விட்டதே என நினைத்து வருந்துகிறான். அப்போது அவன் கண்க-
ளுக்கு சரக்கு ரயிலிகளின் அட்டவணை புலப்படுகிறது. அவனுக்கு
இதில் பெரிதாக ஈடுபாடு இல்லை, இதுவும் மற்ற ரயில் மற்றும்
பேருந்து நேரத்தை போல தான் இருக்கும் என நினைத்துகொண்-
டான். இருப்பினும் கடைசியாக இதில் ஒரு முயற்சி செய்து பார்ப்-
போம் என முடிவுசெய்தான். முதலில் சம்பவம் நடந்த போத்தனூர்
ரயில் நிலையம் வழியாக இரவில் செல்லும் சரக்கு ரயிலின்
நேரத்தை பார்க்கிறான். அவன் கண்கள் அதிர்ச்சியிலும், ஆச்சர்-
யத்திலும் விரிந்தன. இது போலவே மற்ற சம்பவ இடங்களையும்
ஒப்பிட்டு பார்க்கிறான்.......

14

காட்டம்பட்டி காவல்நிலையம்

போத்தனூரில் இருந்து புறப்பட்ட கார்மேகம் கிட்டத்தட்ட ஒன்றரை மணிநேர பயணத்திற்கு பின் காட்டம்பட்டி காவல்நிலையத்தை வந்தடைந்தான். காவல்நிலையத்தின் வெளியில் இருந்து பார்க்கிறான், இதுவும் போத்தனூர் காவல்நிலையத்தின் நிலையிலே காட்சியளித்தது. ஆனால் இந்த காவல்நிலையம் சற்று பரபரப்பாக இருந்தது, கார்மேகம் உள்ளே நுழைகிறான். அப்போது முகப்பில் இருந்த ஒரு காவலர் அவனிடம் கேள்வியெழுப்புகிறார்.

"யார் நீங்க... உங்களுக்கு என்ன பிரச்சனை..?"

"இன்ஸ்பெக்டர் மூக்கையாவ பாக்கணும், போத்தனூர் இன்ஸ்பெக்டர் மாடசாமி சார் அனுப்பி வச்சாரு"

சட்டென கார்மேகம் பதிலளிக்க, அந்த காவலர் உடனடியாக அவனை ஆய்வாளர் மூக்கையாவிடம் அழைத்து சென்றான்.

"சொல்லுங்க யார் நீங்க... என்ன விஷயமா வந்திருக்கீங்க?"

ஆய்வாளர் மூக்கையாவின் குரல் கம்பீரமாய் இருந்தது, அவருக்கு வயது எப்படியும் 50ஐ நெருங்கியிருக்கும். நல்ல உடல்வாகோடு கம்பீரமாக காட்சியளித்தார்.

"ஐயா, நான் மெட்ராஸ்ல இருந்து வரேன், உங்க ஊர்ல 4வருசத்துக்கு முன்னாடி நடந்த ஜமீன் வீட்டு கொலை கொள்ளை சம்பவம் பத்தி எதாவது தகவல் கிடைக்குமானு தெரிஞ்சுக்க வந்தேன்..."

"நீங்க யாரு.... எதுக்காக அந்த சம்பவம் பத்தி தெரிஞ்சுக்க வந்திருக்கீங்க?"

"ஐயா நான் ஒரு துப்பறிவாளன்... இந்த கொள்ளை காரன பிடிக்கிற பொறுப்ப இப்ப எங்க ஏஜென்சிக்கிட்ட குடுத்துருக்காங்க... அதுனால தான் தேடி வந்திருக்கோம்... இதுக்கு முன்னாடி போத்தனூர் ஸ்டேசன் போனேன்.... அங்க எதுவும் பெருசா கிடைக்கல... அங்க இருந்த இன்ஸ்பெக்டர் மாடசாமி ஐயா உங்கள பத்தி சொன்னாரு..."

கார்மேகம் சற்று விளக்கமாக பதிலளித்தான்.

"ஓ அப்படியா... உங்க பேரு என்ன?"

"என் பேரு கார்மேகம்"

"கார்மேகம்... உங்களுக்கே தெரியும் இந்த சம்பவம் நடந்து 4வருசம் ஆச்சு... போத்தனூர்ல கூட சாமியார் மாதிரி ஒருத்தன் திரிஞ்சானு சொன்னாங்க, ஆனா இங்க யாருமே அப்படி வரல... அவன் ஊர்க்குள்ள எப்ப வந்தான், எப்படி வந்தான், கொள்ளையடிச்சுட்டு எப்படி போனான் எதுவுமே இப்ப வர புரியல..."

மூக்கைய தனது பதில்களை அடுக்கினார்.

"அவன பாத்தவங்க யாராவது?"

"இல்ல தம்பி, அவன் தான் யாரையுமே உயிரோட விடமாட்டான்ல..."

கார்மேகம் அந்த கேள்வியை கேட்பதற்கு முன்னரே மூக்கைய தனது பதிலை கூறினார்.

"வேற எதாவது அவன பத்தி உங்களுக்கு தெரிஞ்சுதா ஐயா...?"

"தம்பி நான் தனிப்பட்ட முறைல 6மாசத்துக்கு மேல அவன தேடி பாத்துட்டேன், ஆனாலும் எதுவும் கண்டுபிடிக்க முடியல..."

அவரது பதில்கள் அனைத்தும் கார்மேகத்திற்கு ஏமாற்றத்தை தந்தது.

"ஒன்னு இருக்கு, ஆனா அது உங்களுக்கு எப்படி உதவும்னு எனக்கு தெரியல..."

மூக்கையாவின் இந்த பதில் கார்மேகத்திற்கு ஆர்வத்தை கொடுத்தது.

"என்னனு சொல்லுங்க ஐயா..."

"இந்த ஊர்ல சுப்பையானு நகை ஆசாரி ஒருத்தன் இருந்தான்... சம்பவம் நடந்து சரியா இரண்டு மாசத்துக்கு அப்பறம் ஊர்ல ஒரு திருவிழா நடந்துச்சு... அதுல சுப்பையாவோட சம்சாரம் கழுத்துல ஒரு பெரிய தங்க செயின் போட்டிருந்தா..."

அப்போது ஒரு காவலர் அவரது மேசையில் காபி குவளையை வைத்தார். முக்கியமான விசயம் பேசிக்கொண்டிருக்கையில் இப்படி இடையூறு செய்தால் கார்மேகம் அந்த காவலர் மீது ஆத்திரம் அடைந்தார். மூக்கையா, காபி குவளையை தன் கையில் எடுத்து குடிக்கும் முன் கார்மேகத்தை கவனித்தார்.

"தம்பி நீங்க காபி குடிக்கிறீங்களா?"

அவர் மிகுந்த கவனிப்போடு கேட்டார், ஆனால் கார்மேகத்திற்கு அதில் துளியும் ஈடுபாடு இல்லை. அவர் சொல்ல வந்த செய்தியை கேட்பதிலே கார்மேகம் நிலைகொள்ளாமல் காத்திருந்தான். இதனை மூக்கையாவும் புரிந்து கொண்டு மீண்டும் தன் பேச்சை தொடங்கி-னார்.

"அந்த பொம்பள போட்டிருந்த தங்க செயின், ஜமீந்தார் வீட்டில இருந்து கொள்ளையடிச்சுட்டு போன நகைல ஒன்னு அந்த ஜமீந்-தாரோட சொந்த காரங்க சொன்னாங்க... அதுனால அந்த ஆசாரி தான் கொள்ளைக்காரனு நினைச்சு அவன கைது பண்ணி விசாரிச்-சோம்... ஆனா அவன் சொன்ன கதையே வேற..."

மூக்கையா பேச்சை நிறுத்திவிட்டு தனது காபி குவளையில் மீண்-டும் காபியை குடித்தார்.

"அவன் என்ன ஐயா சொன்னான்..."

"அவனுக்கு யாரோ ஒரு பொண்ணு வந்து நிறைய தங்க நகைகள குடுத்து ஒரு சிங்க சிலை செய்ய சொன்னாளாம்... இவன் செஞ்சு குடுத்ததுக்கு கூலியா அந்த தங்க செயின குடுத்தாளாம்..."

"என்ன ஐயா சொல்றீங்க... அந்த பொண்ணு யாரு, என்னனு விசாரிச்சு பாத்தீங்களா?"

"அவனே அந்த பொண்ண ரெண்டு தடவ தான் பாத்தானாம்... ஒன்னு நகைகள குடுத்து சிலைய செய்ய சொல்லும்போது... இன்-னொனு சிலைய வாங்கிட்டு போக வரும்போது..."

"அவன் ஒருவேளை பொய் கூட சொல்லியிருக்கலாம்ல ஐயா..."

"நானும் மொதல்ல அப்படி தான் நினைச்சேன்... ஆனா அவன கைதி பண்ணி விசாரிச்சிட்டு இருந்த நேரத்துல அவனோட பொண்-டாட்டிய ஜமீந்தாரோட சொந்தக்காரங்க சில பேர் சேந்து அடிச்சே கொன்னுட்டாங்க... அப்ப கூட அவன் கொள்ளையடிச்சது அவன் தான்னு ஒத்துக்கல...."

இந்த சம்பவம் அவனை மேலும் திடுக்கிட வைத்தது.

"அவன் இப்ப எங்க இருக்கான் ஐயா... நான் அவன பாக்க-
லாமா?"

கார்மேகத்திற்கு அந்த ஆசாரியை விட அவனிடம் நகையை
கொடுத்த பெண்ணின் மீது தான் சந்தேகம் அதிகமாக இருந்தது.
அந்த ஆசாரியிடம் விசாரித்தால் அந்த பெண்ணை கண்டுபிடிக்க
ஏதேனும் வாய்ப்பு கிடைக்கலாம் என கார்மேகம் நினைக்கிறான்.

"அவன் பொண்டாட்டி செத்ததுக்கு அப்பறம் அவன் ரொம்ப
மனசு உடைஞ்சு போய்ட்டான்... அது போக இந்த ஊர்ல நிறைய
பேர் அவன் தான் கொலைகாரனு சொல்லி அவன கொல்ல
திட்டம் போட்டுடு இருந்தாங்க... அதுனால அவனோட சொந்தகா-
ரன் ஒருத்தன் வீட்டுக்கு அனுப்பி வச்சுட்டோம்."

"அவன் சொந்தக்காரன் வீடு எங்க இருக்கு ஐயா?"
கார்மேகத்தின் பேச்சில் மிகுந்த ஆர்வம் இருந்தது.

"மெட்ராஸ்ல தான்..."
இந்த பதிலை கார்மேகம் எதிர்பார்க்கவில்லை.

"மெட்ராஸ்லயா... வீட்டு முகவரி எதாவது கிடைக்குமா?"

"பரிதி..."
மூக்கையா ஒரு காவலரை அழைக்க அவன் வேகமாக அவர்
முன்பு வந்து நிற்கிறான்.

"அந்த சுப்பையா ஆசாரி பய வீட்டு முகவரி வாங்கி வச்சுருந்-
தோம்ல..."

"ஆமா சார்.. நோட்ல எழுதியிருக்கோம்.."

"அத எடுத்துட்டு வா"

அங்கிருந்து சென்றவன், உடனடியாக அருகில் இருந்த அலமா-
ரியில் வைத்திருந்த ஒரு பெரிய நோட்டினை புரட்டி தேடுகிறான்.
சரியாக ஒரே நிமிடத்தில் அந்த முகவரியை அவன் கண்டுபிடித்து
மூக்கையாவிடம் காட்டுகிறான். மூக்கையா அதனை கார்மேகத்திடம்
காட்டுகிறார். கார்மேகம் உடனே அந்த முகவரியை ஒரு சிறிய
காகிதத்தில் எழுதிக்கொள்கிறான். பின் மீண்டும் மூக்கையாவை பார்க்-
கிறான்.

"ரொம்ப நன்றி ஐயா... வேற எதாவது தகவல் கிடைக்குமா?"

"இல்லப்பா... நானும் எவ்வளவோ தேடிப்பாத்துட்டேன்... இன்-
னோரு உண்மைய சொல்லணும்னா அன்னைக்கி ஜமீன் வீட்டுல
செத்ததுல என்கூட பிறந்த தம்பியும் ஒருத்தன் தான்"

இந்த பதில் கார்மேகத்தை அதிரவைத்தது.

"என்ன ஐயா சொல்றீங்க..."

"ஆமாப்பா... அன்னைக்கு ராத்திரி ஜமீன் வீட்டுல ஏதோ தோட்ட விசயமா பேசணும் விடியகாலைல தான் வருவேன்னு சொல்லிட்டு போனான்.... திரும்பி வரவேயில்ல...."

மூக்கையாவின் கண்கள் சிறிது கலங்குவதை கார்மேகம் கவனித்-தான்.

"காலைல போய் விசயம் தெரிஞ்சு போய் பாத்தோம்... ஜமீந்தார் வீட்டுல செத்தவங்கள்ள இவனும் ஒருத்தனா கிடந்தான்."

இதனை முழுமையாக கூறிவிட்டு சில வினாடிகள் அமைதியா-னார் மூக்கையா.

"என்னோட சொந்த தம்பிய கொன்னவன பிடிக்கணும்ம்னு ஒரு வெறில தேடுனேன்... ஆனாலும் அவன் என்னால பிடிக்க முடியல... அவன் யாரு?... எங்க இருந்து வந்தான்?... எப்படி போனான்?... இப்ப வரைக்கு எனக்கு பதில் கிடைக்கவே இல்ல.... இதுக்கு நடுவுல அந்த ஆசாரிய கைது பண்ணி... அந்த நேரத்துல அவனோட சம்சாரம் செத்து போயி... நிறைய நடந்திருச்சு"

மூக்கையாவின் மனக்குமுறல் கார்மேகத்திற்கு விளங்கியது, தன் சொந்த தம்பியையே அவர் இழந்திருக்கிறார் என நினைக்கையில் மிகவும் வேதனையாக இருந்தது.

"அவன நாம கண்டிப்பா பிடிப்போம் ஐயா..."

"பிடிங்க, பண்ண ஒவ்வொரு கொலைக்கும் அவன் பதில் சொல்-லணும்...."

மூக்கையாவின் குரலில் கோபம் கலந்திருந்தது.

"உங்க உதவிக்கு ரொம்ப நன்றிங்க ஐயா... நான் புறப்படுறேன்"

"அட என்ன தம்பி... நீங்க அவன பிடிச்சு கைல விலங்கு மாட்டுங்க... அது தான் நீங்க எனக்கு செய்ற பெரிய கைமாறு... எனக்கு மட்டும் இல்ல அவனால பாதிக்கப்பட்ட எல்லாருக்கும்"

"கண்டிப்பா ஐயா, அவன நாங்க பிடிக்காம விடமாட்டோம்...."

"நீங்க அவன பிடிப்பிங்கனு நம்புறேன் தம்பி..."

கார்மேகம் அவரிடம் நன்றியை கூறி அங்கிருந்து கிளம்பினான். அவனால் நேரடியாக கொல்லப்பட்டவர்களை விட மறைமுகமாக பாதிக்கப்போட்டோர்கள் நிறைய இருப்பார்கள் என்பது கார்மேகத்-திற்கு விளங்கியது. கார்மேகத்தின் இலக்கு அந்த ஆசாரியை பிடிக்க

வேண்டும், அவன் சொல்வது உண்மையாக இருந்தால் அவனுக்கு நகைகளை கொடுத்த பெண்ணை பிடிக்க வேண்டும். அவள் தான் இந்த கொலை, கொள்ளைகளுக்கு பின்னால் இருக்கும் ஒரு முக்கிய புள்ளி என அவன் நம்புகிறான். அதுவும் அந்த ஆசாரி மெட்ராசில் தான் இருக்கிறான் என்பது அவனுக்கு இன்னும் வசதியாய் போனது. தான் சேகரித்த இந்த தகவல்களை எல்லாம் கர்ணனுக்கு தெரியப்படுத்த வேண்டும் என்ற ஆர்வத்தில் இருந்தான். ஆசாரி தான் இப்போதைக்கு அவனது துருப்பு சீட்டு, அவனை தேடிப்பிடித்திட மெட்ராஸ் நோக்கி மீண்டும் தன் பயணத்தை தொடங்கினான்.

15

தழும்பு

சோழவந்தானிலிருந்து புறப்பட்ட கர்ணன் முதலில் மதுரை சென்ட்ரல் பேருந்துநிலையத்தை அடைந்தான், பின்னர் அங்கிருந்து சிவகங்-கைக்கு மற்றொரு பேருந்தில் ஏறி சிவகங்கை காவல்நிலையத்தில் இறங்கினான். நண்பகல் நேரம் என்பதால் வெயிலின் தாக்கம் மிகவும் அதிகமாக இருந்தது. சலையின் இரு ஓரங்களிலும் சீமைகருவேல மரங்கள் பரவியிருந்தன. அது மிகவும் பழமையான கட்டிடம், வெள்-ளையர்கள் ஆட்சியில் கட்டப்பட்டதை போல தோன்றியது. கர்ணன் நிலையத்தின் உள்ளே நுழைகிறான், ஒரு காவலர் அவனை இடை-மறிக்கிறார்.

"யார் நீங்க... என்ன வேணும்?"

"இன்ஸ்பெக்டர பாக்கணும்...."

கர்ணன் ஒரு வரியில் பதிலளித்தான். கர்ணன் வந்ததை அங்-கிருந்த ஆய்வாளரும் கவனித்தார், அவன் மிகவும் நேர்த்தியான உடை அணிந்திருந்து, நன்கு படித்த நகரத்தானை போல தோன்-றினான். நிச்சயம் அவன் ஏதோ முக்கியமான விசயத்திற்காக தான் வந்திருப்பான் என அவர் யூகித்துக்கொண்டார்.

"இராஜபாண்டி, அவர உள்ள அனுப்பு"

ஆய்வாளர் அந்த காவலுருக்கு உத்தரவிட அவன் கர்ணனை அந்த ஆய்வாளரின் இருப்பிடத்திற்கு அனுப்பிவைத்தான். ஆய்வா-ளரின் இருப்பிடம் அந்த நிலையத்தின் வலது மூலையில் இருந்-தது, அந்த நிலையமானது வெயிலின் தாக்கத்தால் மிகவும் வெப்ப-மாக இருந்தது. அனைத்து ஜன்னல்களும் அடைக்கப்பட்டிருந்ததால் காற்றோட்டத்தினை அது தடைசெய்திருந்தது. ஆய்வாளரின் மேசை

மிகவும் சுத்தமாக வைக்கப்பட்டிருந்தது, அவருக்கு பின்னால் இருந்த அலமாறியில் கோப்புகள் அனைத்தும் சீராக அடுக்கப்பட்டிருந்தது. கர்ணன் ஆய்வாளரை கவனிக்கிறான், அவரின் வயது 45க்குள் தான் இருக்கும் என அவரது முகசுருக்கங்கள் கூறியது. தலையில் பாதி முடி கொட்டிய நிலையில் இருந்தது.

"சொல்லுங்க என்ன பிரச்சனை உங்களுக்கு?"

அவர் கர்ணனிடம் தனது கேள்வியை எழுப்புகிறான்.

"சார் போன வாரம் இந்த நடந்த ஜமீன் வீட்டு கொள்ளை சம்-பவம் பத்தி விசாரிச்சுட்டு போக வந்தேன்…"

ஆய்வாளர் அவனை சற்று குழப்பத்தோடு பார்க்கிறார்.

"நீங்க ஏன் அத பத்தி விசாரிக்கணும்?"

"சார் நான் மெட்ராஸ்ல இருக்க Lawrence Brother's Detective Agencyயில இருந்து வரேன், அந்த கொலைகாரன பிடிக்கிற பொறுப்ப மலர்வேந்தன் ஐயா எங்க ஏஜென்சிக்கிட்ட ஒப்-படச்சுருக்காரு…"

கர்ணன் தனது முழு விவரத்தையும் கூறி முடித்தான்.

"உங்க பேர் என்ன?"

"கர்ணன்"

"கர்ணன்… உங்களுக்கு தெரியும்னு நினைக்கிறேன்…. இதுவர அவன் பல ஊர்கள்ல பல ஜமீந்தார்கள் வீட்டுல கொள்ளைய-டிச்சுருக்கான்… கடந்த 4வருசத்துல அவன் யார் கண்ணுலயும் மாட்டல…"

"தெரியும் சார்…"

"அவன் நம்ம நினைக்கிறத விட ரொம்ப மோசமான ஆள் கர்-ணன்… இதுவர அவனால செத்தவங்க எண்ணிக்கைய கேட்டாலே தலையெல்லாம் சுத்திடும்"

"சார் அவன் எவ்வளோ பெரிய கொலைகாரனா இருந்தாலும் அவனுக்கே தெரியாம எதாவது தப்பு பண்ணியிருப்பான்… அத தான் நாங்க தேடிபோயிட்டு இருக்கோம்…"

ஆய்வாளர் சற்று அமைதியாக கர்ணனின் பேச்சினை கவனிக்-கிறார்.

"சரி, நீங்க எங்ககிட்ட எந்த மாதிரி உதவிய எதிர்பாக்குறீங்க?"

"அவன நேர்ல பாத்தவங்க யாராவது?"

"அவன நேர்ல பாத்தவங்க யாரும் இல்ல... ஆனா சம்பவம் நடந்த ராத்திரி ரோந்து பணிக்கு போனப்ப நம்ம ஆபிசர், ஒருத்தன பாத்துருக்காரு..."

இந்த ஒரு பதிலை கர்ணன் எதிர்பார்க்கவில்லை, அவன் கண்கள் விரிந்தன...

"இராஜபாண்டி இங்க வா..."

ஆய்வாளர் ஒருவனை அழைக்க, அந்த காவலர் அங்கு வந்து நிற்கிறார்.

"சார் சொல்லுங்க சார்"

"அன்னைக்கு ராத்திரி நீ ஒருத்தன பாத்தீல... அவன பத்தி கொஞ்ச இவர்ட்ட சொல்லு..."

ஆய்வாளர் அவனுக்கு ஆணையிடுகிறார். கர்ணன் அந்த காவலரின் பதில்களுக்கு காத்திருக்கிறான்.

"சம்பவம் நடந்த அன்னைக்கு நான் ராத்திரி ஒரு 12மணிக்கு மேல ரயில்வே ஸ்டேசன்ல இருந்து ஜமீந்தார் வீட்டு வழியா சைக்கிள்ல வந்திட்டு இருந்தேன்... அப்ப ஒரு குடிகாரன் ஜமீந்தார் வீட்டுல இருந்து ரயில்வே ஸ்டேசன் போற வழியில நடந்து போய்ட்டு இருந்தான்."

"நீங்க அவன பிடிச்சு இந்த நேரத்தில எங்க போயிட்டு இருக்கணு விசாரிக்கலயா?"

கர்ணன் அவரின் பேச்சினை இடைமறித்து கேள்வியெழுப்பினான்.

"இல்ல அவன் எதுவும் பண்ணாம அமைதியா நடந்து போயிட்டு இருந்தான், அவன்ட்ட போய் என்ன விசாரனை பண்ணிட்டுனு விட்டுட்டேன்"

அந்த காவலரின் பதில் மிகவும் அலட்சியமாக இருந்தது, அவர் இரவு நேர ரோந்து பணியை ஏதோ கடைமைக்கு செய்ய வேண்டுமென செய்திருக்கிறார் என விளங்கியது.

"அவன் உங்கள பாத்தானா?"

"பாத்தான்... என்ன பாத்ததும் கொஞ்ச பயத்துல தலைய குனிஞ்சிட்டு நடந்துட்டான்"

"அவன் கைல எதாவது வச்சுருந்தானா?"

"ஒரு அழுக்கு மூட்டைய தோள்ல போட்டுட்டு வந்தான்... வேற எதுவும் அவன்ட்ட இல்ல"

அந்த குடிகாரன் தான் நாம் தேடி வரும் கொள்ளையன் என கர்ணன் யூகித்துக்கொண்டான், இது போன்ற அஜாக்கிரதையான நபர்களால் தான் அவன் பல இடங்களில் இருந்து எளிமையாக தப்பித்து இருக்கிறான் என்பதை கர்ணன் உணர்கிறான். தன் கைகளுக்கு கிடைத்த மாபெரும் வாய்ப்பை தவற விட்டிருக்கிறான் என நினைக்கையில் கர்ணனுக்கு மிகுந்த கோபம் எழுந்தது.

"உங்களுக்கு அவன் மேல சந்தேகமே வரலயா?"

"அப்ப எனக்கு எந்தவொரு சந்தேகமும் இல்ல... ஆனா மறு-நாள் காலையில ஜமீந்தார் வீட்டுல கொலை நடந்துருக்குனு தெரிய வரும்போது தான் எனக்கு அவன் மேல சின்னதா சந்தேகம் வந்-துச்சு..."

"சரி அதுக்கு அப்பறம் அவன தேடுறதுக்கு எதாவது முயற்சி பண்ணீங்களா?"

"இல்ல அவன் சொன்ன அடையாளத்துல அப்படி ஒரு ஆள் இந்த ஊர்லயே இல்ல..."

ஆய்வாளர் இந்த பதிலை கூறுகிறார்.

"அடையாளம்...?"

"அவன் வலதுக்கு கண்ணுக்கு மேல நீள தழும்பு ஒன்னு இருந்-துச்சு..."

அவன் கூறிய இந்த அடையாளத்தை கர்ணன் மிக உன்னிப்பாக கவனிக்கிறான். அவர்கள் இந்த அடையாளத்தை வைத்து அந்த ஊரில் மட்டும் தான் தேடியிருக்கிறார்கள், அதனை தாண்டி வேறு எந்தவொரு நடவடிக்கையும் எடுக்கவில்லை. அவன் ஏன் 4ஆண்-டுகளாக எங்குமே மாட்டாமல் இருக்கிறான் என்பதற்கான உண்மை காரணம் இதுபோன்ற அதிகாரிகள் தான் என கர்ணன் நினைக்-கிறான். இந்த தழும்பு என்பது மிகப்பெரிய தடயமாக இல்லாமல் போனாலும் கண்டிப்பாக இது ஒரு இடத்தில் முக்கிய கதவினை திறக்கும் என்பது கர்ணனுக்கு புரிந்தது.

"சரி நீங்க அவன ரயில்வே ஸ்டேசன் போற வழியில தான பாத்-தீங்க... அந்த நேரத்துல எந்த ரயில் அங்க வந்துச்சு?"

"இல்ல ராத்திரி 11மணிக்கு மேல எந்த ரயிலும் அங்க வாராது... சரக்கு ரயில் தான் அப்பப்ப வரும்..."

"சரக்கு ரயிலா?... நீங்க போன அன்னைக்கி எதாவது சரக்கு ரயில் வந்துச்சா?"

கர்ணன் மிகுந்த எதிர்பார்ப்போடு இந்த கேள்வியை எழுப்புகி-
றான், ஆனால் பதிலோ அவனுக்கு ஏமாற்றத்தை தான் அளித்தது.

"எனக்கு சரியா நியாபகம் இல்ல"

உண்மையில் அவன் அந்த இரவு ரோந்து பணியை வெறுமென
கடமைக்கு தான் செய்திருக்கிறான் என கர்ணன் தனக்குள் அவனை
வஞ்சிக்கிறான்.

"எங்கள பொறுத்தவர அந்த குடிகாரனுக்கும் கொலைக்கு எந்த
சம்பந்தமும் இல்ல... அவ்வளவு பெரிய கொள்ளைக்காரன் எப்படி
அவ்வளவு சாதாரணமா வருவான்..."

ஆய்வாளர் இந்த பதிலை கர்ணனிடம் கூறுகிறான், ஆனால் கர்-
ணனோ அந்த குடிகாரன் தான் நாம் தேடும் கொள்ளையன் என
உறுதியாக நம்புகிறான்.

"இதுதவிர வேற எதாவது தகவல் உங்களுக்கு தெரியுமா?"

அவர்கள் இருவரிடமும் கர்ணன் தனது கேள்வியை எழுப்புகி-
றான்.

"இல்ல கர்ணன்..."

ஆய்வாளர் பதிலளிக்கிறார், கர்ணனும் இந்த பதிலை தான்
எதிர்பார்த்தான். அவர்களிடம் கேட்பதற்கு வேறு எதுவும் இல்லை
என தெரிந்தபின் கர்ணன் அங்கிருந்து விடைபெறுகிறான்.

சம்பவம் நடந்த இரவு அந்த குடிகாரனை தவிர வேறு எவரையும்
அந்த வழியில் காவலர் பார்க்கவில்லை. அந்த குடிகாரன் தான்
இந்த ஜமீன் கொள்ளைகளுக்கு பின்னால் இருக்கும் கொலைகாரன்
என கர்ணன் முழுமையாக நம்புகிறான். அதே நேரத்தில் அந்த
காவலரையும் முழுதாக குறை கூற கர்ணனுக்கு மனம் வரவில்லை.
அந்த இரவு நேரத்திலும் கூட அவனது முகத்திலிருந்த தழும்பை
பார்த்திருக்கிறான் என்பதே பெரிய செயல் தான், ஒருவேளை அக்-
காவலர் அவனை நிறுத்தி விசாரனை செய்திருந்தால் இந்நேரம்
அவரும் இறந்தவர்களின் எண்ணிக்கையில் ஒருவராக சேர்ந்திருப்-
பார். ஆனால் இத்தழும்பு என்ற தடயம் கண்டிப்பாக தனக்கு ஏதோ
ஒரு இடத்தில் உதவும் என நம்புகிறான். தன்னை போலவே சிதம்-
பரமும் கார்மேகமும் சில புதிய தகவல்களையும், து யங்களையும்
கண்டுபிடித்திருப்பார்கள் என்ற நம்பிக்கையோடு மீண்டும் மெட்ராஸ்
நோக்கி தனது பயணத்தை துவங்கினான்.

16

மாதுரியின் கவலை

இரவு மணி 8ஐ தாண்டியிருக்கும், வானில் நட்சத்திரங்கள் மின்னிக்கொண்டிருந்தன. பகலில் வெயில் வாட்டி வதக்கியிருந்தாலும் இரவில் வீசிய குளிர்காற்று அந்த இடத்தை இதமாக வைத்திருந்தது. சாலையின் ஓரங்களில் ஆங்காங்கே இருந்த தெருவிளக்குகள் அங்கே சிறிது வெளிச்சத்தை படரவிட்டிருந்தன. இருள் சூழ்ந்த அந்த அமைதியான சாலையில் நிலவனின் வீடானது மிக பிரம்மாண்டமாக காட்சியளித்தது. மருத்துவமனையில் இருந்து வீட்டிற்கு திரும்பிய நிலவன், குளித்து முடித்துவிட்டு உணவு அருந்தும் இடத்திற்கு வருகிறான். அந்த இடமானது மஞ்சள் நிற விளக்குகளால் நன்றாக அலங்கரிக்கப்பட்டிருந்தது. அங்கே அவனது தங்கை மாதுரி தேவி அவனுக்காக காத்திருந்தாள். அவன் நாற்காலியில் அமர, அவனது தட்டில் சூடான இட்லியை அவனுக்கு பரிமாறினாள்.

"நீ சாப்ட்டியா மாதுரி?"

"இல்ல அண்ணா…"

"உக்காரு வா நீயும் சாப்பிடு"

மாதுரியை அமர வைத்துவிட்டு அவளுக்கும் இட்லியை பரிமாறினான் நிலவன்.

"ஏன் இவ்வளவு நேரம் சாப்பிடாம இருக்க?"

"இல்ல அண்ணா நீங்க வந்ததுக்கு அப்பறம் சாப்பிடலாம்னு தான்…"

"மாதிரி நான் உன்கிட்ட எத்தன தடவ சொல்லியிருக்கேன்.. எனக்காக காத்துட்டு இருக்காதனு…"

"இல்ல அண்ணா எனக்கு நீ இல்லாம சாப்டவே தோனல"

"இந்த மாதிரியெல்லாம் சொல்லக்கூடாது சரியா... ஒழுங்கா சாப்டணும்"

அவர்கள் இருவரும் அமைதியாக சாப்பிட்டனர், அப்போது மாதுரி நிலவனின் முகத்தை பார்த்து சிறிது கண்கலங்கினாள். இதனை கண்ட நிலவன் உடனடியாக மனமுடைந்து போனான்.

"மாதுரி என்ன ஆச்சு... ஏன் உன் கண்கலங்கியிருக்கு?"

அவள் தலையை அசைத்துக்கொண்டு பதில் கூராமல் அமைதி-யாக இருந்தாள், நிலவன் மீண்டும் கேட்க அவள் மௌனம் கலைத்-தாள்.

"அண்ணா எனக்கு உன் முகத்துல இருக்க தழும்ப பாக்கும்போ-துலாம் அக்கா நியாபகம் வருது"

இதனை கூறிவிட்டு மாதுரி அழுதுவிட்டாள், உடனடியாக தனது இருக்கையிலிருந்து எழுந்து அவள் அருகில் சென்று சமாதானம் செய்கிறான் நிலவன்.

"மாதுரி அதெல்லாம் நடந்து இருபத்தஞ்சு வருசத்துக்கு மேல ஆயிடுச்சு..."

"என்னால் மறக்க முடியல அண்ணா"

மாதுரியின் கதறல் அதிகமானது, நிலவனும் இப்போது லேசாக கண்கலங்கினான்.

"அழாத மாதுரி"

நிலவன் கலங்கிய குரலில் கூறினான், இதனால் மாதுரி மிகவும் வேதனை கொண்டாள் உடனே தன் கண்களை துடைத்து கொண்-டாள்.

"அண்ணா நான் அழுகல... எனக்கு தான் நீ, அப்பா, அம்மா எல்லாரும் இருக்கீங்கல"

சில நிமிடங்கள் இருவரும் எதுவும் பேசாமல் அமைதியாக இருந்-தனர்.

"அண்ணா நாம இந்த கொள்ளையடிக்கிறத விட்டுட்டு அப்பா, அம்மா கூட கண்டியிலயே போய் தங்கிடுவிடுவோமா?"

நிலவன் அவளை சில நிமிடங்களை உற்று நோக்குகிறான்.

"இல்ல மாதுரி... என்னால அது முடியாது..."

"ஏன் அண்ணா?"

"என்னால முடியாது மாதுரி..."

மாதுரி மீண்டும் கண்கலங்கி அமைதியாக இருக்கிறாள்.

"மாதுரி நீ வீட்டுல தனியா இருக்கிறதால உனக்கு இந்த மாதி-ரியெல்லாம் நினைப்பு வருது... நீ கண்டிக்கு போய் கொஞ்ச நாள் அப்பா, அம்மா கூட இருந்துட்டு வா..."

அவளிடமிருந்து எந்தவொரு பதிலும் இல்லை.

"மாதுரி நீ ஒரு கல்யாணத்த பண்ணிக்கோ... நீ சந்தோசமா இருக்கணும் மாதுரி"

"என்ன அண்ணா பேசுறீங்க... நான் போய்ட்டா உங்கள யாரு பாத்துப்பா?... எனக்கு நீங்க தான் அண்ணா முக்கியம்... நீங்க ஒரு கல்யாணம் பண்ணிக்கோங்க அண்ணா... அதுக்கப்பறம் என்னோட கலயாணத்த பத்தி யோசிக்கலாம்"

"இல்ல மாதுரி எனக்கு அப்பா, அம்மாவ விட நீ தான் முக்கி-யம், என்னால கல்யாணம்லா பண்ணீட்டு வாழ முடியாது."

"அண்ணா எனக்கும் நீ தான் அண்ணா முக்கியம், என்னாலயும் கலயாணம்லா பண்ணீட்டு வேற ஒரு எடத்துல வாழ முடியாது."

இருவரும் தலைகுனிந்து எதுவும் பேசாமல் அமைதியாக இருந்-தனர். சில நிமிடங்களுக்கு பின் தனது இருக்கையில் இருந்து எழுந்து சென்ற நிலவன் கண்ணாடி முன் நின்று தன் வலது கண்-ணிற்கு மேல் இருக்கும் தழும்பினை கையால் தொட்டு பார்க்கிறான். அந்த நேரத்தில் அவனது கண்கள் கலங்கினாலும், முகம் கோபத்-தில் கொதித்தது.

17

தஞ்சையை நோக்கி பயணம்

கிட்டத்தட்ட 12மணி நேர பயணத்திற்கு பின் விடியற்காலை 4மணிக்கு மெட்ராஸ் எழும்பூர் ரயில்நிலையத்தை வந்தடைந்தான் கர்ணன். அங்கிருந்து தன் அறைக்கு சென்றவன் பயணக்களைப்பில் வெகுநேரம் உறங்கிப்போனான். அவன் எழுகையில் மணி 10ஐ தாண்டிவிட்டது, உடனடியாக குளித்து முடித்து சேப்பாக்கத்தில் அமைந்திருக்கும் தனது அலுவலகம் நோக்கி புறப்பட்டான். சரியாக அவன் அலுவலகத்தில் நுழையும் அதே நேரத்தில் தான் கார்மேக-மும் அங்கு வந்தான். அவர்கள் இருவருக்கும் முன்பாகவே சிதம்-பரம் அங்கு சென்றுவிட்டான். சரியாக இரண்டு நாட்களுக்கு பின் அவர்கள் மூவரும் ஒன்றாக சந்திக்கின்றனர். கர்ணன் அவர்கள் இருவரையும் தனது இருக்கையை சுற்றி அமர வைக்கிறான். சிதம்-பரம் தனது கைகளில் இருந்த ரயில் நேரகால அட்டவணையை மேசையில் வைக்கிறான்.

"கார்மேகம், சிதம்பரம் புதுசா எதாவது தடயங்கள கண்டுபிடிச்சு-ருப்பீங்கனு நம்புறேன்"

கர்ணன் தனது பேச்சினை துவங்கினான். அவர்கள் இருவரும் தாங்கள் சேகரித்து வந்த தகவல்களை கர்ணனிடம் கூறுவதற்கு மிகுந்த ஆர்வத்துடன் இருந்தனர், அதனை கர்ணனால் உணரமு-டிந்தது.

"சிதம்பரம் முதல்ல நீ சொல்லு... பஸ், ட்ரைன் டைம்ல எதாவது கிடைச்சுச்சா?"

கர்ணன் இக்கேள்வியை கேட்டது தாமதம், சிதம்பரம் உடனடியாக மேசையில் வைத்திருந்த அந்த நேரகால அட்டவணையை பிரித்-தான்.

"கர்ணன், நான் முதல்ல சம்பவம் நடந்த ஊர்கள்ல இருந்து கிளம்புன... அந்த ஊர்கள் வழியா போன பஸ்ஸோட நேரத்தல எடுத்து பாத்தேன்... ஆனா சம்பவம் நடந்த எல்ல ஊர்கள்லயும் ராத்திரி 10மணிக்கு மேல எந்த பஸ்ஸும் இல்ல... அதே மாதிரி தான் ரயிலும்...."

இதனை கூறிவிட்டு சற்று இடைவெளிவிட்டான், அவன் இப்-போது தான் முக்கியமான தகவலை கூறப்போகிறான் என்பது கர்-ணனுக்கு புரிந்தது. அவன் சொல்ல போகும் விசயத்தை கேட்பதற்கு கர்ணனும், கார்மேகமும் காத்திருந்தனர்.

"ஆனா சம்பவம் நடந்த எல்லா இடங்களையும், அந்த நாள் ராத்திரி 1மணிக்கு ஒரு சரக்கு ரயில் போயிருக்கு...."

அவன் மீண்டும் தனது பதிலை நிறுத்தினான், அவர்கள் இருவ-ருக்கும் புரிந்துவிட்டது.

"அப்ப அவன் ஊருக்குள்ள யாருக்கும் தெரியாம கொள்ளைய-டிச்சுட்டு தப்பிச்சு போறதுக்கு இந்த சரக்கு ரயில பயன்படுத்தியிருக்-கான்.... சரக்கு ரயில பத்தி யாரும் பெருசா யோசிச்சிருக்க மாட்-டோம், அத அவன் சாதகமா பயன்படுத்திட்டான்... அந்த சரக்கு ரயில் எந்தெந்த ஊர்கள் வழியா போச்சுனு சொல்ல முடியுமா?"

"கர்ணன் ஒவ்வொரு ரயிலும் ஒவ்வொரு ஊர்கள் வழியா போயி-ருக்கு... உதாரணத்துக்கு முதல் ரெண்டு கொள்ளை நடந்த போத்-தனூர், காட்டம்பட்டி வழியா வந்த ரெண்டு சரக்கு ரயிலும் கோயம்-புத்தூர்ல இருந்து சரக்குகள் ஏத்திட்டு திருச்சிராப்பள்ளி, மதுரை வழியா தூத்துக்குடி துறைமுகத்துக்கு போயிருக்கு... அதுக்கப்பறம் கொள்ளை நடந்த திருநெல்வேலி பகுதிகள் கடையநல்லூர், கடம்பூர் வழியா வந்த ரெண்டு சரக்கு ரயிலும் திருநெல்வேலி, செங்கோட்-டைல இருந்து கிளம்பி மதுரை, திருச்சிராப்பள்ளி, விழுப்புரம் வழியா மெட்ராஸ் கடற்கரை ரயில்நிலையத்துக்கு வந்திருக்கு"

"இப்ப சமீபத்துல நடந்த சிவகங்கை, சோழவந்தான் சம்பவத்துல எப்படி?"

கர்ணன் அவனிடம் தனது கேள்வியை எழுப்புகிறான்.

"சிவகங்கைல வழியா வந்த ரயில் தனுஷ்கோடி துறைமுகத்துல இருந்து கிளம்பி திருச்சிராப்பள்ளி வழியா மெட்ராஸ் கடற்கரை

ரயில்நிலையத்துக்கு வந்திருக்கு... சோழவந்தான் வழியா வந்த ரயில் மதுரைல இருந்து கிளம்பி திருச்சிராப்பள்ளி வழியா மெட்ராஸ் கடற்கரை ரயில்நிலையத்துக்கு வந்திருக்கு.''

கர்ணன் ஒரு விசயத்தை கண்டுபிடித்துவிட்டது போல் நினைக்கின்றான், அவனது உடனடியாக தனது அடுத்த கேள்வியை எழுப்புகின்றான். அவனது பேச்சில் வேகம் தெரிந்தது.

''சிதம்பரம்... ஈரோட்டுலயும், விருதுநகர்லயும் சம்பவத்துல...''

கர்ணன் தனது கேள்வியை முடிப்பதற்கு முன்பே சிதம்பரம் தனது பதில்களை தொடங்கினான்.

''ஈரோட்டு சம்பத்துல திருப்பூர்ல இருந்து கிளம்புன ரயில் திருச்சிராப்பள்ளி, மதுரை வழியா தூத்துக்குடி துறைமுகத்துக்கு போயிருக்கு.... விருதுநகர் சம்பத்துல தூத்துக்குடி துறைமுகத்துல இருந்து கிளம்புன ரயில் மதுரை, திருச்சிராப்பள்ளி வழியா மெட்ராஸ் கடற்கரை ரயில்நிலையத்துக்கு வந்திருக்கு.''

''சிதம்பரம், கார்மேகம் நீங்க இதுல ஒரு விசயத்த கவனிச்சீங்களா.... இதுல எல்லா சரக்கு ரயிலும் திருச்சிராப்பள்ளி வழியா தான் போயிருக்கு....''

''ஆமா கர்ணன், மிச்சம் இருக்குற எல்லா சம்பத்துலயும் கூட அந்த ஊர் வழியா போன எல்லா சரக்கு ரயிலும் திருச்சிராப்பள்ளிய தாண்டி தான் போயிருக்கு''

சிதம்பரம் தனது ஆராய்ச்சியின் மொத்த பதில்களையும் கர்ணனிடம் எடுத்துரைக்கிறான்.

''அப்ப நம்ம தேடுற அந்த கொள்ளைக்காரன் திருச்சிராப்பள்ளில இருக்கிறதுக்கு அதிக வாய்ப்பு இருக்கு.... அதே நேரத்துல அவன் திருச்சிராப்பள்ளியில இறங்கி வேற ஊர்களுக்கு போகவும் வாய்ப்பு இருக்கு''

கர்ணன் தனது பதிலை அவர்களிடம் கூறுகிறான்.

''சரியா சொன்னீங்க கர்ணன்.''

கார்மேகம் அவனது பதிலை ஆதாரிக்கிறான்.

''உண்மையிலேயே ரொம்ப பெரிய வேல பாத்துருக்க சிதம்பரம்... உன்னோட இந்த ஆராய்ச்சி தான் நம்ம தேடலுக்கு பெரிய உதவியா இருக்க போகுது''

கர்ணன் அவனை வெகுவாக பாராட்டினான், சிதம்பரத்திற்கு அது மிகுந்த மகிழ்ச்சியாக இருந்தது.

"கார்மேகம்... நீ என்ன கொண்டு வந்திருக்க?"

கர்ணன் கார்மேகத்திடம் வினவுகிறான்.

"கர்ணன் போத்தனூர்ல போய் விசாரிச்சேன் அங்க எதுவும் பெருசா தகவல் கிடைக்கல... சம்பவம் நடந்த அன்னைக்கு ஊருக்-குள்ள புதுசா ஒரு சாமியார பாத்துருக்காங்க... அதுக்கு முன்னா-டியும் அவன பாத்தது இல்ல, அதுக்கு அப்பறமும் அவன யாரும் பாக்கல..."

அவர்கள் இருவரும் கார்மேகத்தின் பதில்களை கவனமாக கேட்-கின்றனர். அவன் காட்டம்பட்டியில் தான் தெரிந்த கொண்ட தகவல்-களை விரிவாக அவர்களிடம் எடுத்துரைக்கிறான்.

"கார்மேகம், அந்த ஆசாரி சொன்னது உண்மையா இருந்தா கண்டிப்பா அவன்கிட்ட நகையை குடுத்து சிலைய செய்ய சொன்ன பொண்ணுக்கும் அந்த கொள்ளையனுக்கும் ஏதோ ஒரு விதத்துல தொடர்பு இருக்கணும்"

"ஆமா கர்ணன்... நாம அந்த ஆசாரிய மொதல்ல பிடிக்கணும்"

"அந்த ஆசாரி இங்க எங்க இருக்காரு?"

"இங்க தான் ராயபுரத்துல இருக்கிறத சொல்லி காட்டம்பட்டி ஸ்டேசன்ல ஒரு முகவரிய குடுத்தாங்க... ஆன அவன் அங்க இல்ல..."

கர்ணன் இதனை மிகுந்த ஆச்சர்யத்தோடு பார்த்தான். கார்-மேகம், அலுவலகத்திற்கு வருவதற்கு முன்பே அந்த ஆசாரியின் முகவரியில் போய் தேடிவிட்டு தான் வந்தான். இந்த செயலானது, அவனுக்கு இத்தேடலில் இருக்கும் ஆர்வத்தையும், அர்ப்பணிப்பை-யும் கர்ணனுக்கு தெளிவாக காட்டியது. அவன் ஆசாரியின் முகவ-ரியை கர்ணனிடம் கொடுத்துவிட்டு தனது கடமையை முடித்திருக்க-லாம், ஆனால் அவ்வாறு செய்யாமல் முழுப்பொறுப்பையும் தானே எடுத்துக்கொண்டு முடிக்க முயற்சித்துள்ளான்.

"இப்ப அந்த ஆசாரி தஞ்சாவூர்ல இருக்காரு, இது தான் தஞ்-சாவூர்ல அவரு இருக்குற முகவரி"

தனது கையில் வைத்திருந்த சிறு காகிதத்தை எடுத்து கர்ணனிடம் காட்டுகிறான். அவன் உண்மையிலே கார்மேகத்தின் இச்செயல் கண்டு மனம் மகிழ்ந்து போனான், இவனை போன்றவன் எப்போதும் உடன் இருந்தால் எந்தவொரு கொலை கொள்ளை சம்பத்தையும் எளிதில் முடித்துவிடலாம் என தோன்றியது. உண்மையிலே அவர்கள் இருவரின் முயற்சியின் கர்ணனின் தேடலுக்கு மிகவும் உறுதுணை-

யாக இருந்தது.

"க்ரேட் ஜாப் கார்மேகம், உண்மைலேயே நீயும் இந்த கேஸுக்கு பயங்கரமா வேல பாத்துருக்க... அந்த ஆசாரிய பிடிச்சு விசாரிச்சா கண்டிப்பா நமக்கு ஒரு தீர்வு கிடைக்க வாய்ப்பு இருக்கு"

கர்ணன் அவனை வெகுவாக பாராட்டுகிறான்.

"நான் போன இடத்துல எனக்கு கிடைச்ச தகவல்... நாம தேடுற கொள்ளைக்காரனுக்கு வலது கண்ணுக்கு மேல ஒரு நீள தழும்பு இருக்கு"

கார்மேகம் மற்றும் சிதம்பரம் இருவரும் கண்கள் விரிய பார்க்-கின்றனர். கர்ணன் தான் சென்ற இடத்தில் சந்தித்த தேடல் குறித்து அவர்களிடம் எடுத்துரைக்கிறான்.

"கார்மேகம், சிதம்பரம் நீங்க இரண்டு பேரும் இந்த கேஸுக்காக உண்மையிலேயே ரொம்ப நல்ல வேல பாத்திருக்கீங்க... ஆனா இதுக்கப்பறம் தான் நம்மலோட உண்மையான தேடுதலே இருக்கு"

கர்ணனின் இந்த பாராட்டு சொற்கள் அவர்கள் இருவருக்கும் மகிழ்ச்சியை கொடுத்தது.

"இப்ப நாம மூணு பேரும் தனிதனியா பிரிஞ்சு போய் தேடபோ-றது இல்ல... மூணு பேரும் ஒன்னா தஞ்சாவூர் போகப்போறோம்... அந்த ஆசாரிய தேடி..."

"சரி கர்ணன்"

அவர்கள் இருவரும் மிகுந்த நம்பிக்கையோடு பதிலளிக்க, மூவ-ரும் அலுவலகத்திலிருந்து புறப்பட்டனர். தஞ்சையை நோக்கி அவர்-களது பயணம் தொடங்கியது.

18

சிங்கச்சிலை

இரவு 7:30மணிக்கு அவர்கள் மூவரும் எழும்பூர் இரயில்நிலையயத்-திலிருந்து தஞ்சை வழியாக தனுஷ்கோடி வரை செல்லும் இரயி-லில் ஏறினர். அவர்கள் மூவரும் படுக்கும் வசதியோடு அமைந்த முதல் வகுப்பு பெட்டியில் தங்களது பயணத்தை தொடங்கினர். கர்-ணன் தனது கையில் வைத்திருந்த பெட்டியை திறந்து பார்க்கி-றான், அதில் 4துப்பாக்கிகளும் அதற்கு தேவையான குண்டுகளும் இருந்தன. அப்பெட்டியை தனது தலைக்கு அருகில் வைத்துக்-கொண்டு உறங்கத்தயாரானான். என்னதான் அனைத்து இரயில்க-ளும் திருச்சிராப்பள்ளி வழியாக சென்றிருந்தாலும், அவன் திருச்-சிராப்பள்ளியில் தான் இருக்கிறான் என்பதை முடிவாக சொல்ல முடியாது. அதேவேளையில் அவன் திருச்சிராப்பள்ளியிலே இருந்-தாலும் கூட அங்கிருக்கும் மொத்த மக்கள் தொகையில் ஒரு தழும்பு அடையாளத்தை வைத்துக்கொண்டு அவனை தேடுவதென்பது சாத்-தியமில்லாத ஒன்று. எனவே தங்களிடம் இருக்கும் ஒரே துருப்புச்-சீட்டு அந்த ஆசாரி மட்டும் தான். முதலில் அந்த ஆசாரியை எப்-படியாவது பிடிக்கவேண்டும், அந்த ஆசாரியின் பதில்கள் தான் இந்த தேடலின் அடுத்தகட்ட நடவடிக்கைகளை நிர்ணயிக்க போகிறது என கர்ணன் உணர்கிறான். இந்த நினைவுகளுடனே அவன் உறங்கிப்-போனான்.

சரியாக அதிகாலை 4:30மணிக்கு அந்த இரயில் தஞ்சை இரயில்நிலையத்தை அடைந்தது. அவர்கள் மூவரும் இரயில்நிலை-யத்திலிருந்து வெளியே வருகின்றனர். வானில் இன்னும் வெளிச்-சம் வராத காரணத்தால் ஊரானது இருட்டிய நிலையிலே இருந்தது.

ஆனால் அந்த விடியாத காலை பொழுதினிலே வயலுக்கு செல்லும் விவசாயக்குடி பெருமக்கள், கூட்டம் கூட்டமாக வயல்களை நோக்கி நடந்துகொண்டிருந்தனர். அப்போது அங்கிருந்த ஒரு வாலிபனை நிறுத்தி, ஆசாரியின் முகவரியை காட்டுகிறான் கர்ணன். அந்த வாலிபன் சற்று படித்தவனை போல தோன்றினான், அவன் அந்த காகிதத்தை கைகளில் வாங்கி 5வினாடிகள் பார்த்துவிட்டு அவர்களுக்கு வழியை கூறினான். அந்த முகவரியானது நமது தேசத்தின் மிக முக்கிய அடையாளமாக திகழும் தஞ்சை பெரியகோவிலை ஒட்டிய பகுதியில் தான் இருந்தது. அது இங்கிருந்து ஒன்றரை மைல் தூரம், இந்த விடியற்காலை நேரத்தில் ஆசாரியின் வீட்டிற்கு சென்றால் அவ்வளவு நன்றாக இருக்காது என நினைத்தனர். எனவே சிறிது நேரம் காத்திருந்துவிட்டு பொழுது புலர்ந்தவுடன் செல்லலாம் என முடிவெடுத்தனர். சரியாக இரண்டு மணி நேரக்காத்திருப்புக்கு பின் அவர்கள் மூவரும் அங்கிருந்து நடக்கத்துவங்கினர். சேவல்கள் கூவ, சூரியன் உதித்தது.... காலை நேர குளிர்காற்று அவர்களை சோழநாட்டுக்குள் வரவேற்றது. அவர்கள் மூவரும் தஞ்சைக்கு வருவது இதுவே முதல்தடவை, செழிப்பான அந்த தஞ்சை நகரை ரசித்தபடியே அவர்கள் ஆசாரியின் வீட்டினை நோக்கி நடைபயணத்தை தொடர்ந்தனர். அங்கு திரும்பிய திசைகளிலெல்லாம் பச்சைபசேல் என்ற வயல்வெளிகள் சூழ்ந்திருந்தன. அறுவடைக்காக காத்திருக்கும் நெற்கதிர்கள் நெல்மணிகளின் எடையால் தரையை தொடுமளவு சாய்ந்திருந்தன. இந்த காட்சிகளையெல்லாம் கண்ட கார்மேகத்திற்கு 'சோழநாடு சோறுடைத்து' என்ற வார்த்தை தான் நினைவுக்கு வந்தது. சில்லென்ற அதிகாலை பொழுதினில் இது போன்ற ரம்மியமான காட்சிகளை காண்பதே மனதிற்கு மிகுந்த அமைதியை கொடுக்கும். அவர்கள் இன்னும் சிறிது தூரம் நடந்த பின் அவர்கள் கண்களுக்கு வற்றாமல் பாயும் காவிரியாறு தென்பட்டது. அவர்கள் வடகரையிலிருந்து தென்கரைக்கு ஆற்றுபாலத்தின் வழியாக கடந்து சென்றனர். சோழதேசத்தை செழிப்பாக வைத்திருந்த இந்த காவிரி ஆற்றினில் மக்கள் பலர் குளித்துக்கொண்டிருந்தனர். அவர்கள் ஆற்றை கடந்து தென்கரையை அடைந்தனர், அங்கே அவர்களுக்கு முன்பாக பெரும்பெருமை கொண்ட இராஜராஜ சோழன் கட்டியெழுப்பிய பெரிய கோவில் இருந்தது. அக்கோவிலை நாற்புறமும் மாபெரும் கோட்டை சுவர் சூழ்ந்திருந்தது. நடுவிலிருந்த கோபுரம் அவர்கள் கண்களுக்கு நன்றாக புலப்பட்-

டது, அவர்கள் மெதுவாக நடந்து நுழைவுகோபுரத்தின் வாயிலை அடைந்தனர், அங்கிருந்து பார்க்கையில் மையத்தில் அமைந்திருந்த பெரிய கோபுரமும், அதன் எதிரில் இருந்த ஒற்றை கல்லால் செய்-யப்பட்ட பெரிய நந்தி சிலையும் தெரிந்தது. கார்மேகமும், சிதம்ப-ரமும் தங்களது கைகளை உயர்த்தி வணங்கினர். அவர்கள் இரு-வருக்கும் உள்ளே செல்லவேண்டும் என ஆசை, ஆனால் வந்த வேலையை முடிக்காமல் போவதற்கு மனமில்லை. இந்த ஒற்றை கோவிலே சோழர்களின் கட்டிடகலையை இவ்வுலகிற்கு பறைசாற்-றும், என்னதான் நம் நாட்டை சுரண்டி கொள்ளையடித்து சென்ற வெள்ளையர்கள் பல்வேறு கட்டிடங்களையும், பாலங்களையும் கட்டி-யிருந்தாலும் அதில் ஒன்று கூட இந்த கோவிலுக்கு ஈடாகாது என நினைக்கவைத்தது.

அவர்கள் அக்கோயிலை ஒட்டியிருந்த ஒரு சிறிய சந்துக்குள் நுழைகின்றனர், அது தான் அவர்கள் தேடிவந்த இடம். அந்த தெரு-வினுள் கதவு எண் 6/12 என்ற எழுதப்பட்ட வீட்டினை தேடு-கின்றனர், அந்த சந்தினுள் 6ஆம் வீடாய் அது அமைந்திருந்தது. மூவரும் தங்களை ஒருவருக்கொருவர் பார்த்துக்கொள்கின்றனர். அது ஒரு சிறிய ஓட்டு வீடு, அவ்வீட்டில் மரத்தால் செய்யப்பட்ட இரு கதவுகளில் ஒன்று மூடப்பட்டு மற்றொன்று திறந்திருந்தது. அவர்கள் மூவரும் மெதுவாக அவ்வீட்டை நெருங்குகின்றனர். கார்மேகம் சற்று முன்னேறி சென்று, "சுப்பையா... சுப்பையா" என அழைக்கிறான். இந்த சத்தம் கேட்டு அவ்வீட்டினுள் இருந்து 30வயது மதிக்கத்-தக்க ஒரு ஆண் வெளிவருகிறான். அவன் சட்டையெதுவும் அணி-யயவில்லை, இடுப்புக்கு கீழ் ஒரு துண்டினை அணிந்திருந்தான். இப்-போது தான் குளித்துவிட்டு வந்திருப்பான் என நினைக்க வைத்தது.

"யார் நீங்க... என்ன வேணும் உங்களுக்கு?"

மூவரிடமும் அவன் தனது கேள்வியை எழுப்பினான்.

"சுப்பையா இங்க இருக்காரா?... நாங்க அவர பாக்கணும்"

கார்மேகம் அவனது கேள்விக்கு பதிலளித்துக்கொண்டிருக்கும்-போதே வீட்டினுளிருந்து இன்னொருவன் வெளிவந்தான்.

"நான் தான் சுப்பையா... நீங்க யாரு? எதுக்கு என்ன தேடி வந்திருக்கீங்க?"

இந்த பதிலை கேட்ட மூவரின் முகத்திலும் மகிழ்ச்சி உண்டானது. அவர்கள் உடனடியாக தங்களது கேள்விகளை தொடங்கினர்.

"நாங்க மூனு பேரும் டிடக்டிவ்... காட்டம்பட்டி சம்பவம் பத்தி உங்ககிட்ட கொஞ்சம் பேசணும்..."

கர்ணன் தனது கேள்விகளை தொடங்கினான், அதனை கேட்ட சுப்பையாவும் அவனுடன் இருந்தவன் சற்று குழம்பிப்போய் நின்றனர்.

"உள்ள வாங்க"

சுப்பையா அவர்கள் மூவரையும் உள்ளே அழைக்கிறான், அவர்-கள் யார் எதற்கு வந்திருக்கிறார்கள், என்ன கேட்க போகிறார்கள் என்ற குழப்பம் அவனுக்குள் நிறைய இருந்தது. மூவரும் உள்ளே செல்கின்றனர், அது ஒரு சிறிய வீடு, இரண்டு அல்லது மூன்று பேர் மட்டுமே தங்குமளவிலான ஒரே அறையை கொண்ட வீடு.

"சுப்பையா, காட்டம்பட்டி போலீஸ் ஸ்டேசன்ல போய் 4வருசத்-துக்கு முன்னாடி அந்த ஊர் ஜமீன் வீட்டுல நடந்த கொள்ளை சம்-பவத்த பத்தி விசாரிச்சோம்...."

காட்டம்பட்டி என்ற பெயரை கேட்டதுமே சுப்பையாவின் முகத்தில் ஒரு பயமும் வேதனையும் தொற்றிக்கொண்டது.

"உங்களுக்கு என்ன நடந்தது... உங்ககிட்ட யாரு நகைகள குடுத்து அந்த சிலைய செய்ய சொன்னா?... இதெல்லாம் எங்க-ளுக்கு கொஞ்ச தெளிவா சொல்ல முடியுமா?"

கர்ணன் தனது ஒட்டுமொத்த கேள்விகளையும் அவனிடம் முன்-வைக்கிறான்.

"ஐயா.... எனக்கு சத்தியமா அந்த பொண்ணு யாரு எவருனு எதுவுமே தெரியாது.... திடீர்னு ஒரு நாள் ராத்திரி எங்க வீட்டுக்கு வந்து ஒரு மூடை நிறைய தங்க நகைகள குடுத்து ஒன்றரை அடி உயரத்துல ஒரு சிங்க சிலை செய்ய சொன்னாங்க"

"திடீர்னு யாருனே தெரியாத ஒருத்தங்க வந்து நகைய குடுத்து சிலை செய்ய சொன்னாங்க... உங்களுக்கு அவங்க மேல சந்தேகம் வரலயா?"

கர்ணன் சுப்பையாவிடம் கேள்வியெழுப்புகிறான்.

"இல்லைங்க ஐயா... சரியா அதுக்கு 2மாசத்துக்கு முன்னாடி நானும் என் பொண்டாட்டியும் அந்த ஊருக்கு புதுசா குடிபோயிருந்-தோம்... எல்லாருமே எனக்கு தெரியாதவங்க தான்... அதுவும் இது பெரிய வேலை, கூலியும் பெருசா கிடைக்கும்னு நினைச்சேன்... எனக்கு சந்தேகம் வரல..."

சுப்பையாவின் நிலமை கர்ணனுக்கு புரிந்துவிட்டது.

"சரி உங்ககிட்ட அந்த நகைய குடுக்க வரும்போது அந்த பொண்ணு மட்டும் தனியா வந்தாளா? இல்ல கூட வேற யாராவது வந்தாங்களா?"

"இல்ல ஐயா நகைய குடுக்கும்போதும், சிலைய வாங்கும்போதும் அந்த பொண்ணு மட்டும் தனியா தான் வந்தா"

"அந்த பொண்ணு பாக்குறது எப்படி இருந்தா? எதாவது தனித்-துவமான அடையாளம் எதுவும் நியாபகம் இருக்கா?"

கர்ணன் தனது அடுத்த கேள்வியை அவனிடம் எழுப்புகிறான்.

"இல்லங்க ஐயா... அந்த பொண்ணு பாக்க கொஞ்ச வெள்-ளையா இருந்தா... வேற எதுவும் எனக்கு நியாபகத்துல இல்ல"

"அந்த பொண்ணு வந்து உங்ககிட்ட நகைய குடுத்துட்டு, எத்தன நாள்க்கு அப்பறம் சிலைய வாங்க வந்தா?"

"8 நாளுக்கு அப்பறம் ஐயா... நான் 7 நாளுக்கு அப்பறம் வர சொன்னேன்... அந்த பொண்ணு 8வது நாள் வந்து சிலைய வாங்-கிட்டு போனா..."

"உங்ககிட்ட சிலைய வாங்கும்போது அந்த செயின குடுத்தாளா இல்ல நகைய குடுக்கும்போதே அந்த செயின குடுத்தாளா?"

"சிலைய வாங்கும்போது தான் ஐயா செயின குடுத்துட்டு போனா.... எனக்கு சத்தியமா அது ஜமீந்தார் வீட்டு செயினுனு தெரியாது ஐயா... ஒரு பெரிய வேலக்கு கிடைச்ச கூலியா தான் அத நான் பாத்தேன்... சந்தோசத்துல அத என் பொண்டாட்டி கழுத்துல போட்டு விட்டேன்... அது தான் வாழ்க்கையிலேயே பண்ண பெரிய தப்பு...."

இதனை கூறிவிட்டு சுப்பையா அழத்தொடங்கிவிட்டான். சுப்பை-யாவுடன் இருந்தவன் அவனை தோளில் தட்டி, "அழாத அண்ணே" எனக்கூறி சமாதானம் செய்ய முயற்சித்தான். ஆனால் சுப்பையாவின் கண்ணீர் நிற்கவில்லை. மனைவியை இழந்தவனின் வாழ்க்கை எவ்-வளவு கடினமாக இருக்கும் என்பதை அவனது அழுகை காட்டியது. காலை பொழுதிலே ஒருவனை அழவைத்துவிட்டோமே என கர்ணன் சற்று வருத்தப்பட்டான். சிறிது நேரத்தில் சுப்பையா தன் கண்களை துடைத்துவிட்டு, அவர்களிடம் ஒரு விசயத்தை கூறத்தொடங்கினான்.

"ஐயா நான் உங்ககிட்ட ஒன்னு சொல்றேன், ஆனா நீங்க அத நம்புவீங்களானு தெரியல..."

மூவரும், அவன் சொல்லபோகும் தகவலை கேட்பதற்கு மிகுந்த ஆவலோடு காத்திருந்தனர்.

"நான் செஞ்ச அந்த சிங்கசிலை இப்ப திருச்சியில ஒரு ஆஸ்பத்திரியில இருக்கு"

அந்த பதில் மூவரையும் மிகுந்த அதிர்ச்சிக்குள்ளாக்கியது.

"என்ன சொல்றீங்க சுப்பையா... எந்த ஆஸ்பத்திரியில இருக்கு?... அது நீங்க செஞ்ச சிலைனு எப்படி உங்களுக்கு தெரியும்"

கர்ணன் மிகுந்த அவசரத்தோடு இக்கேள்வியை சுப்பையாவிடம் எழுப்பினான்.

"ஐயா அந்த சிலைய செஞ்சது நான்... எனக்கு அது நல்லா தெரியும்.... அந்த சிலைய செய்யும்போது தங்கம் கம்மியா இருந்தால் வால் பகுதியில செம்ப அதிகமா கலந்துட்டேன். அத கொஞ்ச தெரியாம மறைக்கிறதுக்கு அந்த வாலுல 7வரிகள போட்டேன்"

சுப்பையாவின் விளக்கங்கள் அனைத்தும் சற்று புதிதாக இருந்தது, ஆனால் அவன் கூறுவதில் உண்மை இருப்பதை போலவே கர்ணன் உணர்ந்தான்.

"அந்த சிலை இப்ப எந்த ஆஸ்பத்திரில இருக்குதுனு சொல்ல முடியுமா...?"

"மாதுரிதேவி ஆஸ்பத்திரி, திருச்சியில..."

"நீங்க அத எப்ப பாத்தீங்க?"

"போன மாசம்"

"நீங்க அத பத்தி அங்க இருக்கவங்ககிட்ட எதுவும் விசாரிக்கலயா?"

"இல்லங்க ஐயா... என் வாழ்க்கையயே அந்த சிலை தான் நாசமாக்கிட்டு போச்சு... மறுபடியும் அந்த சிலைய பத்தி நான் விசாரிக்க நினைக்கல... அன்னைக்கு மட்டும் நான் அந்த சிலைய செஞ்சு குடுக்காம இருந்துருந்தா இந்நேரம் நான் என் பொண்டாட்டி பிள்ளைகளோட அதே ஊர்ல சந்தோசமா இருந்திருப்பேன்... கல்யாணம் ஆகி வெறும் 4மாசம் தான் ஆச்சு, ஆனா அதுக்குள்ள எல்லாமே முடிஞ்சு போயிடுச்சு ஐயா"

சுப்பையா மீண்டும் அழத்தொடங்கினான், அது அங்கிருந்தவர்களின் மனதை கலங்கவைத்தது. அந்த கொள்ளையனால் நேரடியாக வாழ்க்கையை தொலைத்தவர்களை போலவே மறைமுகவும்

சிலர் வாழ்க்கையை தொலைத்துள்ளனர், அதற்கு சுப்பையா தான் ஒரு உதாரணம். அவர்களுக்கு சுப்பையாவிடமிருந்து மிகமுக்கிய-மான தகவல் கிடைத்தபோதிலும், நாளை மகிழ்ச்சியாக தொடங்கும் நேரத்தில் இவனை இப்படி பழைய நினைவுகளை நினைவுகூற செய்து அழவைத்து விட்டோமே என்ற குற்ற உணர்வு அவர்க-ளுக்குள் குடிபெயர்ந்தது. அதே சமயத்தில் இது போன்ற பலரின் வாழ்வை முற்றிலும் சிதைத்துவிட்டு, அந்த கொள்ளையன் ஏதோ ஒரு இடத்தில் மிக மகிழ்ச்சியோடு வாழ்கிறான் என நினைக்கையில் அவர்களுக்குள் இருந்த கோபத்தை பற்றிய எரிய வைத்தது. இப்-போது அவர்கள் தேடிச்செல்ல வேண்டிய இடம் திருச்சிராப்பள்ளியில் உள்ள மாதுரிதேவி மருத்துவமனை, இது இந்த தேடலின் மிக முக்கியமான பகுதியாக இருக்கும் என கர்ணன் நினைக்கிறான். ஏனெனில் அவர்கள் இரயில்களின் அட்டவணையை ஒப்பிட்டதில் அனைத்து இரயில்களும் கடந்து சென்ற இடம் திருச்சிராப்பள்ளி தான். அவர்களுக்கு ஏற்கனேவே திருச்சிராப்பள்ளியின் மீது அதிக சந்தேகம் இருக்க, சுப்பையாவின் பதில்கள் அதனை மேலும் அதி-கப்படுத்தியது. அந்த மருத்துவமனையின் உரிமையாளருக்கு அல்லது அந்த மருத்துவமனையோடு தொடர்பு உள்ள எவருக்கோ நிச்சயம் அந்த கொள்ளையனோடு தொடர்பு இருக்க வேண்டும் என கர்ணன் நம்பிக்கை கொள்கிறான்.

"உங்களோட இந்த உதவிக்கு ரொம்ப நன்றி சுப்பையா…. நான் உங்கள என்னைக்குமே மறக்கமாட்டேன்…. உங்களுக்கு ஏற்பட்ட கஷ்டம் எனக்கு புரியுது…. உங்களுக்கு எவ்வளவு தான் நம்பிக்-கையா பேசி அறிவுரை சொன்னாலும் அந்த இழப்புல இருந்து கடந்து வரது அவ்வளவு சுலபம் இல்ல…. ஆனா போனவங்கள நினைச்சு இருக்குற வாழ்க்கைய தொலச்சுடாதீங்க சுப்பையா"

இதனை கூறிவிட்டு கர்ணன் அவனை லேசாக கட்டியணைத்-தான்.

"அந்த கொள்ளக்காரன கண்டிப்பா பிடிப்போம், நீங்க சொன்ன தகவல் தான் எங்களுக்கு ரொம்ப உதவியா இருக்க போகுது…..நாங்க புறப்படுறோம்"

மீண்டும் அவரிடம் கர்ணன் நன்றியை தெரிவித்தான், அவர்கள் அங்கிருந்து புறப்பட்டனர். சுப்பையா அவர்களை சிறிது புன்மு-றுவலோடு அனுப்பிவைத்தார், ஆனால் அவர் கண்கள் கலங்கி-தான் இருந்தது. அவர்களின் அடுத்த பயணம் திருச்சியை நோக்கி,

அவர்கள் தேடுதல் இப்போதுதான் சூடு பிடித்திருக்கிறது. அவர்கள் இரயில்நிலையத்தை அடைந்தனர், திருச்சிராப்பள்ளி அங்கிருந்து 37மைல்கள் தொலைவில் தான் இருந்தது. அவர்கள் மூவரும் தங்க-ளுக்குள் கலந்துரையாடல் செய்தனர். அவர்களுக்கு தாங்கள் என்ன செய்யப்போகிறோம் என்பது நன்றாக தெரிந்தது. திருச்சிராப்பள்ளி வழியாக செல்லும் பாசஞ்சர் இரயில் ஒன்று வர மூவரும் அதில் ஏறினர், திருச்சிராப்பள்ளி நோக்கி அவர்களது பயணம் துவங்கியது.

19

மருத்துவமனை-
விசாரணை

ஒன்றரை மணி நேரபயணத்திற்கு பின் அவர்கள் திருச்சிராப்பள்ளி இரயில்நிலையத்தில் இறங்கினர். நேரம் காலை 10மணியை கடந்திருந்தது, இரயில்நிலையமும் சற்று கூட்டமாக காணப்பட்டது. அவர்கள் மூவரும் நிலையத்திலிருந்து வெளியே வந்தனர். அப்போது கார்மேகம் ஒரு முதியவரை நிறுத்தினான்.

"ஐயா, மாதிரிதேவி ஆஸ்பத்திரி எங்க இருக்குது?"

இவர்கள் மூவரையும் சிறிது கவனித்துவிட்டு, ஒரு பேருந்து நிறுத்தை நோக்கி கைகளை காட்டுகிறார்.

"அங்கிருக்கும் பேருந்து நிறுத்தத்திற்கு சென்று, திருவரங்கம் செல்லும் பேருந்தில் ஏறுங்கள், திருவரங்கம் தொடருந்துநிலையத்தை ஒட்டிய பகுதியில் தான் நீங்கள் கேட்கும் மருத்துவமனை அமைந்துள்ளது."

அவரது பதிலானது அவர்கள் மூவரையும் சிறிது குழப்பத்திலும், ஆச்சர்யத்திலும் ஈடுபடுத்தியது. அவர் மிகவும் தூய தமிழில் பேசினார், அவரின் உச்சரிப்புகள் ரசிக்கும்படியாக இருந்தது. அவர் ஒரு தமிழாசிரியரா இல்லை தமிழ்புலவரா என யோசிக்கவைத்தது. அவர்கள் மூவரும், அந்த தமிழ் மேதைக்கு நன்றியை கூறிவிட்டு அவர் சொன்ன பேருந்துநிறுத்தத்திற்கு சென்றனர். அந்த பேருந்து-நிறுத்தமானது மிகுந்த கூட்டநெரிசலில் காணப்பட்டது, அவர்களின் பயணக்களைப்பு இதனை கண்டு சிறிது கலக்கமடைந்தது. உடனடியாக கர்ணன் ஒரு டாக்சியை நிறுத்தினான், ஓட்டுநருக்கு அருகில் கர்ணன் அமர்ந்து கொள்ள சிதம்பரம் மற்றும் கார்மேகம் இருவரும் பின்னிருக்கையில் அமர்ந்தனர். சில நிமிடங்கள் அமைதியாக

இருந்த கர்ணன் மெதுவாக தனது பேச்சினை ஓட்டுனரிடம் தொடங்கினான்.

"இன்னும் எவ்வளவு நேரம் அண்ணே ஆகும்?"

ஓட்டுனர் பார்ப்பதற்கு 35-40 வயதினை கொண்டவர் போல தோன்றினார், அவரது நெற்றியிலிருந்த சந்தனமும், குங்குமும் அவரது பக்தியை காட்டியது.

"ஒரு இருபது நிமிசம் தான்... போயிடலாம் சார்"

"சரிங்க அண்ணே?"

"ஆஸ்பத்திரிக்கு அவசரமா எதுவும் போகணுமா சார்?"

"அட அதெல்லாம் இல்லனே... நீங்க பொறுமையா போங்க... டாக்டர் இப்ப வந்திருப்பாரா?"

"ஐயோ டாக்டர் காலைல 10மணிக்கெல்லாம் வந்திருவாரு சார்.... இப்ப நீங்களே போய் சாயங்காலம் வர காத்திருந்து தான் அவர பாக்க முடியும்...."

ஓட்டுனரின் இந்த பதில் அவர்கள் மூவரையும் ஆச்சரியப்படவைத்தது.

"சாயாங்காலம் வர காத்துருக்கணுமா? எதுக்குனே.... அவ்வளவு கூட்டம் இருக்குமா என்ன?"

"அட என்னங்க சார் நீங்க இப்படி கேக்குறீங்க? நீங்களாம் பாக்க வெளியூர் காரங்க மாதிரி இருக்கீங்க....அதுனால தான் உங்களுக்கு அந்த ஆஸ்பத்திரிய பத்தி தெரியல போல...."

அவனது பதில்கள் இன்னும் அவர்களை குழப்பியது.

"அப்படி அந்த ஆஸ்பத்திரியில என்னங்க சிறப்பா இருக்கும்"

"இப்ப நீங்க யார காட்டுறதுக்கு சார் ஆஸ்பத்திரி போறீங்க?"

சட்டென கார்மேகம் சிதம்பரத்தை காட்டுகிறான்.

"இவனுக்கு ரெண்டு நாளா ராத்திரி ஆனாலே காய்ச்சல் வந்திருது.... நாங்க மூனு பேருமே வெளியூர் எங்க முதலாளி தான் அந்த ஆஸ்பத்திரியில போய் காட்ட சொன்னாரு...."

கார்மேகம் தனது பதில்களை கூற, கர்ணன் மற்றும் சிதம்பரம் இருவரும் அமைதியாக அவனை பார்க்கின்றனர்.

"சார் இந்த சுத்துவட்டாரத்துல இருக்க ஒரே நல்ல ஆஸ்பத்திரினா இந்த ஆஸ்பத்திரி தான், காசே வாங்காம இலவசமா நல்லபடியா வைத்தியம் பாத்தா யாரு தான் போகமாட்டாங்க... இந்த ஊர் மட்டும் இல்ல வெளியூர்ல இருந்து கூட கொல்ல பேர் இந்த ஆஸ்

பத்திரிக்கு தான் வருவாங்க.."

அவனது ஒவ்வொரு பதிலும் அவர்களுக்குள் இருந்த கேள்வி-களை இன்னும் அதிகமாக்கியது.

"எப்படிணே அவ்வளவு பேருக்கு இலவசமா வைத்தியம் பாக்கு-றாரு... அவரு என்ன அவ்வளவு பெரிய பணக்காரரா?"

"அவரு எல்லாருக்கும் இலவசமா பாக்கமாட்டாரு, ஏழை எளி-யோருக்கு மட்டும் தான் இலவசமா பாப்பாரு.... ஒரு காலத்துல அவங்களாம் ஒரு ஜமீந்தார் குடும்பம், இடையில ஏதோ பிரச்சனை வந்து அவங்க பாதி நிலத்தையெல்லாம் மத்த ஜமீந்தார்களும், வெள்-ளைக்கார அரசும் புடுங்கிட்டாங்க... அதுக்கப்பறம் இருந்த நிலத்-துல பாதிய வித்து அவங்க அப்பா இவர வெளிநாட்டுக்கு அனுப்பி மருத்துவம் படிக்க வச்சுட்டாரு... அவரு திரும்பி வந்து இருந்த நிலத்துல ஒரு பெரிய ஆஸ்பத்திரிய கட்டிட்டாரு, இந்த ஆஸ்பத்-திரிய கட்டி ஒரு அஞ்சு...ஆறு வருசம் இருக்கும்... தங்கமான மனிசன் அவ்வளவு நல்லது பண்ணியிருக்காரு"

அவன் தனது மொத்த பதில்களையும் கூறிமுடித்தான். இந்த பதில் அவர்கள் மூவரையும் மிகுந்த அதிர்ச்சியில் ஆழ்த்தியது. இவன் ஒரு காலத்தில் ஜமீன்களால் ஏதோ ஒரு விதத்தில் பாதிக்-கப்பட்டிருக்கிறான் என்பது அவர்களுக்கு தெளிவாக விளங்கியது, ஆனால் அது என்ன பிரச்சனை உண்மையில் என்ன நடந்தது என்-பது சரியாக தெரியவில்லை. ஒருவேளை இவன் தான் நாம் தேடும் கொள்ளையனோ என்ற சந்தேகம் அவர்கள் மூவருக்குள்ளும் எழுந்-தது, அவர்கள் அதற்கு பின் எதுவும் பேசிக்கொள்ளாமல் அமைதி-யாக வந்தனர், அவர்கள் சென்ற கார் காவிரின் ஆற்றின் குறுக்கில் அமைந்த பாலத்தை கடந்து சென்றது. அங்கிருந்து சிறிது தூரத்தை கடந்ததும், ஒரு பெரிய கட்டிடத்திற்கு முன்பாக கார் நின்றது.

"இதா சார் ஆஸ்பத்திரி... நல்ல கைராசியானவர்... போங்க காய்ச்சல் எல்லாம் உடனே குணமாகிடும்."

அவர்கள் மூவரும் காரில் இருந்து இறங்கிவிட்டு அந்த பெரிய கட்டிடத்தை கவனிக்கின்றனர். அது உண்மையிலேயே ஒரு பெரிய மருத்துவமனை தான். அந்த கார் ஓட்டுனருக்கு அவன் கேட்டதை விட 50பைசா அதிகமாக கொடுத்தான் கரணன், அவன் அதனை மிகுந்த மகிழ்ச்சியோடு பெற்றுக்கொண்டு அங்கிருந்து கிளம்பினான். 'மாதுரிதேவி மருத்துவமனை' என்று எழுதப்பட்ட பெயர்பலகை அவர்களை வரவேற்றது. அவர்கள் மூவரும் நாம் கொள்ளையனை

நெருங்கிவிட்டோம் என்ற நினைப்போடு அந்த மருத்துவமனைக்குள் நுழைந்தனர், உள்ளே நுழைந்ததும் அவர்கள் கண்களுக்கு புலப்-பட்டது அந்த கூடத்திற்கு நடுவில் வைக்கப்பட்டிருந்த ஒரு சிங்க சிலை தான். அதனை கண்டதும் அவர்கள் மூவரும் ஒருவரை ஒருவர் பார்க்கின்றனர். மெதுவாக முன்னேறி ஜொலிக்கும் அந்த சிங்க சிலையை உற்றுநோக்குகின்றனர். அப்போது அந்த சிங்கத்தின் வாலில் இருந்த 7வரிகளையும், அது சற்று நிறம் மாறிப்போய் பச்-சையாய் தெரிந்ததையும் கண்டனர்.

"அந்த ஆசாரி சொன்னது உண்மை... இது அவன் செஞ்ச சிலை தான்"

கர்ணன் தனது பதிலை கூறுகிறான்.

"ஆமா கர்ணன் அவன் சொன்ன மாதிரியே வாலுல அதிகமாவே செம்பு கலந்திருக்கான்... அதுனால தான் இந்த இடம் மட்டும் கொஞ்ச பச்சகலர்ல இருக்கு"

கார்மேகம் தனது விளக்கத்தை கொடுக்கிறான்.

"நாம சந்தேக்கப்பட்ட எல்லாமே இந்த ஹாஸ்பிட்டலோட டாக்-டர்க்கு ஒத்து போது.... ஜமீனால பாதிக்கப்பட்டவன்... திருச்சிராப்-பள்ளி.... அந்த ஆசாரி சொன்ன சிலை"

அவர்கள் மூவரும் கர்ணனின் பதிலை மிகுந்த கவனத்தோடு கேட்கின்றனர்.

"இப்ப இவன் தான் அந்த கொலைகாரன்னு எப்படி நம்ம உறு-தியா சொல்ல போறோம்?"

சிதம்பரம் தனது கேள்வியை கர்ணனிடம் எழுப்புகிறான்.

"அவனோட தழும்பு"

அவர்கள் இருவரும் மருத்துவமனைக்கு உள் நுழைந்து காத்-திருக்கும் இடத்தில் அமர்ந்தனர். அந்த ஓட்டுனர் சொன்னது போலவே மருத்துவமனை கூட்டமாக காணப்பட்டது. கிட்டத்தட்ட 30க்கும் மேற்பட்டோர் அங்கு அமர்ந்திருந்தனர், அழுதுகொண்-டிருக்கும் குழந்தைகள், அவர்களை தூக்கி வைத்திருக்கும் தாய்-மார்கள், வயதான முதியோர்கள், இளைஞர்கள் என பலதரப்பட்ட வயதினர் அங்கு கூடி இருந்தனர். இவர்களையெல்லாம் கவனித்து-விட்டு முகப்பில் இருந்த வரவேற்பு அறையை கவனிக்கிறான் கர்-ணன். அங்கே தனியாக அமர்ந்திருந்த தமயந்தி, ஒரு காகிதத்தில் எதையோ எழுதிக்கொண்டிருந்தாள். அவள் குனிந்திருந்தால் அவளது முகம் சரியாக தெரியவில்லை, கர்ணன் சற்று எழுந்து

கூட பார்க்கிறான்... ஆனாலும் கூட அவளது முகம் இவன் கண்-களுக்கு தெரியவில்லை. அவனுக்கு ஏனோ ஒரு இனம்புரியாத ஆசை, அவள் முகத்தினை பார்த்திட வேண்டுமென. ஒரு நிமிடத்-தில் எப்படியும் ஒரு 20முறை அவள் இருக்கும் இடத்தை திரும்பி, திரும்பி பார்த்திருப்பான். கிட்டத்தட்ட 3நிமிடங்கள் அவள் நிமிரவே-யில்லை, ஒரு கட்டத்தில் அவன் வெறுத்து போய்விட்டான். சில வினாடிகளுக்கு பின் சட்டென அவள் இருக்கும் இடத்தை பார்க்-கிறான், அங்கே அவனுக்கு ஆச்சர்யம். இப்போது அவள் இவனை பார்த்துக்கொண்டிருக்கிறாள், இருவரது இமைகளும் ஒன்றை ஒன்று சந்தித்தது. அதுவரை சலசலப்போடு கூச்சலாக இருந்த அந்த மருத்-துவமனை அவள் பார்த்த ஒரு நொடியில் அமைதியானது. அவளின் பார்வை அதிகம் நீடிக்கவில்லை, சில வினாடிகளிலே அவள் திரும்-பிவிட்டாள். ஆனால் கர்ணன் அவளை பார்ப்பதை நிறுத்தவில்லை, அவளை ரசித்துக்கொண்டிருந்தான். அவள் உடுத்தியிருந்த நீலநிற சேலையில், அவள் நீலவானுக்கே இளவரசி போல காட்சியளித்-தாள். அவள் கண்களில் பூசியிருந்த கருமை, காதில் அணிந்திருந்த தோடு, காற்றில் பறந்து கொண்டிருக்கும் அவளது கூந்தல்.... இவை-யெல்லாம் அவளை உண்மையிலேயே ஒரு தேவதையை போல் காட்டியது. அவளிடமிருந்து அவனது கண்களை கர்ணனால் எடுக்-கவே முடியவில்லை. வெகுநேரம் தன்னை யாரோ பார்க்கிறார்-கள் என்பது போல உணர்ந்த தமயந்தி மீண்டும் நிமிர்ந்து பார்க்-கிறாள்.... அவளை கர்ணன் ரசித்துக்கொண்டிருந்தான். முதலில் அவள் அதனை பெரிதுபடுத்தவில்லை, ஆனால் கர்ணனின் பார்-வையோ முடியவில்லை. அவள் மீண்டும் கர்ணனை பார்க்கிறாள், கர்ணனின் உருவமும் அவளை சிறிது கவர்ந்தது. அவன் உடுத்தி-யிருந்த நேர்த்தியான உடை, மாநிறம், படித்தவனை போன்ற ஒரு தோற்றம்.... இவை அனைத்தையும் அவள் ரசித்தாள். இதற்கு முன்பாக அவள் இதுபோன்ற ஒரு உணர்வுகளை உணர்ந்ததில்லை, இதுவே அவளுக்கு முதல் முறை. அவளை இது போல பல ஆண்-கள் பார்த்து ரசித்திருக்கின்றனர், ஆனால் அவர்கள் பார்வையில் இல்லாத ஒரு தனித்துவம் கர்ணனின் பார்வையில் அவள் கண்டாள். அவளது முகம் வெட்கத்தில் சிவந்தது, அவள் தலைகுனிந்து ஒரக்-கண்ணால் கர்ணனை பார்க்கிறாள்... கர்ணனும் அவளையே பார்க்-கிறான். அவனது பார்வையில் ஒரு காந்த விசையை அவள் உணர்-கிறாள், கர்ணனும் கூட அவளது பார்வையிலும் இதையே தான்

உணர்ந்தான். இவ்வளவு எளிதில் தன்னை யாரும் மயக்கியதில்லை, இவனிடம் அப்படி என்ன புதிதாக கண்டுவிட்டோம் என்ற குழப்பம் அவளுக்குள் குடிபெயர்ந்தது. கர்ணன் தனது இருப்பிடத்திலிருந்து எழுந்து, மெதுவாக தமயந்தியின் இடத்தை நோக்கி வருகிறான். தமயந்தியின் இதயம் படபடக்கத்தொடங்கியது, அவளுக்குள் பயம் அதிகாமாக குடிகொண்டது. கர்ணன் அவளது அறைக்கு முன்பாக வந்து நிற்கிறான், தமயந்தி அவளை மிக அருகில் காண்கிறாள். அவளது கருவிழிகள் விரிந்தன, அவளுக்கு பேச்சே வரவில்லை.

"நான் டாக்டர பாக்கணும்...."

கர்ணன் அவளிடம் தனது முதல் பேச்சினை தொடங்கினான்.

"வெய்ட் பண்ணுங்க... நிறைய பேர் இருக்காங்கல...."

அவள் வெட்கத்தில் தலைகுனிந்து, மிகவும் தயங்கிய குரலில் அவனுக்கு பதிலளிக்கிறாள்.

"நான் பேசன்ட் இல்ல... நான் ஒரு டிடக்டிவ்... ஒரு முக்கிய— மான கேஸ் விசயமா உங்க டாக்டர நான் பாக்கணும்"

"ஓ அப்படியா...."

"ஆமா... ஆனா இன்னும் கொஞ்ச நேரம் இங்க இருந்தா நானும் பேசன்ட் ஆகிருவேனு தோனுது...."

அவன் இதனை கூறிவிட்டு சற்று சிறிது புன்னைகையோடு தமயந்தியை காண்கிறான். அவள் தலைகுனிந்து வெட்கத்தில் லேசாக சிரித்தாள்.

"நீங்க அங்க வெய்ட் பண்ணுங்க நான் போய் சார்ட்ட கேட்டுடு வரேன்...."

அவள் அங்கிருந்து கிளம்பி மருத்துவரின் அறைக்கு சென்றாள், அவள் கண்களில் உண்மையிலேே காதல் மலர்வதை கர்ணனால் காண முடிந்தது. அவனுக்கே ஆச்சர்யம் இப்படி ஒரு அழகான தேவதையை எப்படி எளிதில் மயக்கினோம் என்று. உள்ளே நுழைந்— தவள், ஒரு நிமிடத்திற்குள் வெளியே வந்தாள்.

"சார் உங்கள உள்ள வர சொன்னாரு"

அவளது குரல் மிகவும் இனிமையாக இருந்தது. அவளுக்கு லேசாக புன்னகை செய்துவிட்டு மருத்துவரின் அறைய நோக்கி நடந்தான். காத்திருப்போர் இடத்தில் அமர்ந்திருந்த கார்மேகமும், சிதம்பரமும் கர்ணனை பார்க்கின்றனர். கர்ணனும் அவர்களை பார்த்துவிட்டு அந்த அறையினுள் நுழையப்போகும் போது சட்டென அவனுக்குள் ஒரு உணர்வு தோன்றுகிறது. உடனே அவன் வேகமாக

கார்மேகம் மற்றும் சிதம்பரத்திற்கு அருகில் செல்கிறான். அங்கே அவன் கொண்டுவந்த பெட்டி இருந்தது, யாரேனும் தன்னை பார்க்-கிறார்களா என பார்த்துவிட்டு பெட்டியில் இருந்த ஒரு துப்பாக்கியை எடுத்து தனது பேண்ட் பையினுள் வைத்துக்கொள்கிறான். இதனை கார்மேகம் மற்றும் சிதம்பரம் இருவரும் கவனிக்கின்றனர். அவர்க-ளிடம் லேசாக தலையை அசைத்து சைகை செய்துவிட்டு, அந்த அறையை நோக்கி நடக்கிறான். இந்த தேடலில் அவன் சந்திக்க போகும் மிகமுக்கியமான மனிதன் இவன் தான். மெதுவாக அந்த அறையின் கதவினை திறந்து அவன் உள்ளே நுழைகிறான், அங்கு மேசைக்கு பின் போடப்பட்ட நாற்காலியில் ஒருவன் அமர்ந்திருந்-தான். அவனுக்கு நிச்சயம் 40வயதை கடந்திருக்கும் என நினைத்-தான். அந்த அறைக்குள் நுழைந்து, அவனை நேரெதிரில் கண்ட முதல் நொடியே கர்ணனின் கண்களுக்கு தெரிந்தது அவனது தழும்பு தான். உண்மையிலேயே அந்த காவலர் தனது வாழ்வில் மிகசிறந்த ஒரு பணியை செய்திருக்கிறார் என கர்ணன் உணர்கிறான். அவர் சொன்னது போலவே அனது வலது கண்ணிற்கு மேல் ஒரு நீள தழும்பு இருந்தது. இவன் தான் கொள்ளையன் என கர்ணன் முடிவு செய்துவிட்டான். அவன் கர்ணனை அமர செய்தான். அவனது மேசை முழுதும் பல்வேறு கோப்புகளும், காகிதங்களும் கிடந்தன. அதே மேசையில் ஒரு சிறிய பலகை ஒன்றிருக்க கர்ணன் அதனை கவனிக்கிறான். அதில் என்ன எழுதியிருக்கிறது என வாசிக்கும் முன்னரே அவன் தனது பேச்சினை தொடங்குகிறான்.

"Dr. Nilavan. MBBS., MS"

அவன் அந்த பலகையில் எழுதியிருப்பதை கர்ணனிடம் கூறி தன்னை அறிமுகம் செய்கிறான்.

"சொல்லுங்க டிடக்டிவ்... என்ன விசயமா என்ட்ட விசாரனை செய்ய வந்திருக்கீங்க?"

"சார் நான் டிடக்டிவ் கர்ணன், சமீபத்துல நடந்திட்டு இருக்க ஜமீன் வீட்டு கொள்ளைய பத்தி விசாரிச்சுட்டு இருக்கேன்"

இதனை கூறிவிட்டு நிலவனின் முக பாவனைகளை கர்ணன் துல்லியமாக கவனிக்கிறான், ஆனால் நிலவனின் முகத்தில் எந்த-வொரு அசைவும் இல்லை.

"Mr. கர்ணன்... அந்த சம்பவம் பத்தி என்கிட்ட என்ன விசா-ரனை பண்ணணும்?"

"அது ஒன்னும் இல்ல சார்... இரண்டாவது சம்பவம் நடந்த காட்டம்பட்டியில் யாரோ ஒரு ஆள் அந்த ஊர்ல ஒரு ஆசாரிகிட்ட நிறைய நகைகள குடுத்து ஒரு சிங்க சிலை செய்ய சொல்லியிருக்காங்க... செஞ்சதுக்கு கூலியா அந்த ஊர் ஜமீன் வீட்டுல கொள்ளையையடிச்ச ஒரு செயின் குடுத்துருக்காங்க... அந்த ஆசாரிய விசாரிச்சு பாத்ததுல அவன் செஞ்ச மாதிரியான ஒரு சிங்க சிலை உங்க ஹாஸ்பிட்டல இருக்குனு தெரியவந்துச்சு..."

"ம்ம்... நீங்க எத பத்தி கேட்டு வந்திருக்கீங்கனு எனக்கு புரிஞ்சுடுச்சு... அந்த சிங்க சிலைய எங்க அப்பாவோட நெருங்கிய நண்பர் ஒருத்தர் தான் எனக்கு பரிசா குடுத்தாரு"

நிலவனின் இந்த பதில் கர்ணனுக்கு சற்று குழப்பத்தை அளித்தது. ஒருவேளை நம்மை திசைதிருப்பும் நோக்கில் இப்படி கூறுகிறான் என அவன் நினைத்தான்.

"அவர் உங்களுக்கு எப்ப குடுத்தாரு... அவரு இப்ப எங்க இருக்காரு?"

"அவரு இப்ப உயிரோட இல்ல, இறந்து நாலு வருசம் ஆச்சு....அவரு இறக்குறதுக்கு ஒரு மாசம் முன்னாடி தான் இந்த சிலைய எனக்கு குடுத்தாரு"

கர்ணன் அவன் முகத்தை பார்த்தவாறு சிறிது நேரம் அமைதியாக இருந்தான்.

"வேற எதாவது கேள்வி இருக்கா Mr. கர்ணன்?"

"இல்ல Dr. நிலவன்"

கர்ணன் சிறிது அமைதியான குரலில் பதிலளிக்கிறான், நிச்சயம் இவன் பொய் சொல்கிறான் என அவன் உள் மனது அவனிடம் உரைத்தது.

"Thank you Dr. நிலவன்... sorry உங்கள duty நேரத்துல தொந்தரவு செஞ்சுட்டேனு நினைக்கிறேன்...."

"அட இதுல என்ன இருக்கு Mr. கர்ணன்... நீங்களும் மக்கள் நலனுக்காக வேல பாக்குறீங்க, நானும் மக்கள் நலனுக்காக தான் வேல பாக்குறேன்... கூடிய சீக்கிரத்துல நீங்க அந்த கொள்ளைகாரன பிடிச்ச மாதிரி உங்க போட்டோவ நான் செய்தித்தாள்ல பாப்பேனு நினைக்கிறான்."

இதனை கூறிவிட்டு அவன் சிரிக்கிறான், ஆனால் கர்ணன் சிரிக்கவில்லை. அவனது முகத்தில் ஒரு சிறிய மாற்றம் கூட இல்லை.

"கண்டிப்பா பிடிப்போம் டாக்டர்... செய்தித்தாள் என்ன நீங்க நேரடியாவே பாப்பீங்க... நான் கிளம்புறேன்."

கர்ணன் அந்த அறையிலிருந்து கிளம்பினான், இப்போது நிலவனின் முகத்திலும் சிரிப்பு இல்லை. அறையின் கதவை திறந்து வெளியேறுவதற்கு முன் சட்டென நின்று நிலவனை திரும்பி பார்க்கிறான், நிலவனும் கர்ணனை தான் பார்த்துக் கொண்டிருக்கிறான். கர்ணனின் கண்களில் வெற்றியை நெருங்கிய கர்வம் இருக்க, நிலவனின் கண்களில் கோபம் கொதித்தது. கர்ணன் அந்த அறையினுள் இருந்து வெளியே வருகிறான், அவனுக்கு அங்கே அடுத்த அதிர்ச்சி காத்திருந்தது. அவனுக்கு நேரெதிரில் ஒரு பெண் வருகிறாள். இருவரும் ஒருவரை ஒருவர் எதிரில் பார்க்கின்றனர். அவன் எதிரில் இருப்பது மாதுரிதேவி, அவள் கர்ணனை இங்கு எதிர்பார்க்கவேயில்லை. அவள் முகம் பயத்தில் வியர்த்திருந்தது. கர்ணன் அவளை அடையாளம் கண்டுகொண்டான்.

"உங்கள நான் எங்கயோ பாத்திருக்கேன்... நீங்க என்ன இதுக்கு முன்னாடி மெட்ராஸ்ல எங்கயாவது பாத்திருக்கீங்கலா?"

அவன் வேண்டுமென்றே தெரியாதவனை போல நடித்தான்.

"இல்லை... நான் இதுவர மெட்ராஸுக்கு போனது கூட இல்ல... எனக்கு உங்கள யாருனே தெரியாது..."

அவளது குரல் நடுநடுங்கியது, இந்த பதிலை கூறிவிட்டு அவள் வெடுக்கென நிலவனின் அறைக்குள் நுழைந்துவிட்டாள். கர்ணனுக்கு இப்போது அத்தனையும் விளங்கிவிட்டது, மெட்ராசில் தன்னிடம் குமாரி என்று பொய் சொல்லிவிட்டு தன்னை பற்றிய அத்தனை தகவல்களையும் ஆல்பர்ட்டிடம் பெற்றவள் இவளே, தான் சந்தேகித்ததை போல இவள் ஒரு உளவாளி தான் என்பது அவனுக்கு விளங்கியது. நிலவனுக்கு இவள் யாராக இருக்க வேண்டுமென்ற குழப்பம் அவனுக்குள் இருந்தது. அறையிலிருந்து வெளிவந்த கர்ணனை கார்மேகமும், சிதம்பரமும் கவனித்தனர், கர்ணனின் முகத்தில் ஒரு மாற்றம் அவர்களுக்கு நன்றாக தெரிந்தது.

"என்னாச்சு கர்ணன்...?"

கார்மேகம் கேள்வியெழுப்புகிறான்.

"நாம அவன பிடிச்சுட்டோம்...."

மூன்றே வார்த்தையில் கர்ணன் தனது பதிலை முடித்தான். அவர்கள் இருவர் முகத்திலும் மகிழ்ச்சி பரவியது.

"ஆனா இவன் தான் இத்தன கொலை, கொள்ளை செஞ்சானு நிருபிக்கிறதுக்கு நம்மகிட்ட சரியான ஆதாரம் இல்ல...."

"இப்ப நம்ம என்ன செய்ய போறோம் கர்ணன்?"

சிதம்பரம் தனது கேள்வியை கர்ணனிடம் வைக்கிறான்.

"இத்தன நாளா நாம இவன தேடுனோம், இனிமே இவனுக்கு எதிரா ஆதாரத்த தேடப்போறோம்"

அவர்கள் இருவரும் அங்கிருந்து கிளம்பினர், கார்மேகத்தையும் சிதம்பரத்தையும் மருத்துவமனைக்கு வெளியில் அனுப்பிவிட்டு கர்‌ணன் மீண்டும் தமயந்தியை காணச்சென்றான். தமயந்தியின் கண்க‌ளும் அவனது வருகைக்காகவே காத்திருந்தது. அவனை கண்டவு‌டன் மீண்டும் அவளது முகம் வெட்கத்தில் சிவந்தது.

"உனக்கு எத்தன மணிக்கு டுயூட்டி முடியும்?"

கர்ணன் தனது கேள்விகளை தமயந்தியிடம் எழுப்பினான். அவள் கர்ணனை சற்று குழப்பத்தோடு பார்க்கிறாள்.

"எதுக்கு கேக்குறீங்க?"

அவள் கர்ணனிடம் மறுகேள்வியெழுப்புகிறாள்.

"தெரிஞ்சுக்கலாமேனு தான் கேட்டேன்..."

"ஓ அப்படியா..."

"ஆமா... எப்ப முடியும்னு சொல்ல மாட்டியா?"

தமயந்தி லேசாக சிரித்துவிட்டாள்.

"சாயங்காலம் ஆறு மணிக்கு முடியும்"

அவள் தயங்கியவாறு கூறினாள்.

"அப்ப சரி, நான் சரியா 6மணிக்கு பின்னாடி இருக்குற ஸ்ரீரங்கம் இரயில்வேஸ்டேசன் கிட்ட நிப்பேன் நீ அங்க வந்துரு"

கர்ணன் தனது பதிலை கூறுகிறான்.

"நான் ஏன் வரணும்?"

தமயந்தி முகத்தை இறுக்கமாக வைத்துக்கொண்டு இந்த கேள்‌வியை கர்ணனிடம் கேட்கிறாள்.

"நான் நிப்பேன் உனக்கு பிடிச்சா வா... இல்லைனா வராத... பாப்போம்"

இதனை கூறிவிட்டு கர்ணன் அங்கிருந்து கிளம்பினான், தமயந்‌திக்கு அங்கு என்ன நடக்கிறது என்றே விளங்கவில்லை. யார் இவன், எங்கிருந்து வந்தான், எதற்காக நாம் இவனை காணும்போ‌தெல்லாம் புதிதான உணர்வை பெறுகிறோம், இவன் நம்மை என்ன

செய்தான்... என்ற பல கேள்விகள் அவளுக்குள் ஓடிக்கொண்டி-ருந்தன.

நிலவனின் அறைக்குள் வெடுக்கென நுழைந்த மாதுரி தன் அண்-ணன் நிலவனை காண்கிறாள்.

"அண்ணா அவன் நாம நினைச்ச மாதிரி இல்ல... அவன் நம்-மலயே தேடி வந்துட்டான் பாத்தீங்கள...."

மாதுரியின் குரலில் பதற்றம் வெகுவாக தொற்றியிருந்தது. நிலவன் முகத்திலும் கூட லேசாக பதற்றம் இருந்தது.

"அண்ணா இவ்வளவு தூரம் வந்தட்டான், இனிமே நம்ம இங்க இருக்குறது அவ்வளவு நல்லது இல்ல...."

"மாதுரி அவன் இப்போதைக்கு நம்மல பிடிக்கமாட்டான்... அவனுக்கு நம்ம தான் குற்றவாளினு தெரியாது... அப்படியே தெரிஞ்சாலும் அவன்கிட்ட நான் தான் அந்த கொலை எல்லாம் பண்ணேனு சொல்றதுக்கு சாட்சி எதுவும் இருக்காது"

"அண்ணா எனக்கு பயமா இருக்குதுணா... நாம எல்லாத்தையும் இதோட விட்டுடலாம்.... இந்த நேரத்துல நாம மணியாச்சிக்கு போகணுமா?"

"மாதுரி, நான் அவனுக்கு பயந்து ஒழியிற ஆள் இல்ல... எனக்கு எதிர்ல வந்து நின்னா அவன் கதி என்னாகும்னு உனக்கு தெரியும்...."

மாதுரியின் கண்கள் கலங்கியிருந்தன, ஆனால் நிலவன் அவளது பேச்சை கேட்பதாய் இல்லை.

20

கர்ணன்-தமயந்தி

மாலைவேளை நெருங்க, சூரியன் மெல்ல மெல்ல மறையத்துவங்கி-
யது. பறவைகள் கூட்டம் கூட்டமாக தங்கள் இருப்பிடத்தை நோக்கி
பறந்து சென்றன. காவிரி ஆற்றுக்கும், கொல்லிடம் ஆற்றுக்கும் நடு-
வில் அமைந்த தீவு போன்ற பகுதி தான் இந்த ஸ்ரீரங்கம். இங்கு
அமைந்திருக்கும் இரங்கநாத சுவாமி திருக்கோவில் மிகவும் புகழ்-
பெற்றது, இந்த கோவிலை காணவரும் பக்தர்களாலே இந்த இடம்
எப்போதும் பரபரப்பாக காணப்பட்டது.

கர்ணனிடம் அவனை சந்திப்பதற்கு பெரிதாக ஆர்வமில்லாததை
போல காட்டிய தமயந்தி, தனது அறையில் அமர்ந்து பணியில்
கவனமில்லாமல் கடிகாரத்தையே பார்த்துக்கொண்டிருந்தாள்.
அவளுக்குள் பல்வேறு குழப்பங்களும், தடுமாற்றங்களும் இருந்தபோ-
திலும் அவளது உள்மனது அவளை கர்ணனை சந்திக்க தூண்டி-
யது. சரியாக 6மணியை அடைந்தது, அவள் முகம் கழுவி, கண்-
ணுக்கு லேசாக மையிடுகிறாள். கலைந்து போயிருந்த தனது முடியை
சரி செய்கிறாள். காலையில் வைத்துவந்த பொட்டினை நீக்கிவிட்டு,
புதிய பொட்டினை தனது நெற்றியில் ஒட்டுகிறாள். இவை அனைத்-
தையும் செய்து முடித்துவிட்டு கண்ணாடி முன் நின்று தன் முகத்தை
பார்க்கிறாள், அவளுக்கே சிறிது வெட்கம் உண்டானது. அவள்
உடனடியாக தனது தோள்பையினை எடுத்துக்கொண்டு மருத்துவ-
மனையிலிருந்து வெளியே வந்தாள். அவளுக்கு நாம் செய்வது
சரியா?... இன்று தான் அவனை சந்தித்தோம்... அவன் யாரென்றே
தெரியாது....அதற்குள் அவனை நம்பி தனியாக சந்திக்க செல்-
வது நல்லதா?.. என பலவிதமான கேள்விகள் அவளுக்குள் ஓடிக்-

கொண்டிருந்தன. என்னதான் அவளுக்குள் பலவிதமான குழப்பங்-கள் இருந்தபோதிலும் அவளது கால்கள் அவன் கூறிய ஸ்ரீரங்கம் இரயில்நிலையத்தை நோக்கி தான் நடந்தன.

5:55 மணியிலிருந்தே கர்ணன் அந்த இரயில்நிலையத்தில் தான் காத்திருந்தான். அவர்கள் மூவரும் ஸ்ரீரங்கத்திலேயே ஒரு விடுதியில் அறை எடுத்தனர், சிதம்பரம் மற்றும் கார்மேகம் இருவரையும் நகருக்குள் சென்று நிலவனையும், அவனது மருத்துவமனை குறித்-தும் விசாரிக்க அனுப்பிவிட்டு, அவன் இங்கு வந்துவிட்டான். அவள் நிச்சயம் வருவாள் என கர்ணனுக்கு தெரியும், அதேபோல அவனது நம்பிக்கை வீண்போகவில்லை. சரியாக 6:10க்கு அவள் அந்த இரயில்நிலையத்தை வந்தடைந்தாள். இருவரும் ஒருவரை ஒருவர் பார்க்கின்றனர், தமயந்தியின் முகம் மீண்டும் வெட்கத்தில் சிவந்தது. அவனை ஒவ்வொரு முறை பார்க்கும்போதும் நமக்குள் ஏன் இப்படி-யொரு புதுமையான மாற்றம் நிகழ்கிறது, அவனிடம் அப்படி என்ன மாயசக்தி உள்ளது என தமயந்தி தனக்குள் யோசிக்கிறாள். கர்ணன் மெல்ல அவளை நெருங்கி வருகிறான்.

"நீ வருவனு தெரியும்"

கர்ணன் கூற, தமயந்தியிடம் எந்தவொரு பதிலும் இல்லை. அவளுக்குள் இருந்த பதற்றம் இன்னும் அமைதியாகவில்லை. கர்-ணனும் அதனை புரிந்து கொண்டான்.

"சரி உன் பேர் என்ன?"

இவ்வளவு நேரம் குனிந்திருந்தவள் இக்கேள்வியை கேட்டதும் நிமிர்ந்து கர்ணனின் முகத்தை பார்க்கிறாள். ஒவ்வொரு முறை அவனை பார்க்கும்போதெல்லாம் அவளது கருவிழிகள் விரிந்தன.

"உன் பேர் என்னனு கேட்டேன்... அமைதியா இருக்க?"

"தமயந்தி"

அவள் குரலில் தடுமாறியது.

"தமயந்தி... நல்ல பேரு... என் பேர் என்னனு கேக்கமாட்-டியா?"

தமயந்தி அவனை பார்த்து புன்முறுவல் செய்தாள்.

"உங்க பேர் என்ன?"

"கர்ணன்"

தமயந்தி பதிலெதுவும் பேசவில்லை, கர்ணனை பார்த்துவாறு அமைதியாக இருந்தாள்.

"அமைதியா தான் இருக்க போறியா?... எதுவும் பேசமாட்டியா?"

கர்ணன் அவனிடம் கேள்வியெழுப்புகிறான்.

"எதுக்காக என்ன சந்திக்கணும்னு கூப்டீங்க?"

தமயந்தி தயங்கிக்கொண்டே தனது கேள்வியை கர்ணனிடம் எழுப்புகிறாள்.

"உன்ன பாக்கணும், பேசணும்னு தோனுச்சு.... அதுனால தான் கூப்டேன்... ஏன் கூப்டா தப்பா?"

"இல்ல தப்புனு இல்ல... நான் இதுவர இந்த மாதிரி யாருகூட-யும் தனியா வெளியில சந்திச்சுலா பேசுனது இல்ல"

கர்ணன் சிரித்தான்.

"சரி நம்ம இப்படியே இங்க நின்னுட்டு தான் பேசணுமா?... நான் காலைல இருந்து சரியா சாப்பிடல... இந்த பக்கத்துல எங்கயாவது நல்ல ஓட்டல் இருக்குதா?"

அவள் சில வினாடிகள் கர்ணனின் முகத்தை உற்றுநோக்கினாள், அவனது கண்ணில் பொய்யோ, ஏமாற்றும் எண்ணமோ அவளுக்கு தெரியவில்லை.

"இருக்குது, போலாமா?"

அவள் சிரித்துக்கொண்டு வெட்கத்தோடு அவனை கேட்டாள். கர்ணனும் தலையசைக்க அவர்கள் இருவரும் அங்கிருந்து நடக்-கத்தொடங்கினர். அந்த நேரத்தில் சூரிய ஒளி நீங்கி, குளிர்ந்த நிலவின் ஒளி படரத்தொடங்கியது. மாலைநேர குளிர்காற்று வீச, அவர்கள் இருவரும் அந்த சாலையில் நடந்து சென்றனர். தமயந்தி அவனை 'க்ரீன்லான்ட்ஸ் ஓட்டல்' என எழுதப்பட்டிருந்த உணவ-கத்திற்கு அழைத்து சென்றாள். இரயில்நிலையத்திலிருந்து வெறும் 5நிமிட நடைபயணத்தில் தான் அந்த உணவகம் அமைந்திருந்தது. அந்த உணவகத்திற்குள் நுழையும்போது, ஒரு திரைப்படத்தின் போஸ்டர் ஒட்டப்பட்ட பலகை மக்களின் பார்வைக்காக அவ்வழியில் நகர்த்தி செல்லப்பட்டது. அது என்ன திரைப்படம் என தமயந்தி உற்று கவனித்தால் 'சர்வர் சுந்தரம்...வரும் வெள்ளியன்று வெளி-யாகிறது' என எழுதப்பட்டிருந்தது. இதனை கவனித்த கர்ணன் அவளது தோளில் லேசாக தட்டுகிறான்.

"உள்ள போலாமா?"

"ஓ போலாமே...."

தமயந்தி சிரித்துக்கொண்டே பதில்லளித்தாள், அவள் சிரிக்கையில் உண்மையில் தேவதையை போலவே தோன்றினாள். இருவரும் உள்ளே நுழைந்தனர், அது நல்ல பெரிய உணவகம். பெரும்

பணக்காரர்கள், அரசு அதிகாரிகள் போன்றவர்கள் வந்து செல்லும் உணவகம் போல அது காட்சியளித்தது. அவர்கள் சென்ற நேரத்தில் கூட்டம் அவ்வளவாக இல்லை. உள்ளே மஞ்சள் நிற விளக்குகளால் அலங்கரிக்கப்பட்டிருந்தது, முகப்பில் அமைந்திருந்த கல்லாவில் ஒரு முதியவர் அமர்ந்திருந்தார். அவருக்கு பின்னால் இருந்த சுவற்றில் நிறைய சாமி படங்கள் வைக்கப்பட்டு அலங்கரிக்கப்பட்டிருந்தது. அவர்தான் இந்த உணவகத்தின் முதலாளி போல தோன்றினார். அவருக்கு பின்னால் இருந்த வானொலியில் 'அனுபவம் புதுமை அவனிடம் கண்டேன்' என்ற பாடல் மிதமான ஒலியில் ஒலித்துக்-கொண்டிருந்தது. கர்ணனும், தமயந்தியும் வலதுபக்கதில் ஒரு மூலை-யில் இருந்த மேசையில் அமர்ந்து கொண்டனர். அமர்ந்த பின் அவர்கள் இருவரும் எதுவும் பேசாமல் ஒருவரை ஒருவர் பார்த்துக்-கொண்டிருந்தனர். கூட்டம் அதிகமாக இல்லாததால் அங்கு ஒலித்-துக்கொண்டிருந்த பாடல் அவர்கள் செவியையும் வந்தடைந்தது. ஒருகட்டத்திற்கு மேல தமயந்தியால் அவனை நேரெதிரில் காண முடியவில்லை, வெட்கத்தில் தலைகுனிந்து கொண்டாள். அப்போது ஒரு உணவு பரிமாறுபவர் அவர்கள் இருக்கும் மேசை அருகில் வந்-தார்.

"என்ன சாப்பிடுறீங்க சார்?"

கர்ணன் தனக்கு பின்னால் இருந்த சுவற்றை சில நிமிடங்கள் பார்க்கிறான்.

"ஒரு மசால் தோசை... தமயந்தி நீ என்ன சாப்பிடுற?"

"பூரிக்கிழங்கு"

தமயந்தி பதிலளிக்க உணவு பரிமாறுபவர் அங்கிருந்து சென்றார்.

"ஏன் தமயந்தி வந்ததுல இருந்து எதுவும் பேசாம அமைதியா இருக்க"

"இல்ல எனக்கு உங்கள யாருனே தெரியாது... அதா என்ன பேசுறதுனு தெரியல..."

தமயந்தி தனது பதிலை கர்ணனிடம் கூறுகிறாள்.

"தெரிஞ்சுக்கலாமேனு தான இப்ப வெளிய வந்திருக்கோம்"

தமயந்தியின் முகத்தில் இந்த பதில் சிரிப்பை ஏற்படுத்தியது.

"சரி நீ இந்த ஹாஸ்பிட்டல்ல எவ்வளவு நாளா வேல செய்யுற?"

"5வருஷமா.... நான் இந்த ஹாஸ்பிட்டல் தொடங்குனதுல இருந்தே இங்க தான் வேல செய்யுறேன்."

"ஓ அப்படியா உங்க வீடு எங்க இருக்கு.... அப்பா, அம்மா எல்லாரும் என்ன செய்யுறாங்க?"

"என் வீடு இங்க இருந்து அடுத்த தெருவில தான் இருக்கு.... அப்பா, அம்மா ரெண்டு பேருமே இல்ல.... அப்பத்தா கூட தான் தங்கியிருக்கேன்."

தமயந்தியின் இந்த பதில் கர்ணனை சிறிது கலக்கமடைய வைத்-தது.

'ஓ.... சாரி தமயந்தி''

"இல்ல பரவாயில்ல.... ஆமா நீங்க என்ன செய்றீங்க?"

"நான் தான் உன்கிட்ட காலைலயே சொன்னேன்ல நான் ஒரு டிடக்டிவ்னு...."

"ஆமா.... என்ன கேஸ் விசயமா எங்க சார தேடி வந்தீங்க?"

"அது ஒன்னும் இல்ல தமயந்தி.... சமீபத்துல நடந்துட்டு இருக்-கிற ஜமீன்வீட்டு கொள்ளைகள பத்தி நீ கேள்விபட்டுருப்பேனு நினைக்கிறேன்.... அது சம்பந்தமா தான் உங்க சார்கிட்ட கொஞ்ச உதவி கேட்டு வந்தேன்.... ஆனா உங்க சாருக்கு அவன பத்தி எது-வுமே தெரியல்"

"கர்ணன் நீங்க அந்த மோசமான கொலைகாரன தேடிட்டு இருக்-கீங்களா?"

தமயந்தி குரலில் சற்று பதற்றம் தெரிந்தது.

"ஆமா தமயந்தி.... நான் அவன கண்டிப்பா பிடிப்பேன்"

"அவன் இதுவர பலபேர கொன்னுக்கான் கர்ணன்"

"தமயந்தி பலபேர கொன்னுக்கான், ஆனா என் கையில மாட்டு-வான்"

கர்ணன் மிகுந்த நம்பிக்கையில் பதிலளிக்க, தமயந்தியின் முகம் கவலையில் இருந்தது. அந்த நேரத்தில் அவர்கள் இருவரும் கேட்ட உணவு அவர்கள் மேசைக்கு வந்தது. கர்ணன் தன்னுடைய உணவை சாப்பிடத்தொடங்கினான், ஆனால் தமயந்தி சாப்பிடாமல் கர்ணனின் முகத்தையே பார்த்துக்கொண்டிருந்தாள்.

"தமயந்தி என்னாச்சு.... சாப்பிடு"

கர்ணன் அவளை அறிவுறுத்துகிறான். அவள் தனது தட்டில் இருந்த உணவை சாப்பிடத்தொடங்கினாள்.

"தமயந்தி நான் உங்க சார பாத்துட்டு வெளிய வரும்போத ஒரு பொண்ணு உள்ள நுழைஞ்சதுல.... அது யாரு?"

"அவங்க தான் மாதுரிதேவி... எங்க சாரோட தங்கச்சி... அவங்க பேர்ல தான் இந்த ஹாஸ்பிட்டலே இருக்கு"

கர்ணனின் ஒரு சந்தேகம் நீங்கிவிட்டது, தன்னை உளவு பார்க்க வந்தவள் நிலவனின் சொந்த தங்கை. அவர்கள் இருவரும் சேர்ந்து தான் இந்த கொலை கொள்ளை சம்பவங்களை நிகழ்த்தி வருகின்-றனர் என்பது அவனுக்கு விளங்கிவிட்டது.

"ஓ அப்படியா... அப்பறம் இன்னோனு கேக்கணும்னு நினைச்-சேன்... உங்க சாருக்கு என்ன முகத்துல அவ்வளவு பெரிய தழும்பு இருக்கு?"

"அது ஒரு பெரிய கதை கர்ணன்"

"என்ன தமயந்தி சொல்ற... தழும்புக்கு பின்னாடி அப்படி என்ன பெரிய கதை இருக்கு?"

தனக்குள் இருக்கும் துப்பறிவாளனை மெல்ல மெல்ல வெளியில் கொண்டுவருகிறான் கர்ணன்.

தமயந்தி இரண்டு விநாடிகள் அமைதியாக இருந்துவிட்டு தனது பதில்களை தொடங்கினாள்.

"கர்ணன் இதெல்லாம் நடந்து ஒரு 25வருசம் இருக்கும், அப்ப எங்க சார் நிலவனோட அப்பா ரத்தினம் தான் இந்த ஊரோட ஜமீந்-தார். என்னோட அப்பாவும் அவருக்கு கீழ தான் வேல செஞ்சுட்டு இருந்தாரு. ரத்தினம் ஐயா மத்த ஜமீன்கள மாதிரி பிரிட்டிஸ் அதி-காரிகளுக்கு விஸ்வாசமா இல்லாம நம்ம ஊர் ஜனங்களுக்கு தான் ஆதரவா இருந்தாரு. பிரிட்டிஸ்க்கு எதிரா நிறைய போராட்டங்கள முன்னெடுத்து நடத்துனாரு... இதுனால பிரிட்டிஸ் அதிகாரிகளுக்-கும், மற்ற ஜமீன்களுக்கும் இவரு மேல ரொம்பவே வெறுப்பு... அவரோட நிறைய நிலங்களையெல்லாம் பிடிங்கி சுத்தி இருக்-கிற மத்த ஜமீன்கள்ட குடுத்துட்டாங்க... ரத்தினம் ஐயா அத பத்தி பெரிசா கவலை படல, அப்பவும் தன்னோட போராட்டத்த தொடர்ந்தாரு... இதுக்கு அப்பறமும் இவர விட கூடாதுனு பிரிட்-டிஸ் அரசாங்கமும், மற்ற ஜமீன்களும் முடிவு செஞ்சாங்க. இவருக்கு ஆதரவா ஒரு ஜமீன் கூட இல்ல. ஒரு நாள் இராத்திரி பொன்ம-லைபட்டி ஜமீந்தார் இவர கொல்றதுக்காக வந்தாரு.... அப்ப நில-வன் சார்க்கு ரெண்டு தங்கச்சிங்க இருந்தாங்க.... ஒன்னு மாதுரி-தேவி, இன்னொனு சீதாலெட்சுமி... அந்த சீதாலெட்சுமி, மாதுரிய விட 5வயசு பெரியவங்க. அன்னைக்கு அவங்க அப்பாவ கொல்ல-வந்தவங்க கால்ல விழுந்து நிலவன் ஐயா கெஞ்சுனாரு.... அப்பவும்

விடல அதுல அவங்க அப்பாவ வெட்ட வீசுன அறுவாள் தவறு-
தலா இவரோட நெத்திய கிழிச்சுடுச்சு... அதுல வந்த தழும்பு தான்
அது"

தழும்பின் காரணத்தை அவள் கூறிமுடித்தாள், ஆனால் கர்-
ணனுக்கு அதற்குபின் என்ன நடந்தது என தெரிந்துகொள்ளும்
ஆர்வம் அதிகமானது. அவனுக்கு தழும்பின் கதையை விட அதற்-
குபின் நடந்த சம்பவம் தான் முக்கியம் என தோன்றியது.

"அதுக்கு அப்பறம் என்ன ஆச்சு தமயந்தி?... அவங்க அப்பா,
அம்மா, அவரோட இன்னொரு தங்கச்சிக்கு என்ன ஆச்சு?"

"அவங்க அப்பா, அம்மா எல்லாருயும் விட்டாரு... ஆனா
அவரோட பொண்ணு சீதாலெட்சுமிய அவங்க எல்லார் முன்னாடியும்
வச்சு வெட்டி கொன்னாங்க... இதையெல்லாம் கண்ணுக்கு நேர
பாத்த அவங்க மொத்த குடும்பமும் சிதைஞ்சு போய்ட்டாங்க...
கொஞ்ச நிலத்தை மட்டும் வச்சுட்டு மத்த எல்லாத்தையும் வித்துட்டு
சிலோன்க்கு குடிபோய்ட்டாங்க... ஆனா அதுக்கப்பறம் ஒரு 15வரு-
சத்துக்கு பின்னாடி மறுபடியும் நிலவன் சார் இங்க வந்து இருந்த
இடத்துல ஒரு பெரிய வீட்ட கட்டுனாரு, சின்னதா ஒரு ஹாஸ்பிட்-
டல் தொறந்தாரு... அதுக்கப்பறம் இப்ப அத ஒரு பெரிய ஹாஸ்-
பிட்டலா மாத்திட்டாரு..."

அவள் நிலவனின் ஒட்டுமொத்த கதையையும் கூறிமுடித்தாள்.
அவனுக்குள் இருந்த மிருகத்தை எழுப்பிவிட்ட சம்பத்தை கர்ணன்
தெரிந்து கொண்டான். உண்மையில் அவனுக்கு நிகழ்ந்தது அநியா-
யம், ஆனால் அதையே அவன் இன்றும் பல ஜமீன்களுக்கு செய்-
வது எந்த விதத்திலும் நியாயம் அல்ல.

"உங்க சார் ரொம்ப நல்லவர், எவ்வளவோ கஷ்டத்த கடந்து
வந்து இப்ப ஏழைகளுக்கு இலவசமா வைத்தியம் பாக்குறாரு"

"ஆமா கர்ணன் ஊர் மக்களுக்கு அவரு கடவுள் மாதிரி"

சிறிது நேரம் அவர்கள் எதுவும் பேசாமல் அமைதியாக இருந்-
தனர்.

"என்ன கர்ணன் என்ன சொல்லிட்டு இப்ப நீங்க அமைதியா
இருக்கீங்க?"

"இல்ல இனிமே நான் டெய்லி உங்க ஹாஸ்பிட்டலுக்கு வரு-
வேனு நினைக்கிறேன்"

இந்த பதிலை கேட்ட தமயந்தி வெட்கத்தில் லேசாக புன்முறுவல்
செய்கிறாள்.

"என்ன பாக்குறதுக்கு தான்...."

அவளது இந்த பதிலில் வெட்கம் நிரம்பியிருந்தது.

"இல்ல இல்ல உன்ன பாக்குறதுக்கு எதுக்கு நான் வரணும், உங்க சாரா பாக்க தான் நான் வருவேன்"

கர்ணன் முகத்தில் எந்தவொரு அசைவும் இல்லாமல் இந்த பதிலை கூற, தமயந்தி தனது கண்களை சுருக்கி கோபம் கொண்-டதை போல வைக்கிறாள்.

"ஓ.... எங்க சார்... நாளைக்கு ரெண்டு நாள் வரமாட்டாரு... நீங்க ரெண்டு நாளைக்கு அப்பறம் வாங்க...."

"ஏன் வரமாட்டாரு?"

"அவரு வெளிய போறாரு"

"ஓ.... அப்படியா அவரு இந்த மாதிரி அடிக்கடி வெளிய போவாரா?"

"ஆமா"

தமயந்தி சிடுசிடுவென பதிலளித்தாள், ஆனால் கர்ணன் அந்த கோபத்தை கூட ரசித்தான்.

"ஏன் ஒரு டாக்டரா இருந்துட்டு அடிக்கடி வெளிய போறாரு... கடைசியா எப்ப வெளிய போனாரு?"

"கடைசியா ஒரு 4 நாள் முன்னாடி சோழவந்தான் ஜமீந்தார் வீட்டுக்கு வைத்தியம் பாக்க போனாரு"

கர்ணனுக்கு புரிந்துவிட்டது.

"அப்ப நாளைக்கு எங்க போறாரு"

"நாளைக்கு ரெண்டு நாள் வரமாட்டாருனு தான் சொன்னாரு, எங்க போறேனு சொல்லல"

அவன் நிச்சயம் அடுத்த ஏதோ ஒரு சம்பவத்திற்கு செல்ல இருக்-கிறான் என கர்ணன் சந்தேகிக்கிறான்.

"அவ்வளவு தானா... இல்ல வேற எதுவும் இருக்கா... என்ன பாக்கணும்னு கூப்பிட்டு... எல்லாமே எங்க சார பத்தியே கேக்கு-றீங்க"

அவளது பேச்சில் கோபம் கலந்திருந்தது.

"நீ கோபப்படும்போது இன்னும் அழகா இருக்க தெரியுமா...."

அவனது இந்த பதில் அவளது கோபத்தை மொத்தமாக நீக்கி ஓரே நொடியில் அவளின் முகத்தை வெட்கத்தில் சிவக்க வைத்தது.

"கர்ணன்..."

"சொல்லு தமயந்தி"

அவளிடம் பதிலில்லை, கர்ணனின் கண்களை நேருக்கு நேராக பார்த்துக்கொண்டிருந்தாள்.

"உனக்கு சாப்பிடுறதுக்கு வேற எதாவது வேணுமா தமயந்தி"

அவள் இல்லை என தலையசைத்தாள், அவளிடம் வார்த்தை-களே இல்லை. இருவரும் சாப்பிட்டு முடித்திருந்ததால் கைகழுவி-யபின், சாப்பிட்ட பணத்தை கொடுத்துவிட்டு வெளியே வந்தனர். இருவரும் பெரிதாக பேசிக்கொள்ளவில்லை, தமயந்தியின் வீட்டினை நோக்கி நடந்தனர். ஒரு 5 நிமிடநடையில் தமயந்தியின் வீடு வந்-தது. அவளுக்கு கர்ணனை விட்டுசெல்ல மனமில்லை.

"கர்ணன்......."

"சொல்லு தமயந்தி, ஏதோ சொல்ல வர..."

அவளிடம் பதிலில்லை, கர்ணின் கண்களை மட்டுமே பார்த்துக்-கொண்டிருந்தாள்.

"தமயந்தி நீ உள்ள போ"

"நீங்களும் வாங்க, எங்க அப்பத்தா கிட்ட உங்கள காட்டணும்."

"இப்ப வேணா தமயந்தி, இந்த கேஸ்லாம் முடிச்சுட்டு ஒரு நல்ல நாளா பாத்து வரேன்."

கர்ணன் இந்த பதிலை கூறியதுமே, தமயந்தியின் முகம் மலர்ந்-தது.

"கர்ணன் நீங்க உண்மைய தான சொல்றீங்க, என்ன ஏமாத்திட மாட்டிங்கள?"

அவளது கண்கள் லேசாக கலங்கியிருந்தது. கர்ணன் அவளை சற்று நெருங்கி சென்று, அவள் கைகளை பற்றினான். உண்மையில் தமயந்திக்கு இது கனவு போல தோன்றியது.

"தமயந்தி, உன்ன பாத்ததுமே நான் முடிவு செஞ்சுட்டேன்"

தமயந்தி பதிலெதுவும் கூறவில்லை, சிறிது நேரம் அமைதிக்கு பின் அவனை பார்த்தி மீண்டும் கேள்வியெழுப்புகிறாள்.

"நாளைக்கு நீங்க வருவீங்களா?"

"இல்ல தமயந்தி, இந்த கேஸ் விசயமா பக்கத்து ஊர்ல ஒருத்தர பாக்கணும்.... ஆனா உனக்காக சீக்கிரம் வரதுக்கு முயற்சி செய்-றேன்."

"சீக்கிரம் வாங்க கர்ணன், நான் உங்களுக்காக காத்துட்டு இருப்-பேன்"

அவள் பிரிய மனமில்லாமல், அவனை விட்டு நீங்கி வீட்டினுள் நுழைந்தாள். கர்ணனும் அவளிடம் விடைபெற்று தனது விடுதி நோக்கி அவசரமாக நடக்கத்தொடங்கினான். நாளை நிலவன் எங்கோ செல்ல இருக்கிறான், அவன் எங்கு செல்கிறான் எனபது தெரியாது, ஆனால் அவன் நிச்சயம் அடுத்த சம்பத்திற்காக தான் செல்கிறான் என கர்ணன் நம்பினான். இது தான் அவனை கையும் களவுமாக பிடிக்கும் சந்தர்ப்பம் என கர்ணன் நினைக்கிறான், உடன்டியாக சிதம்பரம் மற்றும் கார்மேகத்தின் உதவியோடு இந்த திட்டதை செயல்படுத்த ஆயுத்தமானான்.

தமயந்திக்கு இன்று நடந்தவை அனைத்தும் கனவை போல தோன்றியது, ஒரே நாளில் பார்த்து, சந்தித்து, காதல் மலர்ந்து... அவளுக்கு இது போன்ற உணர்வோ அனுபவமோ இதுவரை நிகழ்ந்தது இல்லை. இப்போது ஓட்டலில் ஒலித்த அதே பாடல் அவள் மனதுக்குள் ஒலிக்கிறது. 'அனுபவம் புதுமை அவனிடம் கண்டேன்...அந்நாளில் இல்லாத பொல்லாத எண்ணங்களே...பொன்னான கை பட்டு புண்ணான கன்னங்களே...லா லா லா லாலா லா லா...'

21

முக்கிய கட்டம்

தமயந்தியிடமிருந்து விடைபெற்று சென்ற கர்ணன் தனது அறையை அடைகிறான். அவனது வருகைக்காக கார்மேகமும், சிதம்பரமும் காத்திருந்தனர்.

"கார்மேகம், சிதம்பரம் அவன பத்தி ரெண்டு முக்கியமான விசயம் நமக்கு கிடைச்சுருக்கு"

"என்ன கர்ணன்?"

தமயந்தியிடம் தான் கேட்டு தெரிந்த கொண்ட அத்தனை விசயங்களையும் அவர்களிடம் கூறினான் கர்ணன்.

"அப்ப அவன் பண்ண இத்தனை கொலை, கொள்ளைக்கு பின்னாடி இருக்குற காரணம் இது தானா?"

சிதம்பரம் கர்ணனிடம் கேள்வியெழுப்புகிறான்.

"ஆமா சிதம்பரம், அவன் கண்ணுக்கு நேர பாத்த சம்பவம் தான் அவன இப்படியொரு மிருகமா மாத்தியிருக்கு"

"கர்ணன் அதே நேரத்துல நாம அவன நேரடியா கைது செய்ய முடியாது.... ஊருக்குள்ள அவனுக்குனு ஒரு பெரிய மரியாதையே இருக்கு.... வெளி உலகத்துக்கு அவன் ஒரு இலவசமா வைத்தியம் பாக்குற டாக்டர்... அவன எல்லாரும் கடவுள் மாதிரி பாக்குறாங்க"

"நீ சொல்றது சரிதான் கார்மேகம், ஆனா அவன நம்ம கையும் களவுமா பிடிக்கிறதுக்கு ஒரு வாய்ப்பு கிடைச்சுருக்கு"

"என்ன வாய்ப்பு கர்ணன்?"

"அவன் ரெண்டு நாளைக்கு ஹாஸ்பிட்டலுக்கு வர மாட்டான்.... கண்டிப்பா கொள்ளையடிக்க தான் போறானு எனக்கு தோனுது...."

"கர்ணன் இப்ப அவன் கொள்ளையடிக்கவே போனாலும் அவன் எந்த ஊர்ல... எந்த ஜமீன் வீட்டுல கொள்ளையடிக்க போறானு நமக்கு எப்படி தெரியும்"

சிதம்பரம் தனது குழப்பங்களை கர்ணனிடம் கேட்கிறான்.

"நம்ம அவன பின்தொடர்ந்து போன அவன் எங்க போறான் என்ன செய்யுறானு சொல்ல முடியும்ல..."

"ஆமா கர்ணன், அப்ப நம்ம அவன பின்தொடர போறோமா?"

"ஆமா... இது நம்மலோட இந்த தேடல்ல கடைசி கட்டம்..."

"கர்ணன் ஒருவேளை அவன் நம்மல பாத்துட்டா என்ன செய்-றது?"

"நம்ம அவன பின் தொடரப்போறோம்னு அவனுக்கு சந்தேகமே வராது கார்மேகம், அதுக்கு என்கிட்ட ஒரு வழி இருக்கு"

இதனை கூறிவிட்டு கர்ணன் தனது பையினை திறக்கிறான். அவர்கள் இருவரும் கர்ணனை குழப்பமாக பார்க்கின்றனர். அவன் பையிலிருந்து எடுத்த பொருட்கள் அவர்கள் இருவரின் குழப்பத்தை மேலும் அதிகமாக்கியது.

கர்ணன் தன் முகத்திலிருந்த மீசை மற்றும் தாடியை முற்றிலும் வழித்தெடுத்தான், அவனிடமிருந்த ஒரு பட்டுச்சேலையை உடுத்தி-விட்டு தலையில் நீண்ட சவரிமுடியை ஒட்டிக்கொண்டான். கண்-ணாடி முன் நின்று பார்த்தான், முகத்தோல் மட்டும் சற்று கடினமாக இருப்பதை போல் தோன்றியது. அதுவும் மிக அருகில் உற்று பார்த்-தால் மட்டுமே தெரிந்தது. கடைசியாக நெற்றியில் ஒரு பொட்டினை வைத்துக்கொண்டான். அதே நேரத்தில் சிதம்பரம் மற்றும் கார்மேகம் இருவரும் வெள்ளை சட்டை மற்றும் வெள்ளை வேட்டி அணிந்து கொண்டு தலைக்கு லேசாக வெள்ளை சாயத்தை பூசினர். இறு-தியாக ஒரு மூக்குக் கண்ணாடியை அணிந்து கொண்டு, தோளில் ஒரு துண்டினை போட்டனர். அவர்கள் இருவரும் அந்த வேடத்தில் வயதான முதியவர்கள் போலவே தோன்றினர். மூவரும் ஒருவரை ஒருவர் பார்த்துக்கொண்டனர்.

"உங்க ரெண்டு பேருக்கும் பயமா இருக்கா?"

"இல்ல கர்ணன்"

அவர்கள் இருவரும் ஒன்றாக கூறினர், அவர்கள் இருவரின் குர-லிலும் தைரியமும், நம்பிக்கையும் அதிகமாகவே இருந்தது.

"நாம அப்ப கிளம்பலாமா?"

"கிளம்பலாம் கர்ணன்"

அவர்கள் மூவரும் அறையிலிருந்து வெளியே வந்தனர். சிதம்பரம் மற்றும் கார்மேகம் இருவரும் முன்னதாகவே நிலவனின் வீட்டை பார்த்து வைத்திருந்தனர். எனவே நடைபயணத்திலே அவனது வீட்-டின் அருகில் சென்றனர். பெண்வேடத்திலிருந்த கர்ணன் அந்த வீட்டினை கவனிக்கிறான், வீட்டின் உள்ளே ஒரு கார் நின்று கொண்டிருந்தது. அவன் இன்னும் வெளியில் கிளம்பவில்லை என்-பதை கர்ணன் உணர்ந்து கொண்டான். அந்த நேரத்தில் சிதம்பரம் ஒரு டாக்சியை பிடித்துக்கொண்டு அந்த இடத்திற்கு வந்தான், ஆனால் அவர்கள் கிளம்பவில்லை. யாருக்கும் தெரியாமல் கிட்டத்-தட்ட அரைமணி நேரத்துக்கு மேல் அங்கே காத்திருந்தனர். சரி-யாக 12மணியளவில் அவன் வீட்டில் கார் எடுக்கும் சத்தம் கேட்க, மூவரும் அந்த டாக்சி ஓட்டுனரை தயாராகும்படி அறிவுறுத்தினர். நிலவனின் கார் அவர்களை கடக்கும் வரை அவர்கள் அமைதியாக காத்திருந்தனர். நிலவனின் கார் அவர்களை கடக்கிறது, மூவரும் உள்ளே யார் இருக்கிறார்கள் என பார்க்கின்றனர். அந்த காரின் உள்ளே மூவர் இருந்தனர். ஒருவன் காரை இயக்குகிறான், பின்-னிருக்கையில் நிலவனும், அவனது தங்கை மாதுரியும் அமர்ந்திருந்-தனர். இப்போது நிலவனின் காரை பின்தொடருமாறு டாக்சி இயக்-குனரிடம் உத்தரவிடுகின்றான் கார்மேகம். அவர்கள் அந்த காரை பின்தொடர்கின்றனர், சாலை மிகவும் வெறிச்சோடிப்போய் காணப்-பட்டது. எனவே இவர்கள் மீது சந்தேகம் எழாதவாறு சற்று தொலை-விலிருந்து அவனை பின் தொடர்ந்தனர். கிட்டத்தட்ட 20 நிமிட பயணத்திற்கு பின் நிலவனது கார் திருச்சிராப்பள்ளி இரயில்நிலை-யத்தில் நின்றது. அதனை பின் தொடர்ந்து வந்த டாக்சியும் அங்-கேயே நிற்க, அவர்கள் மூவரும் இறங்கினர். தனது காரிலிருந்து நிலவன் மட்டுமே இறங்க, அந்த கார் மீண்டும் வந்த வழியில் திரும்பி சென்றது. அவர்கள் மூவரும் நிலவனை பின்தொடர்ந்து சென்றனர். அவன் இரயில் நிலையத்தின் உள்ளே நுழைந்தான், நிலையத்திற்குள் மக்கள் அங்கும் இங்கும் நடமாடிக்கொண்டிருந்-தனர். அவர்கள் மூவரின் கவனமும் நிலவனின் மீதே இருந்தது. நிலவன் பயணச்சீட்டு பெறும் வரிசையில் நின்றான், கர்ணன் கார்-மேகத்தை நிற்கும்படி கண்ணாலே அறிவுறுத்தினான். கார்மேகம் வரி-சையில் நிற்க, கர்ணனும் சிதம்பரமும் ஒரத்தில் நின்றனர். நில-வன் தன்னை சுற்றி இருப்பவர்களை நோட்டமிடுகிறான், அப்போது

ஒரு சில மக்கள் அவனை வணங்குகின்றனர். அவன் கர்ணன் மற்றும் சிதம்பரத்தை கூட கவனித்தான், ஆனால் அவர்களை அவன் பெரிதாக கண்டுகொள்ளவில்லை. நிலவன் பின்னால் நிற்கும் கார்மேகத்திற்கு இதயம் படபடத்துக்கொண்டிருந்தது, அவன் தன்னை கட்டுப்படுத்திக்கொண்டு வரிசையில் நின்றான். நிலவன் திருநெல்வேலிக்கு முதல் வகுப்பு பெட்டியில் ஒரு பயணச்சீட்டினை வாங்கினான், அவனுக்கு பின்னால் நின்ற கார்மேகமும் அதனை கவனித்துவிட்டு அதே திருநெல்வேலிக்கு மூன்று முதல் வகுப்பு பயணச்சீட்டினை வாங்கினான். நிலவன் வேகமாக இரயில் வரும் நடைமேடைக்கு சென்றான், இவர்களும் அவனுக்கு பின்னாலே சென்றனர். அவனுக்கு சந்தேகம் வராதவாறு சற்று தள்ளியிருந்தே அவனை கவனித்தனர். அவனது கையில் ஒரே ஒரு பெட்டி மட்டும் தான் இருந்தது. சரியாக 1மணிக்கு ஒரு இரயில் அங்கு வந்தது, நிலவன் ஒரு பெட்டியில் ஏறிக்கொண்டான். அவர்கள் மூவரும் அவனை பின்தொடர்ந்து ஏறினர், அவன் தனக்கான ஒரு இருக்கையில் சென்று அமர்ந்தான். அது முதல் வகுப்பு பெட்டி என்பதால் கூட்டம் சற்று குறைவாகவே இருந்தது. அவர்கள் மூவரும் அவர்களுக்கான இருக்கையில் அமர்ந்தனர், அவனது அனைத்து நடவடிக்கைகளையும் அவர்கள் கவனித்தனர். சரியாக இரயில் புறப்பட்ட 20 நிமிடத்தில் நிலவன் தனது பெட்டியை தலையில் வைத்து படுத்துக்கொண்டான். இவன் நிச்சயம் திருநெல்வேலியில் தான் இறங்குவான் என்பதில் கர்ணனுக்கு நம்பிக்கை இல்லை. அவர்கள் மூவரும் உறங்காமல் அவனை கவனித்தனர், அந்த இரவு நேரப்பயணம் அவர்களை மிகவும் களைப்படையவைத்தது. இருப்பினும் அவனை பிடித்தாக வேண்டிய கட்டாயத்தில் அவர்கள் இருந்தனர். சரியாக விடியற்காலை 6மணியளவில் அவன் தனது படுக்கையிலிருந்து எழுந்து கொண்டான். அவன் எழுந்த 5நிமிடத்தில் இரயிலானது ஒரு நிலையத்தில் நின்றது, உடனடியாக அவன் அங்கு இறங்கினான். இதனால் அவர்கள் மூவரும் குழம்பினர், அவர்களும் அந்த நிலையத்தில் இறங்கினர். அவர்கள் இறங்கியது வாஞ்சி மணியாச்சி நிறுத்தம். தூத்துக்குடிக்கு செல்லும் பயணிகளின் பெட்டி அங்கிருந்து பிரித்து விடப்பட்டது. நிலவன் நிலையத்திலிருந்து வெளியே சென்றான், இவர்கள் மூவரும் அவனை பின்தொடர்ந்தனர். இரயில்நிலையத்திலிருந்து வெளியே வந்த சில தூரத்தில் ஒரு பெரிய மாளிகை போன்ற வீடு அவர்கள் கண்களுக்கு புலப்பட்டது, நிலவன் அந்த

வீட்டினை நோட்டம் விட்டபடி நடந்தான். இதுவரை சாதாரணமாக நடந்தவன் இந்த வீட்டினை கண்டதும் சற்று வினோதமாக நோட்டம் விடுவது அவர்களுக்கு சந்தேகத்தை ஏற்படுத்தியது. விடியற்காலை என்பதால் அந்த தெருவில் பெரிதாக ஆட்கள் இல்லை. அவனை இன்னும் பின் தொடர்ந்தனர், அவன் சிறிது தொலைவிலிருந்த விடுதிக்குள் நுழைந்தான். அவர்கள் மூவரும் விடுதிக்குள் நுழையவில்லை, வெளியில் நின்று யோசித்துக்கொண்டிருந்தனர். அப்போது கர்ணனுக்கு ஒரு சந்தேகம் எழுந்தது. சாலையில் சென்று கொண்டிருந்த ஒரு இளைஞனை கார்மேகம் நிறுத்துகிறான்.

"தம்பி ஜமீந்தார் வீடு எங்கப்பா இருக்கு?"

"அதோ அங்க ஒரு வீடு தெரியுது பாருங்க"

அவன் அந்த பெரிய மாளிகையை தான் காட்டினான். அவர்களுக்கு நிலவனின் திட்டம் விளங்கிவிட்டது. மூவரும் அங்கிருந்து வேகமாக அந்த பெரிய மாளிகையை நோக்கி நடந்தனர், தங்களை நிலவன் எங்கிருந்தாவது கவனிக்கிறானா என்றும் பார்த்துக்கொண்டனர். அவர்கள் மூவரும் அந்த மாளிகைக்குள் நுழைய வெளியில் இருந்த காவலாளி ஒருவன் அவர்களை யாரென விசாரிக்கிறான்.

"நாங்க ஐயாவ பாக்கணும்.... ஒரு முக்கியமான விசயம்"

கார்மேகம் ஏதோ முக்கியமான விசயத்தை சொல்ல வருகிறான் என உணர்ந்த காவலாளி அவர்களை வீட்டினுள் அழைத்து செல்ல முயன்றான்.

"இங்க குளிக்கிற இடம் எங்க இருக்கு?"

கர்ணன் கேள்வியெழுப்பினான், ஒரு பெண் ஆண் குரலில் பேசுவது கேட்ட அந்த காவலாளி சிறிது அதிர்ச்சியடைந்தான்.

"யோவ் நீங்களா யாரு?"

"குளிக்கிற இடம் எங்க இருக்குனு சொல்லுங்க... நாங்க எல்லாத்தையும் விவரமா சொல்றோம்"

கர்ணன் அவனிடம் பதிலளிக்க அவன் சற்று அதிர்ச்சியோடு கொல்லைபக்கத்தை காட்டினான். அவர்கள் மூவரும் அவர்களின் கைகளில் வைத்திருந்த பையோடு அவன் சொன்ன பகுதிக்கு சென்றனர். சரியாக 5நிமிடத்திற்கு பின் அவர்கள் மூவரும் தங்களது வேடத்தை கலைத்துவிட்டு வந்தனர். அந்த காவலாளியும் அதற்கு முன்பாகவே ஜமீந்தாரை அங்கு அழைத்து வந்திருந்தான். அந்த ஜமீன் பார்ப்பதற்கு மிகவும் வயதானவர் போல காட்சியளித்தார், அவருக்கு எப்படியும் சுமார் 70வயது இருக்கும் நினைக்க வைத்தது.

அவர் இப்போது தூங்கி எழுந்திருப்பார் என்பது போல அவரது கண்கள் சுருங்கியிருந்தது.

"யாரு தம்பி நீங்கலா? எதுக்காக என்ன தேடி இப்படி மாறுவே-சத்துல வந்திருக்கீங்க?"

அந்த ஜமீன் தனது கேள்விகளை அவர்கள் மூவரிடமும் வைக்-கிறார்.

கர்ணன் அந்த இடத்தை நன்றாக சுற்றி பார்க்கிறான், ஜமீனையும் காவலாளியையும் தவிர அங்கே யாரும் இல்லை.

"ஐயா இன்னைக்கு உங்க வீட்டுல கொள்ளை நடக்க போகுது"

அங்கே யாரும் இல்லாத போதிலும் கர்ணன் இந்த செய்தியை மெல்லிய ஓசையில் அவரிடம் கூறினான். இது கேட்ட அந்த ஜமீன் மிகவும் பதறிப்போனார், அதே பதற்றம் தான் அந்த காவலாளியின் முகத்திலும்.

"என்ன தம்பி சொல்றீங்க.... உங்களுக்கு எப்படி இது தெரியும்?"

"ஐயா நீங்க யாரும் பயப்படாதிங்க... நான் எல்லாத்தையும் விளக்கமா சொல்றேன்... இந்த விசயத்த வெளியில நீங்க யார்கிட்-டையும் சொல்லாதிங்க"

"தம்பி என் வீட்டுல மகள், மருமகன், பேரன், பேத்தினு நிறைய பேர் இருக்காங்கப்பா... எல்லாரும் லீவுக்கு வந்திருக்காங்க... இத மொதல்ல போலீஸ்க்கு தெரியபடுத்தணும்"

"ஐயா நீங்க இத போலீஸ்கிட்ட சொன்னா அவன நம்ம கடைசி வர பிடிக்க முடியாது... தயவுசெஞ்சு நான் சொல்றத கேளுங்க.... என்ன நம்புங்க"

"தம்பி எனக்கு நீ சொல்ற எல்லாமே குழப்பமா இருக்கு... இத எப்படிப்பா போலீஸ்கிட்ட சொல்லாம இருக்க முடியும்... முதல்ல நீ யாருப்பா?"

"ஐயா போன வாரம் மெட்ராஸ்ல மலர்வேந்தன் ஐயா வச்ச கூட்-டத்துல நீங்க கலந்துகிட்டீங்களா?"

"ஆமா நான் கலந்துகிட்டேன்"

"அதுல அவர் இந்த கொள்ளைக்காரன பிடிக்கிற பொறுப்ப ஒரு டிடக்டிவ் கிட்ட கொடுத்துட்டா சொன்னாருல... அந்த டிடக்டிவ் நான் தான்."

கர்ணன் தன்னை அவரிடம் அறிமுகப்படுத்திக்கொண்டான்.

"இது டிடக்டிவ் கார்மேகம், இது டிடக்டிவ் சிதம்பரம்"

அவர்கள் இருவரையும் அவன் அறிமுகம் செய்து வைத்தான்.

"நம்ம வீட்டுல தான் கொள்ளையடிக்க போறானு தெரிஞ்சா அவன இப்பவே கைது செய்யலாம்லப்பா?"

"ஐயா அவன கைது செய்றதுக்கு நம்மகிட்ட எந்தவொரு ஆதா-ரமும் இல்ல... இன்னைக்கி இராத்திரி அவன கையும் களவுமா பிடிச்சுடணும்னு தான் காத்துட்டு இருக்கோம்."

ஜமீந்தாருக்கு முழுதாக நம்பிக்கை வரவில்லை என்றாலும் அவருக்கு வேறு வழி தெரியவில்லை.

"சரிப்பா நான் இப்ப என்ன செய்யணும்?"

"சொல்றேன் ஐயா... நீங்க என்ன முழுசா நம்பலாம்... இன்-னைக்கி இராத்திரி உங்களுக்கோ அல்ல உங்களோட குடும்பத்தின-ருக்கோ எந்த ஒரு பாதிப்பும் நடக்காது என்ன நம்புங்க"

கர்ணன் அவரிடம் மிகுந்த நம்பிக்கை அளிக்கும் விதமாக பேசி-னான். அவரிடம் தனது திட்டங்களை எல்லாம் கர்ணன் எடுத்து-ரைத்தான், அவரும் அதற்கு சம்மதித்தார்.

22

வலைவிரிப்பு

இரவுநேரம் மணி 10ஐ நெருங்கிவிட்டது, ஜமீந்தாரின் குடும்பத்தினர் அனைவரையும் மாடியில் இருந்த ஒரு அறையில் வைத்து அடைத்துவிடுகிறான். அவர்கள் குடும்பத்தினரே கிட்டத்தட்ட 15பேருக்கு மேல் இருந்தனர். ஜமீந்தாரின் மகனிடம் துப்பாக்கியை கொடுக்கிறான் கர்ணன்.

"இங்க பாருங்க நீங்க எதுக்கும் பயப்படாதீங்க... எங்க மூணு பேருல யாராவது ஒருத்தன் வந்தா மட்டும் கதவ திறங்க... வேறயாராவது வந்த தயங்காம சுடுங்க... பயப்படாதீங்க சரியா"

அந்த குடும்பத்தினர் அனைவரும் கர்ணனின் பேச்சில் நம்பிக்கை கொண்டிருந்தனர். அவன் வெளியே சென்றதும் அந்த அறையின் கதவை உள்ளிருந்து மூடிக்கொண்டார் ஜமீந்தார். கர்ணன் கீழே வந்தான், அவர்கள் சந்தேகித்தபடி இன்று இரவு 1மணிக்கு மேல் ஒரு சரக்கு ரயில் மணியாச்சி வழியாக செல்ல இருக்கிறது. எனவே சிதம்பரத்தை இரயில்நிலையத்தில் நிற்கவைத்தனர், அவனிடமும் ஒரு துப்பாக்கி கொடுக்கப்பட்டிருந்தது. வீட்டிற்கு காவலாக கர்ணனும், கார்மேகமும் நின்றனர். வீட்டு வேலைக்காரர்கள், தோட்ட வேலையாட்கள், காவலாளிகள் என அனைவரையும் மற்றொரு அறையில் அடைத்து வைத்திருந்தான் கர்ணன். அவனை பொறுத்தவரை இன்று ஒரு உயிர் கூட போகக்கூடாது அதேவேளையில் அவனை கையும் களவுமாக கைது செய்ய வேண்டும். கர்ணனும், கார்மேகமும் அந்த வீட்டின் வாசலில் துப்பாக்கியோடு காவலில் இருந்தனர். கார்மேகத்தின் முகத்தில் லேசாக கலக்கம் தெரிந்ததை கர்ணன் கவனிக்கிறான்.

"என்ன கார்மேகம் பயமாயிருக்கா?"

"இல்ல கர்ணன், இத்தன நாள் அவன பிடிக்கணும்னு இருந்-
தோம்.... ஆனா இப்ப கொஞ்ச நேரத்துல அவன் நம்ம முன்னாடி
வராப்போறான்.... ஏதோ ஒரு மாதிரி பதட்டமா இருக்கு"

கர்ணன் லேசாக சிரிக்கிறான்.

"உனக்கு கல்யாணம் ஆகிடுச்சா கார்மேகம்"

கர்ணன் முதன்முதலாக வேலையே தவிர்த்து சொந்த விசயங்-
களை கேட்பது கார்மேகத்திற்கு சற்று புதிதாக இருந்தது.

"ஆயிடுச்சு கர்ணன்.... ஒரு வருசம் ஆக போகுது"

"ஓ அப்படியா.... இப்ப எங்க தங்கியிருக்கீங்க?"

"ரெண்டுபேரும் எழும்பூர்ல தான் இருந்தோம்.... இப்ப மாசாம
இருக்கா அதா அம்மா வீடு திண்டிவனத்துல இருக்கா.... பாத்து
ஒரு ரெண்டுவாரம் ஆச்சு.... இவன பிடிச்சுட்டு தான் போய் பாக்க-
ணும்...."

கார்மேகத்தின் முகத்தில் சிரிப்பு பரவியது.

"அதுக்கு என்ன கார்மேகம்.... நாளைக்கே போய் பாத்துரு"

கர்ணனும் சிரித்தான். இவ்வாறு சில நேரம் பேசிக்கொண்டிருந்த-
வர்கள் மீண்டும் தங்கள் பணிக்கு திரும்பினர்.

சரியாக 12மணிக்கு, வீட்டின் வெளியில் இருந்த பெரிய கதவு
திறக்கும் சத்தம் கேட்டு இருவரும் வாசலை பார்க்கின்றனர். குடிகா-
ரன் போல வேடமணிந்தவன் உள்ளே நுழைந்திருந்தான். இருவரும்
அவன் கண்களுக்கு புலப்படாதவாறு செடிகளுக்கு பின்னால் ஒழிந்-
திருந்தனர். உள்ளே வந்தவன் நிலவன் தான், அவன் வீடு மிக-
வும் அமைதியாக, யாருமே இல்லாமல் இருப்பது பார்த்து சந்தேகம்
கொண்டான். வீட்டில் வேலையாட்கள், தோட்டத்து பணியாளர்கள்
என யாரும் இல்லை. ஆனால் அவன் பயம் கொள்ளவில்லை,
தனது பையிலிருந்து இரண்டு துப்பாக்கிகளை வெளியில் எடுக்-
கிறான். இதனை கர்ணனும், கார்மேகமும் கவனித்தனர், சரியாக
நிலவன் வெளிப்புற மரக்கதவை அடைவதற்கு முன்பாக இவர்கள்
இருவரும் வெளியில் வருகின்றனர். இவர்கள் இருவரையும் கண்ட
நிலவனின் கண்ணில் அதிர்ச்சி, ஏனெனில் அவர்களின் கைகளி-
லும் துப்பாக்கி இருந்தது. தன்னை பிடிக்க வலைவிரித்திருக்கிறார்கள்
என்பது அவனுக்கு புரிந்தது.

"நிலவன் துப்பாக்கிய கீழ போட்டுட்டு மரியாதையா சரணடைஞ்-
சுரு"

கர்ணன் அவனுக்கு உத்தரவிடுகிறான், ஆனால் நிலவன் முகத்-தில் எந்தவொரு அசைவும் இல்லை.

"டேய் ஒரு தடவ சொன்னா புரியாது... துப்பாக்கிய கீழ போட்டு மண்டி போடுடா"

கார்மேகம் அவனை எச்சரிக்கிறான், இதுவரை தன்னை யாரும் நெருங்கியது கூட இல்லை. ஆனால் இந்த இருவரும் தனக்கு முன் துப்பாக்கியை நீட்டி மிரட்டும் நிலைக்கு வந்துவிட்டார்களே, கர்-ணனை நாம் குறைத்து எடைபோட்டு விட்டோம் என்பதை அவன் உணர்கிறான். அவனால் தனது தோல்வியை ஒப்புக்கொள்ள முடி-யயவில்லை. மெல்ல தனது துப்பாக்கியை தரையில் வைப்பது போல் கொண்டு சென்றவன் சட்டென கர்ணனின் தொடையில் சுடுகிறான், இதனால் கர்ணன் சரிந்து கீழே விழுகிறன். அவனது தொடையி-லிருந்து இரத்தம் கொட்டுகிறது, வலியில் துடிக்கிறான். அவன் கர்-ணனை சுட்ட மறுநொடியே கார்மேகம் நிலவனின் இடது தோள்-பட்டையில் சுடுகிறான், இதனால் நிலவன் தனது இடதுகையில் வைத்திருந்த துப்பாக்கியை கீழே தவறவிடுகிறான். அவனது தோள்-பட்டையிலிருந்து வெளியேறிய இரத்தம் அவனது இடது கை முழு-வதையும் நனைத்தது. நிலைதடுமாறி கீழே விழுந்த கர்ணனை ஓடிச்-சென்று தூக்க முயல்கிறான் கார்மேகம், ஆனால் அந்த நேரத்தில் நிலவன் தன் வலது கையில் வைத்திருந்த துப்பாக்கியால் கார்மே-கத்தின் நெஞ்சில் சுட அவன் அந்த நொடியிலே துடிதுடித்து கீழே விழுந்தான். அவன் நெஞ்சில் இருந்து இரத்தம் பெருக்கெடுத்து வெளியில் ஓடிவந்தது. இதனால் கோபம் கொண்ட கர்ணன் தரை-யிலிருந்தவாறே நிலவனின் நெஞ்சில் சுடுகிறான், ஆனால் அது குறி தவறி நிலவனின் இடுப்பில் பாய்கிறது. இதே நேரத்தில் நில-வனும் கர்ணனின் இடுப்பில் ஒரு குண்டினை பாய்ச்ச இருவரும் தரையில் வீழ்கின்றனர். அவர்கள் உடம்பிலிருந்து இரத்தம் பெருக்-கெடுத்து ஆறாய் ஓடியது. சரியாக அந்த நேரத்தில் அவ்வீட்டின் முன்பாக ஒரு கார் வந்து நிற்க, அதிலிருந்து மாதிரிதேவி இறங்கி ஓடி வருகிறாள். அங்கே கண்ட காட்சி அவளை அதிரவைத்தது. தனது ஒரே அண்ணன் இரண்டு இடங்களில் சுடப்பட்டு இரத்த வெள்ளத்தில் கிடக்கிறான், அவனுக்கு அருகில் கர்ணனும் கார்மே-கமும் அதே இரத்த வெள்ளத்தில் வீழ்ந்து கிடக்கின்றனர். அவள் அழுது கொண்டே தனது அண்ணனை தட்டுதடுமாறி தூக்கிக்-கொண்டு காரில் படுக்க வைக்கிறாள். அவள் யாரும் வருவதற்கு

முன்பாக அங்கிருந்து புறப்படுகின்றனர். துப்பாக்கி சுடும் சத்தம் கேட்ட சிதம்பரம் இரயில்நிலையத்திலிருந்து ஓடோடி வருகிறான். அங்கு கண்ட காட்சி அவனை அதிரவைத்தது, கர்ணனும் கார்மேகமும் உடலில் எந்தவொரு அசைவுமின்றி இரத்தவெள்ளத்தில் மிதந்தனர். அவனுக்கு என்ன செய்வதென்றே விளங்கவில்லை, உடனடியாக அந்த ஜமீந்தார் குடும்பத்தினையும், வேலையாட்களையும் அறையிலிருந்து விடுவித்தான். உடனடியாக அவர்கள் இருவரையும் ஒரு வண்டியில் ஏற்றி மருத்துவமனைக்கு எடுத்து சென்றனர். அப்போது அறைக்குள் அடைக்கப்பட்டிருந்த வேலையாட்கள் ஜன்னல் வழியாக கண்ட காட்சிகளை ஜமீந்தார் குடும்பத்திரிடமும், சிதம்பரத்திடமும் எடுத்துரைக்கிறார்கள். கர்ணனும், கார்மேகமும் செய்த செயலை எண்ணி ஒட்டுமொத்த குடும்பமும் நெகிழ்ந்து போனார்கள். அவர்கள் இருவரும் பிழைத்திட வேண்டுமென இறைவனை வேண்டினர்.

23

இதுதான் முடிவா?

அருகில் இருந்த ஒரு மருத்துவமனைக்கு கர்ணனும், கார்மேகமும் அழைத்து செல்லப்பட்டனர், அவர்களுக்கு அங்கே தீவிர சிகிச்சை அளிக்கப்படுகிறது. ஜமீந்தாரின் குடும்பத்தினர் இச்சம்பத்தை காவல்துறையினருக்கு தெரியப்படுத்துகின்றனர். இதனால் சில காவல்துறையினரும், உயர் அதிகாரிகளும் மருத்துவமனைக்கு விரைந்தனர். சிதம்பரம் அவர்களிடம் நடந்த அத்தனையையும் விளாவரியாக எடுத்துக்கூறினான். அந்த நேரத்தில் தீவிர சிகிச்சை பிரிவிலிருந்து ஒரு மருத்துவர் வெளியில் வருகிறார், அவரின் பதிலுக்காக அனைவரும் காத்திருந்தனர். ஆனால் முகமோ சற்று வாடியிருந்தது.... அவர் சொன்ன பதில் அங்கிருந்தவர்களை நிலைகுலைய வைத்தது. கார்மேகம் உயிரோடில்லை, அவன் சம்பவ இடத்திலேயே இறந்துவிட்டான். கர்ணனின் உடம்பிலிருந்து நிறைய இரத்தம் வெளியேறிவிட்டது, அவன் பிழைப்பதற்கும் குறைவாகவே வாய்ப்புள்ளது. அதுவும் இங்கிருக்கும் மருத்துவ வசதிகளால் அது சாத்தியமாகாது, அவனை மதுரை அல்லது மெட்ராசுக்கு அழைத்து சென்று சிகிச்சை அளிக்க வேண்டும். இந்த தகவலை கேட்ட சிதம்பரம் மிகவும் உடைந்து போனான், ஒருபுறம் தன் நண்பன் கார்மேகம் இறந்துவிட்டான், மறுபுறம் கர்ணன் உயிருக்கு போராடிக்கொண்டிருக்கிறான். உண்மையில் அவனுக்கு என்ன செய்வதென்றே தெரியவில்லை, தலையில் கை வைத்து அழத்தொடங்கினான். அருகில் இருப்பவர்கள் அவனை சமாதானம் செய்ய முயல்கின்றனர், ஆனால் நேரத்தை வீணடிக்க விரும்பாத ஜமீந்தார், கர்ணனை உடனடியாக மதுரை அரசு மருத்துவமனைக்கு அழைத்துச்செல்ல திட்டமிடுகிறார்.

ஏனெனில் மெட்ராசுக்கு செல்ல எப்படியும் அரை நாள் ஆகிவிடும், மதுரை இங்கிருந்து வெறும் 3-4மணி நேர பயணத்தொலைவில் தான் இருக்கிறது. இந்த திட்டத்தை காவல் அதிகாரிகளிடமும், சிதம்பரத்திடமும் எடுத்துரைக்க அவர்கள் உடனடியாக ஒப்புக்-கொண்டனர். ஜமீந்தார் தனது சொந்த காரில் கர்ணையும், இரண்டு மருத்துவர்களையும் ஏற்றிக்கொள்கிறார். மற்றொரு காரில் கார்மேகத்தின் உடலை ஏற்றிக்கொண்டு சிதம்பரமும், சில காவலர்க-ளும் மதுரை நோக்கி புறப்பட்டனர். இங்கு நடந்த எல்லா சம்பவங்-களையும் மெட்ராசில் அமைந்திருக்கும் தனது ஏஜென்சிக்கு தந்தி அனுப்பிவிட்டான் சிதம்பரம்.

24

தப்பிப்பிழைத்த நிலவன்

இரத்த வெள்ளத்தில் கிடந்த தனது அண்ணனை தூக்கிக்கொண்டு காரில் உச்சவேகத்தில் பயணித்தாள் மாதுரி. காரில் கிடந்த நிலவன் வலியில் கதறி துடித்துக்கொண்டிருந்தான். வெறும் 4மணி நேரத்திலேயே ஸ்ரீரங்கத்தில் அமைந்திருக்கும் தங்களது மருத்துவமனையை அவர்கள் அடைந்தனர். அது விடியற்காலை நேரம் என்பதால் அங்கு கூட்டமே இல்லை, ஒரு சில உதவி மருத்துவர்கள் மட்டுமே இருந்தனர். அவள் கதறி அழுதுகொண்டு மருத்துவமனைக்குள் ஓடுகிறாள், இதனை கண்ட உதவி மருத்துவர் ஒருவர் அவளிடம் என்ன நடந்தது என்பது போல கேட்க, அவள் பதிலெதுவும் கூறாமல் அவனை வேகமாக காருக்கு அழைத்துவந்தாள். காரில் கண்ட காட்சி அந்த உதவி மருத்துவரையும் அலற வைத்தது. தங்களது உயர் மருத்துவர் சுடப்பட்டு உடலெங்கும் இரத்தமாக காட்சியளித்தார். அந்த மருத்துவர் உடனடியாக அவனை தூக்கிச்சென்றான். தீவிரசிகிச்சை பிரிவில் அவனுக்கு சிகிச்சை தொடங்கியது, முதலில் அவனது தோள்பட்டையிலும், இடுப்பிலும் பாய்ந்திருந்த குண்டுகளை வெளியில் எடுக்கிறான். இடுப்பில் பாய்ந்திருந்த குண்டானது, குறி தவறி பாய்ந்திருந்ததால் அவ்வளவாக ஆழம் செல்லவில்லை. அதே போல தோள்பட்டையில் பாய்ந்திருந்த குண்டானது சதையை மட்டும் கிழித்திருந்ததே தவிர எலும்பை அது பாதிக்கவில்லை. இருப்பினும் அவனது உடலிலிருந்து நிறைய இரத்தம் வெளியேறியிருந்தது, இதனால் அவன் சிகிச்சையை நிறுத்தாமல் தொடர்ந்தான். பின்னர் மாதுரியிடமிருந்து இரத்தத்தை எடுத்து நிலவனின் உடலில் ஏற்றினான். தொடர்ந்து 2மணி நேர சிகிச்சைக்கு பின் அவன் வெளியே

வந்தான். அவனது முகம் சற்று நம்பிக்கையில் இருந்தது.

"பயப்படாதீங்க மேடம், நம்ம சாருக்கு எதுவும் ஆகல... இன்னும் கொஞ்ச நேரத்துல அவரு கண்ணு முழிச்சுடுவொரு"

இந்த பதிலை கேட்ட மாதுரி தனது கைகள் இரண்டையும் கூப்பி அவனை வணங்கினாள். அழுது அழுது அவள் முகம் சற்றே வீங்கிப்போய் இருந்தது.

"மேடம் சார யாரு இப்படி சுட்டாங்க?"

அவள் முகத்தில் அழுகை நீங்கி, பதற்றம் தொற்றியது.

"வீட்டுல யாரோ திருடன் வந்த மாதிரி இருந்துச்சுனு வெளியே போய் பாத்தாரு... போனவர் ரொம்ப நேரம் திரும்பி வரலயேனு நான் வெளிய போய் பாத்தா... இப்படி கிடந்தாரு"

அவள் அழுதுகொண்டே அந்த பொய்யை, உண்மை போல காட்டினாள்.

"ஐயோ என்ன சொல்றீங்க மேடம்... நம்ம இத உடனே போலீஸ்கிட்ட சொல்லணும்"

"ஐயோ அப்படியெல்லாம் எதுவும் பண்ணீடாதிங்க டாக்டர், அண்ணனுக்கு இப்படி நடந்துச்சுனு நம்ம ரெண்டு பேர தவிர வேற யாருக்கும் தெரியாம பாத்துக்கணும்.... நான் உங்கள கெஞ்சி கேக்குறேன்"

"மேடம் இன்னைக்கு சுட்டவன் நாளைக்கு திரும்ப வர மாட்டானு என்ன நிச்சயம்.... நாம இத கண்டிப்பா போலீஸ்கிட்ட சொல்லி பாதுகாப்பு குடுக்க சொல்லணும்."

"ஐயோ டாக்டர்... அண்ணனுக்கு போலீஸ்... கோர்ட்னு அலையுறதுலாம் பிடிக்காது.... அவருக்கு இப்ப சிகிச்சை நடந்திட்டு இருக்குதுனு வெளிய தெரிஞ்சாலே ரொம்ப பெரிய பிரச்சனை ஆகிடும்.... புரிஞ்சுக்கோங்க டாக்டர்"

அந்த மருத்துவரிடம் மாதுரிதேவி மன்றாடிகேட்கிறாள். சரியாக இரண்டு மணி நேரத்திற்கு பின் நிலவனை யாருக்கும் தெரியாமல் மருத்துவமனையின் பின் வாசல் வழியாக வீட்டிற்கு கொண்டு சென்றனர். நிலவன் கண் விழித்துவிட்டான், ஆனால் அவன் உடலில் இருந்த வலி அவனை கொன்றது. இடுப்பில் குண்டு பாய்ந்திருந்தால் அவனால் எழமுடியவில்லை. அதே நேரம் தோள்பட்டையையும் அவனால் பெரிதாக அசைக்க முடியவில்லை. காயங்கள் ஆறுவதற்கு ஒரு வாரம் ஆகும், அதுவரை அவனுக்கு நல்ல ஓய்வு தேவை என மருத்துவர் அறிவுறுத்தினார். அந்த ஒரு வாரம் முழு-

வதும், உயிரின் மேலான தனது அண்ணனை கண்ணும் கருத்துமாக பார்த்துக்கொண்டாள் மாதுரி. சத்தான ஆகாரங்களை அவனுக்கு வழங்கினாள், இரத்தம் ஊற நிறைய பழங்களையும் அவனுக்கு கொடுத்தாள். ஒரு குழந்தையை கவனிப்பதை போல தனது அண்ணனை அவள் கவனித்தாள், நிலவனும் தனது தங்கையின் கவனிப்பில் தாய்மையை கண்டான். அந்த மருத்துவரும் தினமும் மூன்று முறை அவனை வந்து பார்த்து சென்றார், அவர் நினைத்தை விட நிலவன் சீக்கிரமாகவே குணமடைந்தான்.

விடியற்காலை பொழுதினில் கர்ணன் மதுரை அரசு மருத்து-வமனைக்கு அழைத்து வரப்படுகிறான். அவனுக்கு அங்கு தீவிர சிகிச்சை துவங்கியது, முதலில் அவனது உடலில் பாய்ந்திருந்த குண்டுகளை வெளியில் எடுத்தனர். அந்த இரண்டு குண்டுகளும் பெரிதாக ஆழம் பாயவில்லை என்றாலும் அவை சதையை நன்றாக கிழித்திருந்தன, அதே நேரத்தில் அவனுக்கு இரத்தமும் நிறைய வெளியேறியிருந்தது. எனவே அவன் மருத்துவர்களின் தீவிர கவனிப்பில் இருந்தான். சம்பவம் அறிந்த பாண்டியன் உடனடியாக மெட்ராசில் இருந்து புறப்பட்டு மாலை நேரத்தில் மதுரையை அடைந்தார். நடந்த அத்தனை நிகழ்வுகளையும் சிதம்பரம் அவரிடம் எடுத்துரைத்தான். அப்போது அவர்களின் ஒட்டுமொத்த பிரார்த்-தனையும் கர்ணன் நலம்பெற வேண்டுமென்பது தான். பாண்டியன் தனக்கு தெரிந்த பல அதிகாரிகளை தொடர்பு கொண்டு பல்வேறு மருத்துவர்களை அந்த மருத்துவமனைக்கு வரவைத்தார். மற்றொரு பக்கம் அங்கிருந்த மற்ற உயர் அதிகாரிகளின் உதவியோடு கார்-மேகத்தின் உடலை மெட்ராசுக்கு எடுத்துச்செல்லப்பட்டது. கார்மே-கத்தின் இறப்பினை அறிந்த அவனது தாயும், மனைவியும் கதறி அழுதனர், அதனை நேரில் கண்ட சிதம்பரம் மேலும் மனமுடைந்து போனான். அவர்களின் இந்த இழப்பை எவராலும் ஈடு செய்யமு-டியாது, கார்மேகத்தின் உடலானது மிகுந்த மரியாதையோடு அடக்-கம் செய்யப்பட்டது. இவை அனைத்தையும் நேரில் கண்ட சிதம்பரம் கோபத்தில் கொதித்தெழுந்தான். நிலவனை அந்த இடத்திலே துடிக்க துடிக்க கொல்ல வேண்டும் என நினைத்தான். அந்த வெறியோடு அவன் மீண்டும் மதுரைக்கு வருகிறான், கர்ணன் உடல் நிலையில் சற்று முன்னேற்றம் உண்டானது. கிட்டத்தட்ட ஒரிரண்டு நாட்களில் அவன் கண் விழித்துவிட்டான், இதனை கண்டவர்கள் அனைவரும் மிகுந்த மகிழ்ச்சி அடைந்தனர். ஆனால் அவன் கண்விழித்தவுடன்

கேட்ட முதல் கேள்வி அவர்கள் அனைவரையும் கலங்கச்செய்தது.

"கார்மேகம் எப்படி இருக்கான்?"

அவன் மிகுந்த சிரமத்தோடு இந்த கேள்வியை கேட்டான். இந்த கேள்வியை கேட்டதுமே சிதம்பரம் அழத்தொடங்கினான். பாண்டியன் அவனை சமாதனப்படுத்த முயல்கிறார், ஆனால் முடியவில்லை.

"கார்மேகம் இறந்துட்டான் கர்ணன்"

பாண்டியன் இந்த பதிலினை கூற, கர்ணனின் உடலில் எந்-தவொரு அசைவும் இல்லை. அவன் கண்கள் கலங்கின, அதே நேரத்தில் அவனது முகம் சிவந்தது. இப்போதே நிலவனை கொல்ல வேண்டும் என்ற கோபம் அவனுக்குள் எழுந்தது, ஆனால் தனது உடல் அதற்கு ஒத்துழைக்கவில்லை என நினைக்கையில் அவன் உண்மையில் தோற்றுவிட்டோம் என்பது போல உணர்ந்தான். கர்-ணனுக்கு நல்ல ஓய்வு தேவை என்பதால், மருத்துவர்கள் அங்கிருந்த அத்தனை பேரையும் வெளியில் அனுப்பிவிட்டனர். அவன் உடல்-நிலை முழுதும் குணமாவதற்கு இன்னும் குறைந்தது 10 நாட்கள் ஆகும் என மருத்துவர் கூறுகிறார், அவர் சொன்னது போலவே அவனது உடல்நிலை மெல்ல மெல்ல முன்னேறியது. அவன் முழு-தும் குணமாகும் வரை சிதம்பரம் அவன் கூடவே இருந்து நன்கு கவனித்துக்கொண்டான்.

25

கலங்கிய தமயந்தி

சரியாக 5 நாட்களில் நிலவன் தனது படுக்கையில் இருந்து எழுந்-
துவிட்டான். காயங்கள் முழுதும் ஆறவில்லை என்றபோதிலும் இப்-
போது வலி சற்று குறைந்துவிட்டது. இடுப்பில் காயம் என்பதால்
நடப்பதில் சற்று சிரமம் இருந்தது, அதே நேரத்தில் இடது தோள்பட்-
டையில் ஏற்பட்ட காயத்தால் கையை தூக்குவதிலும் சிரமம் இருந்-
தது, ஆனால் நிலவன் வலிகளை பொருட்படுத்தவில்லை. எழுந்து
மிக சாதாரணமாக நடக்கத்தொடங்கினான், மாதுரி இதனை கவனித்-
துவிட்டால். அவளுக்கு ஒரு பக்கம் தனது அண்ணனை மீண்-
டும் பழைய நிலையில் பார்த்துவிட்டோமே என்ற மகிழ்ச்சி, ஆனால்
அதே நேரத்தில் அவன் முழுமையாக குணமாகவில்லை என்ற
கவலை.

"அண்ணா என்ன செய்றீங்க... நீங்க இன்னும் முழுசா குண-
மாகல... இந்த நேரத்தில நீங்க இப்படிலா எழுந்து நடக்கக்கூடாது"

"இல்ல... மாதுரி நான் முழுசா குணமடைஞ்சுட்டேன்... என்-
னோட காயங்கள் நல்லாவே ஆறியிருக்கு... இதுக்கப்பறம் நான்
எந்திரிச்சு நடக்கலேனா தான் பிரச்சனை..."

நிலவனின் பேச்சில் புத்துணர்ச்சியும், நம்பிக்கையும் வெளிப்பட்-
டது.

"அண்ணா இருந்தாலும், இன்னும் ஒரு வாரம் ஓய்வெடுக்குறதுல
என்ன தப்பு?"

மாதுரி தனது அண்ணனின் மீதிருந்த அக்கறையை வெளிப்படுத்-
துகிறாள்.

"ஐயோ மாதுரி, உன்னோட அன்பான அக்கறையால தான் நான் இவ்வளவு சீக்கிரம் குணமாகியிருக்கேன்... வீட்டுக்குள்ளயே அடைஞ்சுகிடக்கிறது தான் மாதுரி பெரிய நோய்"

இவர்கள் இதனை பேசிக்கொண்டே அறையிலிருந்து வெளியே வந்தனர், அப்போது நிலவனை காண அவனது மருத்துவர் அங்கே வந்திருந்தார். அவருக்கும் நிலவனின் நிலையை கண்டு மிகுந்த ஆச்சர்யம்.

"வாங்க டாக்டர்... உங்களோட பேசன்ட்ட பாக்க வந்தீங்களா?"

முகத்தில் புன்னகையோடு நிலவன் அந்த மருத்துவரிடம் கேள்-வியெழுப்ப அந்த மருத்துவரும் சிரித்து விடுகிறார்.

"நான் நினைச்சத விட நீங்க ரொம்ப சீக்கிரமா குணமடைஞ்சுட்-டீங்க சார்"

"எல்லாம் உங்களோட ட்ரீட்மென்ட் தான் டாக்டர்... உங்களுக்கு ரொம்ப பெரிய நன்றி"

"ஐயோ இல்ல சார், மேடம் தான் உங்கள சரியான நேரத்துக்கு ஹாஸ்பிட்டலுக்கு கூட்டி வந்தாங்க... இந்த 5 நாள்ல கூட அவங்க தான் உங்கள அவ்வளவு நல்லா கவனிச்சு பாத்துக்கிட்டாங்க... நீங்க உண்மையிலேயே அவங்களுக்கு தான் நன்றி சொல்லணும்"

நிலவன் மாதுரியை பார்த்து புன்முறுவல் செய்கிறான்.

"இல்ல டாக்டர்... உங்க ட்ரீட்மென்ட் இல்லாம இது எதுவே சாத்தியம் இல்ல... உங்களுக்கு ரொம்ப பெரிய நன்றிய நான் சொல்லணும்"

மருத்துவருக்கு தனது நன்றியை கூறுகிறாள் மாதுரி.

"பரவாயில்ல உங்க ரெண்டு பேருக்குமே நான் நன்றிய சொல்-லிக்கிறேன்."

நிலவன் தனது தங்கைக்கும், மருத்துவருக்கும் நன்றியை தெரி-விக்கிறான்.

"டாக்டர் அண்ணன இன்னும் ஒரு வாரம் ஓய்வு எடுக்க சொல்-லுங்க... அவரு இப்பவே ஹாஸ்பிட்டலுக்கு கிளம்ப திட்டம் போட்-டுட்டு இருக்காரு"

"மேடம் சார் எவ்வளவு பெரிய டாக்டர்... அவருக்கு தெரி-யாதா... அவர் 5 நாளைக்கு மேல ரெஸ்ட் எடுத்துட்டாரு... அது-னால அவரு இப்ப கொஞ்ச வெளி உலகத்துக்கு வந்து சகஜமா இருந்தாருனா மறுபடியும் அவரு பழைய நிலமைக்கு வந்துடு-

வாரு....."

மருத்துவர் இந்த பதிலை கூறிவிட்டு நிலவனை கவனிக்கிறான், நிலவன் முகத்தில் புன்னகை பொங்க அந்த மருத்துவரின் பேச்சை கேட்டுக்கொண்டிருந்தான்.

"டாக்டர் சொன்னத கேட்டியா மாதுரி?"

இப்போது மாதுரியும் லேசாக சிரித்துவிட்டாள், சிறிது நேரம் அவர்கள் பேசிக்கொண்டிருந்தனர். பின்னர் மருத்துவர் அங்கிருந்து கிளம்பிவிட்டார், அப்போது வீட்டின் வெளியில் கிடந்த அன்றைய நாளிதழை கண்டு அதனை கையில் எடுக்கிறான் நிலவன். அதன் முதல் பக்கத்தில் இருந்த செய்தி நிலவனின் முகத்தில் மிகுந்த மகிழ்ச்சியை கொடுத்தது, உடனடியாக தனது தங்கை மாதுரியை அழைக்கிறான். அவனது பேச்சிலும், முகத்திலும் இருந்த சந்தோ-சத்தை மாதுரி கவனித்தாள்.

"என்ன அண்ணா ஆச்சு?"

மாதுரி கேட்க, நிலவன் அந்த செய்தித்தாளை மாதிரியிடம் நீட்-டுகிறான்.

'ஜமீந்தார் வீட்டு கொள்ளையனை பிடிக்க வலைவிரித்த துப்ப-றிவாளர்கள்- துப்பறிவாளர்கள் கர்ணன் மற்றும் கார்மேகம் ஆகிய இருவரையும் கொன்றுவிட்டு தப்பியோடிய கொள்ளையன்'

ஆனால் இச்செய்தியை படித்த மாதுரியின் கண்கள் லேசாக கலங்கின. இதனை நிலவனும் கவனித்துவிட்டான்.

"மாதுரி நான் அவன கொன்னுட்டேன் மாதுரி, உன் அண்ணன் தோக்கல... என்ன ஜெய்க்கிறதுக்கு இன்னும் எவனும் பொறக்கல.... இத்தன வருஷத்துல இவன் ஒருத்தன் தான் என் முன்னாடி வந்து நின்னான், ஆனா இப்ப அவனும் உயிரோட இல்ல"

அவனது பேச்சில் ஆணவம், முகத்தில் வெற்றி களிப்பு. ஆனால் மாதுரி அமைதியாகவே இருந்தாள்.

"மாதுரி நீ அவன் செத்ததுக்கு கவலபடுறியா?"

மாதுரியிடம் பதிலெதுவும் இல்லை, நிலவன் அவள் மனதில் இருப்பதை புரிந்து கொண்டான்.

"மாதுரி அவன் உன் அண்ணனுக்கு எதிரி, என்ன சுட்டது அவன் தான்... இப்ப நீ ஏன் அவனுக்காக கண் கலங்கிட்டு இருக்க?"

"அண்ணா எனக்கு எப்பவும் நீ தான் அண்ணா முக்கியம், ஆனா என்னால இவன் செத்தத ஏத்துக்க முடியல அண்ணா"

மாதுரியின் பேச்சில் மிகுந்த ஏக்கமும், கவலையும் தென்பட்டது.

"மாதுரி அவன் நமக்கு எதிரி.... ஆனா இப்ப அவன் இந்த உலகத்துல இல்ல அத மட்டும் நியாபகம் வச்சுக்கோ"

நிலவனின் பதில்களை அமைதியாக கேட்டுக்கொண்டிருந்தாள் மாதுரி.

"மாதுரி எனக்கு அம்மா, அப்பாவ பாக்கணும் போல இருக்கு"

"இல்ல அண்ணா.... நீ இந்த நிலைமைல கண்டி வர பயணிக்க வேண்டாம்.... உங்களுக்கு முழுசா குணமானதுக்கப்பறம் போகலாமா?"

"மாதுரி எனக்கு நீ ஒரு உதவி பண்ண முடியுமா?"

"என்ன அண்ணா?"

"மாதுரி நீ போய் அம்மா, அப்பாவ கூட்டி வர முடியுமா?"

"அண்ணா உன்ன இந்த நிலைமைல விட்டுட்டு எப்படி நான் போயிட்டு வரமுடியும்?"

"ஐயோ மாதுரி உன் அண்ணனுக்கு எதுவே இல்ல.... உடம்பு சரியாகிட்டே இருக்கு.... மனசுதான் கொஞ்ச கவலையா இருக்கு.... அம்மா, அப்பாவ பாத்துட்டா அதுவும் சரியாகிடும்...."

"அண்ணா என்ன இருந்தாலும் உன்ன எப்படிணா....."

அவள் தனது பதிலை முடிக்கும் முன்னரே நிலவன் தனது பதிலை தொடங்கினான்.

"மாதுரி எனக்கு எதுவும் இல்ல.... அப்படியே எதாச்சு ஆச்சுனா கூட பாத்துக்க டாக்டர் இருக்காங்க.... எனக்கு எந்த பிரச்சனையும் இல்ல.... பிரச்சனை பண்ணவங்களும் இப்ப உயிரோட இல்ல.... இப்ப நமக்கு என்ன கவலை?"

நிலவன் மிகுந்த ஆணவத்தோடு பதிலளித்தான், அவனது பேச்சை மாதுரியால் தட்ட முடியவில்லை. அவள் தன் தாய், தந்தையை கூட்டி வருவதற்காக சிலோன் நோக்கி தனது பயணத்தை துவங்கினாள். நிலவன் குளித்து தயாராகி மருத்துவமனைக்கு புறப்பட்டான்.

கிட்டத்தட்ட ஒரு வாரத்திற்கு பின் மருத்துவமனை வந்த தங்களது உயர் மருத்துவரை, மருத்துவமனையிலிருந்த அனைவரும் மிகுந்த மகிழ்ச்சியோடு வரவேற்றனர். வரவேற்பு அறையில் இருந்த கண்கள்

முழுதும் கர்ணனையே தேடிக்கொண்டிருந்தன, அவனை பார்த்து கிட்டத்தட்ட ஒரு வாரம் ஆகிவிட்டது. உனக்காக சீக்கிரம் வரு-கிறேன் என்று சொல்லிச்சென்றவன் இன்னும் வரவில்லை. அவள் அவனை நினைத்து மிகவும் ஏங்கிப்போனாள், அவன் உண்மையில் வருவானா இல்லை நம்மை ஏமாற்றிச்சென்றானா என பல்வேறு குழப்பகள் அவளுக்குள் குடிகொண்டன. சரியாக அன்றைய நாளின் மாலை அவள் வீட்டிற்கு கிளம்பும் நேரத்தில் செய்தித்தாள்களை புரட்டிக்கொண்டிருந்தாள். அப்போது அவள் அந்த செய்தியை கவனித்துவிட்டாள், அவளது இதயம் ஒரு நொடி நின்றே போய்விட்-டது.

'ஜமீந்தார் வீட்டு கொள்ளையனை பிடிக்க வலைவிரித்த துப்ப-ரிவாளர்கள்- துப்பறிவாளர்கள் கர்ணன் மற்றும் கார்மேகம் ஆகிய இருவரையும் கொன்றுவிட்டு தப்பியோடிய கொள்ளையன்'

அவள் இந்த செய்தியை படித்து முடித்துவிட்டு கதறி அழத்தொ-டங்கினாள், தன்னுடன் பணிபுரியும் சில தோழிகள் என்ன ஆனது கேட்கையில் அவள் பதிலெதுவும் சொல்லாமல் அங்கிருந்து வீட்-டினை நோக்கி ஓடினாள். அவள் சாலை முழுதும் அழுதவாறே நடந்தாள், அவளது வாழ்வில் கர்ணன் வெறும் ஒரு நாள் மட்டும் தான் பயணித்தான் ஆனாலும் அவளுக்குள் இப்படியொரு தாக்-கத்தை ஏற்படுத்துவான் என அவள் நினைக்கவில்லை. அன்றைக்கு அவனோடு நடந்து சென்ற சாலை பயணம் இன்னும் இதயத்திலே இருந்தது. அவள் இப்போதும் அதே சாலையில் நடக்கிறாள், ஆனால் உடன் பயணிக்க அவன் இல்லை. அன்றைக்கு மிகுந்த மகிழ்ச்சியில் பயணித்தவள், இன்று கண்ணீரோடு பயணிக்கிறாள். அந்த நேரத்தில் அவர்கள் இருவரும் சென்ற உணவகம் அவளது கண்ணில் படுகிறது. ஒரு நொடி அவள் அந்த உணவகத்தின் முன் நின்று அன்றைய மகிழ்ச்சியான நினைவுகளை நினைவுபடுத்தி பார்க்கிறாள். அந்த நேரத்திலும் அந்த உணவகத்தில் ஒரு பாடல் ஒலித்துக்கொண்டிருக்க, அவள் சற்று அமைதியாக அந்த பாடலை கேட்கிறாள். *'நினைக்க தெரிந்த மனமே உனக்கு மறக்க தெரி-யாதா•••*

பழக தெரிந்த உயிரே உனக்கு விலக தெரியாதா•••

உயிரே விலக தெரியாதா•••' இப்பாடல் அவளை இன்னும் காயப்-படுத்தியது, அவள் மீண்டும் அழுதுகொண்டே தனது வீட்டினை நோக்கி ஓடினாள்.

26

மீண்டுவந்த துப்பறிவாளன்

சரியாக 10 நாட்களில் கர்ணன் தனது படுக்கையிலிருந்து எழுந்து-விட்டான், உண்மையில் அவன் ஒரு வாரத்திலே முழுதும் குண-மடைந்துவிட்டான். இருப்பினும் மருத்துவர்களின் அறிவுரையால் அவன் 10 நாட்கள் அங்கே படுத்துக்கிடந்தான். அவனுக்கும் இன்-னும் காயங்கள் முழுதாக ஆறவில்லை, இருப்பினும் அவனால் அதற்கு மேல் அந்த மருத்துவமனையில் படுத்துக்கொண்டிருக்க மனமில்லை. பாண்டியனும், சிதம்பரமும் அவன் மீண்டுவந்ததை கண்டு மிகுந்த மகிழ்ச்சி கொண்டனர். சிதம்பரம் அவனை கலங்கிய கண்களோடு கட்டியணைத்தான்.

"உலகத்துல அவன் எந்த மூலைக்கு தப்பிச்சு ஓடியிருந்தாலும், அவன தேடி கண்டுபிடிச்சு கொல்லுவோம் சிதம்பரம்"

கர்ணன் தனது கோபச்சொற்களை வெளிப்படுத்துகிறான்.

"அவன் எங்கயும் தப்பிச்சு போகல கர்ணன்... அவன் கடந்த 3 நாளா எப்பவும் போல ஒரு டாக்டரா ஹாஸ்பிட்டலுக்கு போயிட்டு தான் இருக்கான்.... நம்ம ஏஜென்சில இருந்து ஒரு 2பேர் கடைசி 2 நாளா அவனோட நடவடிக்கைகள கவனிச்சுட்டு தான் இருக்-காங்க"

பாண்டியன் தனது பதிலை கூற கர்ணன் சற்று குழப்பமடைந்தான்.

"எப்படி சார் அவ்வளவு தைரியமா அவன் மறுபடியும் வெளிய வந்தான்?"

பாண்டியனிடம் தனது கேள்வியை கர்ணன் எழுப்பினான், பாண்-
டியன் முகத்தில் சிறுபுன்னகையோடு கையிலிருந்த ஒரு நாளிதழை
கர்ணனிடம் நீட்டி, அதிலிருந்த ஒரு செய்தியை காட்டுகிறார். கர்-
ணன் அதனை வாசிக்கிறான், அதில் தான் இறந்துவிட்டதாக எழு-
தப்பட்டிருப்பது அவனுக்கு வேடிக்கையாக இருந்தாலும் கார்மேகம்
இறப்பு பற்றி எழுதியிருந்தது அவனை மீண்டும் கலங்கவைத்தது.

"நீங்க தான் இந்த திட்டத்த போட்டீங்களா சார்?"

"ஆமா கர்ணன், ஒரு வேளை நீ உயிர் பிழைச்சுட்டனு
அவனுக்கு தெரிஞ்சுட்டா அவன் கண்டிப்பா எங்கயாவது தப்பிச்சு
ஓடிடுவான்.... அதே நேரத்துல அவன் கொலைகாரனு சொல்றதுக்கு
நம்மகிட்ட சரியான ஆதாரம் எதுவும் இல்ல.... ஜமீந்தார் வீட்டுல
இருந்த வேலைக்காரங்க யாருமே அவன் முகத்த சரியா பாக்கலனு
சொல்றாங்க.... அவன நேருக்கு நேர் பாத்தது நீயும் கார்மேகமும்
மட்டும் தான்.... அவன கைது செய்றதுக்கு உன்னோட சாட்சி மட்-
டும் பத்தாது...."

பாண்டியன் தனது மொத்த பதில்களையும் கர்ணனிடம் அடுக்கி-
னார்.

"ரொம்ப நன்றி சார்.... அவன நேர்ல பாத்த ரெண்டு பேருமே
இப்ப உயிரோட இல்லனு தெரிஞ்சதால அவன் இப்ப முன்ன மாதிரி
ரொம்ப சுதந்திரமா சுத்துவான் எனக்கு அது போதும் இன்னும் ஒரே
வாரத்துல அவன கைதாகியிருப்பான், இல்லனா கொல்லப்பட்டிருப்-
பான்"

கர்ணனின் பதிலில் மிகுந்த நம்பிக்கை வெளிப்பட்டது, அதே
நேரத்தில் கோபமும் அதிகமாகவே இருந்தது.

"சரி கர்ணன், எனக்கு உன் மேல எப்பவும் நம்பிக்கை இருக்கு....
உனக்கு உதவியா எப்பவும் போல சிதம்பரம் இருப்பான்... உனக்கு
வேற எதாவது உதவி வேணும்னா சொல்லு"

"சார் எனக்கு ஒரு கார் வேணும்"

"அத நான் ஏற்கனவே ஏற்பாடு செஞ்சுட்டேன் கர்ணன், அப்பறம்
உனக்கு திருச்சிராப்பள்ளி, ஸ்ரீரங்கத்துல நம்ம ஏஜென்சி ஆளுங்க
கொஞ்ச பேர் உதவிக்கு வச்சுருக்கேன்.... அவங்களும் உனக்கு
உதவுவாங்க.... முக்கியமா உனக்கு தேவையான வெப்பன்ஸ் அவங்-
ககிட்ட இருக்கு"

"இது போதும் சார், உங்க உதவிக்கு ரொம்ப நன்றி.... நான்
இப்பவே ஸ்ரீரங்கம் கிளம்புறேன்."

"சரி கர்ணன், இந்த தடவ போற உயிர் நம்மலோடதா இருக்கக்-
கூடாது... சிதம்பரம் நீயும் பாத்துக்கோ"

அவர்கள் மூவரும் மருத்துவமனையிலிருந்து வெளியே வந்தனர்,
அங்கே வெள்ளை நிற Fiat 1100 என்ற ஆடம்பர கார் நின்று
கொண்டிருந்தது, நிலவனிடமும் இதே கார் தான் இருக்கிறது.
கர்ணன் பாண்டியனை பார்க்கிறான், அவர் தனது கையிலிருந்த
சாவியை கர்ணனிடம் நீட்டுகிறார்.

"இந்த வாட்டி நாம அவன தவறவிட்டுட கூடாது கர்ணன்"

"விடவே மாட்டேன் சார்"

கர்ணன் சாவியை வாங்கிக்கொண்டு காரில் ஏற, சிதம்பரம்
அவன் அருகில் அமர்ந்து கொண்டான். கர்ணன் காரை இயக்க,
அந்த 1089cc கார் ஸ்ரீரங்கத்தை நோக்கி பறந்தது.

சுமார் 3மணி நேரத்திற்கு பின் அவர்கள் இருவரும் ஸ்ரீரங்கத்தை
அடைந்தனர். அன்று இரவு நடந்தவைகளை எல்லாம் கர்ணன்,
சிதம்பரத்திடம் எடுத்துரைத்தான்.

"நான் தான் சிதம்பரம் அன்னைக்கி தப்பு பண்ணிட்டேன்...
அன்னைக்கி நாம மூணு பேரும் வீட்டுலயே இருந்திருக்கலாம்....
உன்ன தேவ இல்லாம இரயில்வே ஸ்டேசனுக்கு அனுப்பிட்டேன்....
நாங்க ரெண்டு பேர இருந்ததால தான் அவன் கொஞ்ச தாக்கு-
பிடிச்சான்... மூணு பேரா இருந்திருந்தா அப்பவே அவன் செத்து-
ருப்பான்... அன்னைக்கு கூட அவன காப்பாத்த அவன் தங்கச்சி
வரலைனா அப்பவே மாட்டியிருப்பான்"

"கர்ணன், அன்னைக்கி எப்படி அவன் தங்கச்சி அங்க வந்தா....
அவங்க முன்னாடியே எதாவது திட்டம் போட்டுருந்தாங்களா?"

"அதா சிதம்பரம் எனக்கும் புரியல்... ஒருவேளை நம்ம அவன
பிடிக்க திட்டம் போட்டிருக்க வாய்ப்பு இருக்குனு நினைச்சி அவ
அன்னைக்கி வந்திருக்கலாம்"

"ஆனா என்ன ஆனாலும் இந்த வாட்டி அவன விட்டிட கூடாது
கர்ணன்... கார்மேகத்தோட அம்மாவும், மனைவியும் கதறி அழுத
காட்சி இன்னும் என் கண்ணுக்குள்ளயே நிக்கிது"

இதனை கேட்ட கர்ணன் மீண்டும் கலங்கினான்.

"கார்மேகம் தான் அன்னைக்கி என்ன காப்பாத்துனான், அவன்
மொதல்ல சுட்டது என்ன தான்... அதே மாதிரி அவன மொதல்ல
சுட்டது கார்மேகம் தான்... அவன் உயிரவிட்டு என்ன காப்பாத்தி-
யிருக்கான்... சுட்டதும் அவன் துடிச்சு கீழ விழுந்தத நான் என்

கண்ணால பாத்தேன் சிதம்பரம்''

கர்ணனின் கண்களிலிருந்து கண்ணீர் மடமடவென வழிந்தது. சிதம்பரம் அவனை சமாதானப்படுத்தினான். அப்படியே அவர்கள் தங்கியிருந்த அறைக்கு செல்கின்றனர், அங்கே அவர்களின் வரு கைக்காக 5இளைஞர்கள் காத்திருந்தனர். கர்ணனும், சிதம்பரமும் காரைவிட்டு இறங்கினர், அப்போது அந்த ஐவரில் ஒருவன் கர் ணனை நோக்கி வருகிறான்.

''கர்ணன் நீங்க தான்?''

''ஆமா நீங்க யாரு?''

''பாண்டியன் சார் அனுப்புனாங்க... உங்களுக்கு உதவியா இருக்க சொல்லி...''

''ஓ நீங்க தானா அது.... தேவையான பொருள் எல்லாம் இருக் குல?''

''எல்லாமே இருக்கு சார்... ரூமுக்குள்ள போலாமா?''

''வாங்க''

அந்த ஐவரும் முன்னே செல்ல கர்ணன் மற்றும் சிதம்பரம் இரு வரும் அவர்களை பின் தொடர்கிறார்கள். கர்ணனுக்கு இடுப்பி லும், தொடையிலும் உள்ள காயங்கள் இன்னும் முழுதும் குணமாக வில்லை எனவே அவன் மெதுவாக நடந்தான். அவர்கள் அறையும் தரை தளத்தில் தான் இருந்தது.

''இப்ப உங்க உடம்பு எப்படி இருக்கு சார்?''

''பரவாயில்ல... நீங்க எல்லாரும் எத்தன நாளா இங்க இருக் கீங்க?''

''நாங்க எல்லரும் இங்க கடந்த 3நாளா இருக்கோம் சார்...''

''அவன் தங்கச்சி எப்பவும் அவன் கூட தான் இருக்காளா?''

''இல்லயே சார்... நாங்க மூனு நாளா அவன் ஹாஸ்பிட்டல் போகும்போதும் வரும்போதும் கவனிச்சிட்டு தான் இருக்கோம்... அவன் கார்ல அவனையும் அவன் ட்ரைவரையும் தவிர யாரும் இல்ல... அது போக இந்த மூனு நாளா அவன் சாயங்காலம் 5மணிக்கெல்லாம் வீட்டுக்கு கிளம்பிடுறான்''

''கூட தங்கச்சி இல்ல.... சாயங்காலம் சீக்கிரம் வீட்டுக்கி கிளம்-பிடுறான்... குழப்பமா இருக்கே...''

கர்ணன் சிறிது நேரம் சிந்தனையில் ஈடுபடுகிறான், அவனுக்கு ஒரு யோசனை பிறக்கிறது.

"சரி எல்லாரும் தயாராகுங்க... நாம இப்ப அவன பாக்க போறோம்"

"கர்ணன் நீங்க செத்துட்டிங்கனு தான் நாம எல்லாரையும் நம்ப வச்சுருக்கோம், அதுனால தான் அவன் தைரியாம வெளில நடமாடிட்டு இருக்கான்... இப்ப அவன் உங்கள பாத்துட்டு தப்பிச்சுட்டா... அதுக்கப்பறம் அவன தேடிபிடிக்கிறது ரொம்ப கஷ்டமாயிடும்ல..."

கர்ணன் முகத்தில் சிறுபுன்னைகையை உதிர்த்துக்கொண்டு தனது பையை திறக்கிறான்.

"அவன் என்ன பாத்தாதான்..."

அனைவரும் சற்று குழப்பமானார்கள், ஆனால் சிதம்பரம் பெரிதாக குழம்பவில்லை. கர்ணன் இரண்டு கிழிந்த சட்டையையும், இரண்டு அழுக்கு லுங்கியையும் கையில் எடுக்கிறான். கர்ணன் மற்றும் சிதம்பரம் இருவரும் அதனை உடுத்திக்கொள்கின்றனர். தலைக்கு ஒரு சிக்கான முடிகளை கொண்ட தலைமுடியை எடுத்து மாட்டிக்கொள்கின்றனர். முகத்தில் ஆங்காங்கே கருப்பு சாயம்.

அவர்கள் தோற்றம் முற்றிலும் மாறிப்போனது. அழுக்கான கசங்கி, கிழிந்த சட்டை... பையும் கிழிந்து தொங்கியது. அழுக்கான லுங்கியும், ஆங்காங்கே கிழிந்திருந்தது. பூசிய சாயத்தால் முகம் கருப்படைந்து போய் இருந்தது, சிக்கான தலை முடி.

"இப்ப பாக்க ரெண்டு பேரும் எப்படி இருக்கோம்?"

கர்ணன் அவர் ஐவரிடமும் கேள்வி எழுப்பினான்.

"பிச்சகாரங்க மாதிரி இருக்கீங்க சார்"

அவன் தயங்கிய குரலில் பதிலளித்தான்.

"அதா எனக்கு வேணும்... இப்ப எங்கள அடையாளம் தெரியுதா?"

"இல்ல சார் ரொம்ப பக்கத்துல வந்து உத்து பாத்தா தான் கண்டுபிடிக்க முடியும்னு நினைக்கிறேன்."

"இன்னைக்கி அவன நாம வேவு பாக்கணும், கண்டிப்பா இன்னும் இரண்டே நாள்ல அவனையும், அவனோட தங்கச்சியையும் கைது செய்யணும்"

"அவனோட தங்கச்சிய நம்ம எப்படி சார் கைது பண்ண முடியும், அவங்க என்ன தப்பு செஞ்சாங்க"

"அவனோட தங்கச்சி நேரடியா எந்த குற்றமும் செய்யல... ஆனா இவனுக்கு மறைமுகமா உதவி செய்றது அவனோட தங்கச்சி தான்... அதுனால நாம அவங்க ரெண்டு பேரையும் கைது செய்யணும்"

அவர்கள் அனைவரும் கர்ணனின் பதில்களை அமைதியாக கேட்டனர்.

"வெப்பன்ஸ் எங்க?"

கர்ணனின் அவர்களிடம் கேள்வியெழுப்புகிறான். அந்த ஐவரில் ஒருவன் கட்டிலுக்கு அடியிலிருந்து ஒரு பெட்டியை எடுத்து திறக்கிறான். உள்ளே நிறைய துப்பாக்கிகள் இருந்தன. கர்ணனும், சிதம்பரமும் ஆளுக்கொரு துப்பாக்கியை எடுத்துக்கொண்டனர்.

"சரி இப்ப நம்ம திட்டம் என்னனு நான் சொல்றேன், உங்கள்ல ஒரு மூனு பேர் யாருக்கு தெரியாம அவன் வீட்ட சுத்தி நில்லுங்க... அதே மாதிரி ஒரு ரெண்டு பேர் அவனோட ஹாஸ்பிட்டலுக்கு பேசன்ட் மாதிரி போய் நடிக்கணும்..."

அப்போது ஒரு இரண்டு பேர் அவர்களாகவே முன் வருகின்றனர்.

"சார் எனக்கு ரெண்டு நாளா தலைவலியா இருக்கு... நான் உண்மையிலேயே பேசன்ட்டா போறேன்... கூட இவன கூட்டிட்டு போறேன்."

இந்த பதிலை கேட்ட கர்ணன் சிரித்துவிட்டான்.

"உன்னோட பேர் என்னடா தம்பி?"

"அர்ஜுனன் சார்"

"அவன் சாதாரண ஆள் இல்லனு உனக்கு தெரியும்... அவன நேர்ல போய் உளவு பாக்க போற... கொஞ்ச மாட்டுனாலும் உன் உயிருக்கு உத்திராவதம் இல்ல..."

"பாத்துக்கலாம் சார்... நான் மாட்டமாட்டேன்... எனக்கு நம்பிக்கை இருக்கு"

அவனது பேச்சில் மிகுந்த நம்பிக்கையை கர்ணன் உணர்ந்தான்.

"நாம இந்த மாதிரியெல்லாம் உளவு பாக்குறதுக்கு ரெண்டு காரணம் இருக்கு... ஒன்னு அவன எந்த இடத்துல வச்சு ஈசியா கைது பண்ணலாம்னு தெரிஞ்சுக்க... இன்னோனு அவன் தங்கச்சி எங்க இருக்காணு தெரிஞ்சுக்க... ஏனா அண்ணன இந்த மாதிரி நேரத்துல தனியா விட்டுட்டு அவளால எங்கயும் போயிருக்க முடியாது"

"சரி சார், நாங்க எல்லாத்தையும் கண்டுபிடிக்க முயற்சி செய்-றோம்... நீங்க எங்க இருக்க போறிங்க?"

"அவன் ஹாஸ்பிட்டல் பக்கத்துல ஒரு கோவில் இருக்கு அதுக்கு வெளிய தான் பிச்சை எடுக்க போறோம்"

"சரி சார்"

"எல்லாரும் தைரியமா போங்க... எல்லார் கையலயும் துப்பாக்கி இருக்குதுல"

"இருக்கு சார்"

"ஒருவேளை அவனுக்கு உங்கமேல சந்தேகம் வந்து உங்கள அவன் எதாச்சு பண்ண நினைச்சா தயங்காம சுடுங்க..."

"சரிங்க சார்"

"உங்களுக்கு எதாவது சந்தேகம் இருக்கா இல்ல நாம புறப்பட-லாமா?"

"புறப்படலாம் சார்"

அவர்கள் அனைவரும் அங்கிருந்து புறப்பட்டனர். கர்ணனும், சிதம்பரமும் பிச்சைகார வேடத்திலே காரில் கிளம்பினர். அவர்களை யாரும் பார்க்காதவாறு சென்றனர், அது மதியம் 3மணியென்பதால் சாலையில் பெரிதாக ஆட்கள் இல்லை. கோவில் அருகே சென்றதும் காரினை யாருக்கும் தெரியாமல் ஒரு ஓரத்தில் நிறுத்திவிட்டு, கோவில் முன்பாக பல நாள் சாப்பிடாமல் பட்டினியில் கிடக்கும் பிச்சைகாரர்கள் போல தள்ளாடி நடந்து வந்தனர். அந்த இடத்தில் ஏற்கனவே நான்கைந்து பிச்சைகாரர்கள் இருந்த நிலையில் இவர்க-ளும் அவர்களோடு ஒன்றாக அமர்ந்து கொண்டனர். அதே நேரத்-தில் மருத்துவமனைக்கு செல்ல இருந்தவர்கள் மருத்துவமனைக்கு சென்றனர், நிலவனின் வீட்டை சுற்றி நிற்பவர்கள் அவனது வீட்டிற்கு சென்றனர். வெட்ட வெயிலில் சுமார் இரண்டு மணி நேரத்திற்கு மேல் காத்திருந்தனர், மாலை நேரம் நெருங்க நெருங்க கோயிலுக்கு வரும் பக்தர்களின் எண்ணிக்கையும் அதிகரித்தது. ஆனால் அவர்-களின் முழுகவனமும் அந்த மாதுரிதேவி மருத்துவமனையில் தான் இருந்தது, அப்போது மருத்துவமனையிலிருந்து வெளிவந்த Fiat 1100 கார் அவர்களின் கண்களில் விழுந்தது. அந்த கார் மெதுவாக அந்த கோவிலை கடக்கிறது, அவர்கள் இருவரும் கண்ணும் காருக்-குள் இருந்த நிலவனின் மீது தான் இருந்தது, ஆனால் அவனை கண்ட நொடி இருவரின் முகமும் சிவந்தது. இவனை இந்த இடத்-

தில், இந்த நொடியிலே சுட்டுக்கொல்ல வேண்டும் என கோபம் எழுந்தது. ஆனால் இவனுடைய சாவு இப்படி அமைந்திடக்கூடாது அது இன்னும் கொடூரமாக அமைய வேண்டுமென கர்ணன் நினைத்தான். காரில் செல்லும் நிலவன் கோவிலில் இருக்கும் பிச்-சைகாரர்களையும் கவனிக்கிறான், அதில் கர்ணனும், சிதம்பரமும் கூட அவன் கண்களில் விழுகின்றனர். ஆனால் கர்ணனை அவனுக்கு அடையாளம் தெரியவில்லை. அவன் சென்றவுடன் கர்-ணனும், சிதம்பரமும் ஒருவரை ஒருவர் பார்த்துக்கொண்டனர். பின் மெதுவாக அவர்களுக்கு மட்டும் கேட்கும் குரலில் பேசத்தொடங்கி-னர்.

"கர்ணன் காருக்குள்ள அவன் மட்டும் தான் இருக்கான், அவன் தங்கச்சி இல்ல"

"ஆமா சிதம்பரம்... அவன் தங்கச்சிய கண்டுபிடிக்கணும்"

அப்போது மருத்துவமனைக்கு நோயாளி நடிக்க சென்ற இருவரும் அவ்வழியாக வந்தனர். அவர்களை அந்த தெருவில் மூலையில் காத்திருக்கும்படி கர்ணன் கண்ணசைத்தான்.

"சிதம்பரம், நீ அவங்க கூட போ.... எனக்கு இன்னோரு வேல இருக்கு நான் அத முடிச்சுட்டு வரேன்."

"கர்ணன், நானும் கூட இருக்கேனே...."

"ஐயோ இது நீ பயப்படுற மாதிரி எதுவும் இல்ல... இது வேற ஒரு விசயம்"

சிதம்பரம் புரிந்து கொண்டான்.

"சரி கர்ணன்... நான் முன்னாடி போறேன்"

சிதம்பரம் அங்கிருந்து மெதுவாக நடந்து சென்றான். அவன் சென்ற பிறகு சுமார் அரை மணி நேரத்துக்கு பின் கர்ணன் அங்-கேயே காத்திருந்தான். சரியாக ஆறுமணியை தாண்டிய நேரம், வானம் லேசாக இருட்டத்தொடங்கியது. தமயந்தி அந்த கோவில் வழியாக நடந்துவருகிறாள், அவளது முகம் மிகவும் வாடிப்போய் இருந்தது. அவள் மிகுந்த மனஉளைச்சலில் இருக்கிறாள் என்பதை அவளது முகமே தெள்ளத்தெளிவாக காட்டியது. முதல் சந்திப்பில் அவளது முகத்தில் கண்ட அந்த பொலிவும், புன்னகையும் இப்போது இல்லை என்பதை கர்ணன் உணர்கிறான். இதற்கெல்லாம் காரணம் அவன் தான் எனவும் புரிந்துகொள்கிறான், ஆனால் அவளை ஒரு நாள் தான் சந்தித்தோம் அதற்குள் தன்மேல் இத்தனை ஏக்கமா என அவனே தனக்குள் கேள்வியெழுப்பி மெச்சிக்கொள்கிறான். இப்-

படியொரு பெண் தன் வாழ்வில் கிடைப்பதற்கு அவன் நிச்சயம் கொடுத்து வைத்திருக்க வேண்டும் என நினைக்கிறான். கோவில் வாசலில் இருந்த அனைத்து பிச்சைகாரர்களையும் தமயந்தி பார்க்கி-றாள், கர்ணனும் அவளை நேரெதிரில் காண்கிறான். அவள் கண்கள் முற்றிலும் கலங்கியிருந்தது, அவளது முகமோ எதையோ பறிகொ-டுத்ததை போல் காட்டியது. அவனுக்கு கர்ணனை அடையாளமே தெரியவில்லை, அவள் அந்த கோவிலை தாண்டி நடந்தாள். கர்-ணன் அவளை பின் தொடர்ந்து சென்றான், ஆட்கள் நடமாட்டம் இல்லாத பகுதியை அடைந்ததும் அவன் தமயந்தி முன்பாக போய் நிற்கிறான்.

"தமயந்தி"

தமயந்தி அதிர்ந்து போகிறாள்.

"யார் நீங்க?"

"என்ன தெரியலயா தமயந்தி?"

இந்த குரல் தனக்கு மிகவும் பரிட்சியமான ஒரு குரல் என அவள் உணர்கிறாள், அந்த நேரத்தில் கர்ணன் தனது தலையில் மாட்டி-யிருந்த ஒட்டு முடியை கழட்டுகிறான். தமயந்தி அவனை நேரெ-திரில் காண்கிறாள், அவளுக்கு இது கர்ணன் என தெரிந்து விட்-டது. கண்களில் கண்ணீர் தாரை தாரையாய் கொட்டுகிறது, அவள் சட்டென கர்ணனை கட்டியணைக்கிறாள். அவள் அழுகை பெரு-கியது, கர்ணன் அவளது தோளில் தட்டி சமாதானம் செய்கிறான், ஆனால் அவள் நிறுத்தவில்லை. அவள் இறுக்கத்தை கூட்டினாள், ஆனால் கர்ணனுக்கு இடுப்பிலிருந்த காயம் சற்று வலியை ஏற்ப-டுத்த அவன் லேசாக அவளை விலக்குகிறான். அவள் இறுக்கத்-திலிருந்து விலகி கர்ணனின் முகத்தை நேரே காண்கிறாள். அவள் எதையோ பேச முயல்கிறாள், ஆனால் அழுகையில் உண்டான மூச்சிரைப்பு அவளை பேச அனுமதிக்கவில்லை. கர்ணன் அவளது தோள்களை மீண்டும் தட்டிக்கொடுத்தான்.

"தமயந்தி எனக்கு ஒன்னும் ஆகல நான் நல்லா தான் இருக்-கேன்"

இதனை கேட்டவள் மீண்டும் கண்ணீர் விட்டு அழுகிறாள்.

"ஐயோ தமயந்தி நாம சந்திச்சது ஒரு நாள் தான்... நான் இத்தன நாள் வரல நீ என்ன மறந்திருப்பனு நினைச்சேன்... ஆனா எனக்காக நீ இவ்வளவு ஏங்கிப்போயிருப்பனு நான் கொஞ்ச கூட எதிர்பாக்கல"

"கர்…..கர்ணன் நீங்க…. நீங்க செத்து….. போயிட்டதா செய்-
தியில படிச்சேன்…"

அவள் மிகுந்த சிரமப்பட்டு இதனை சொல்லி முடித்தாள். கர்-
ணன் அதனை வேடிக்கையாக கவனித்தான்.

"உங்க சார் ரெண்டு தடவ என்ன சுட்டாரு… ஆனாலும் நான்
சாகல"

இந்த பதிலை கேட்ட தமயந்தி மிகுந்த அதிர்ச்சியடைந்தாள்.

"என்ன சொல்றீங்க கர்ணன் எனக்கு ஒன்னுமே புரியல"

"சுருக்கமா சொல்லணும்னா உங்க சார் தான் இந்த ஊரே
தேடிக்கிட்டு இருக்குற ஜமீன்வீட்டு கொள்ளைக்காரன்"

இந்த பதில் தமயந்தியை அதிர்ச்சியும் உச்சத்துக்கே கொண்டு
சென்றது.

"அவரு ஏன் கர்ணன் இப்படி கொள்ளையடிக்கணும்… அவருக்-
கிட்ட இல்லாத பணமா, சொத்தா?"

"ஐயோ தமயந்தி அந்த பணம், சொத்து எல்லாமே கொள்ளை-
யடிச்சு சம்பாதிச்சது தான்… கடந்த 4வருசத்துல அவன் செஞ்ச
கொள்ளை, கொலைல வந்த பணம் தான் அது எல்லாம்"

அவன் சொல்வதெல்லாம் தமயந்திக்கு மிகவும் புதிராக இருந்தது.

"அவன பிடிக்கிற முயற்சியில தான்… இதெல்லாம் நடந்துச்சு,
அவன் என்கூட இருந்த ஒரு டிடக்டிவ கொன்னுட்டான், நான் மட்-
டும் பிழைச்சுட்டேன்"

இதனை சொல்லி முடிக்கும் போது கர்ணன் மிகுந்த கவலை-
கொண்டான்.

"கர்ணன் இதுனால தான் எங்க சார் போன ஒரு வாரமா ஹாஸ்-
பிட்டல் வரலயா?"

"ஆமா தமயந்தி உங்க சாரா நாங்க ரெண்டு தடவ சுட்டோம்,
ஆனா எப்படியோ பொழச்சுட்டான்…"

இவை அனைத்தும் தமயந்தியை மிகுந்த அதிர்ச்சியில் ஆழ்த்தி-
யது.

"இப்ப நீங்க எப்படி இருக்கீங்க கர்ணன்?"

"இருக்கேன் தமயந்தி, ஆனா உங்க சார பிடிக்காம நான்
ஓயமாட்டேன்"

தமயந்திக்கு என்ன பதில் சொல்வதென தெரியவில்லை, அமை-
தியாக இருந்தாள்.

"சரி அதெல்லாம் விடு தமயந்தி நீ எப்படி இருக்க?"

"கர்ணன் நான் உங்கள பாக்காம எவ்வளவு கஷ்டப்பட்டேனு தெரியுமா... அதுலயும் நீங்க செத்துட்டீங்கனு கேள்விபட்டதும் நான் உண்மையிலேயே மனமுடஞ்சு போயிட்டேன்... இப்ப கூட எனக்கு எல்லாமே கனவுல நடக்குற மாதிரி இருக்கு... எதயுமே நம்ப முடியல"

"இதெல்லாம் உங்க சார சுதந்திரமா வெளிய சுத்தவிடுறதுக்காக நாங்க போட்டிருக்க திட்டம் தமயந்தி"

"நீங்க ஏன் கர்ணன் இப்படி ஒரு வேசத்துல இருக்கீங்க?"

இந்த கேள்வியை கேட்டதும் கர்ணன் சிரித்தான்.

"எல்லாம் உங்க சார பிடிக்கிறதுக்காக தான்... ஏன் இந்த வேசம் நல்லா இல்லையா?"

"நல்லா தான் இருக்கு"

தமயந்தியின் முகத்தில் இப்போது லேசான புன்னகையும், வெட்-கமும் வருகிறது.

"சரி நீ என்கூட வா தமயந்தி, நாம வெளியில போகலாம்"

"போகலாம், ஆனா இந்த வேசத்துலயேவா?"

இந்த பதிலை கேட்ட கர்ணன் மீண்டும் சிரித்தான்.

"என்ன தமயந்தி இப்ப தான் இந்த வேசம் நல்லா இருக்குனு சொன்ன, ஆனா இப்ப இப்படி சொல்ற?"

"வேசம் நல்லா தான் இருக்கு, ஆனா இந்த வேசத்துல எப்படி வெளிய போக முடியும்"

இப்போது அவளது முகத்திலும் புன்னகை தவழ்ந்தது. இருவரும் சிரித்துக்கொண்டனர், கர்ணன் அவளை தனது கார் இருக்கும் இடத்திற்கு அழைத்து செல்கிறான். அவள் அந்த உயர்தர சொகுசு காரினை மிகுந்த ஆச்சர்யத்தோடு காண்கிறாள்.

"என்ன தமயந்தி பாக்குற, உள்ள ஏறு"

"இது உங்களோட காரா?"

"அட தமயந்தி நான் பிச்சைக்காரர மாதிரி வேசம் தான் போட்-டிருக்கேன்"

அவன் இதனை கூறிவிட்டு சிரிக்க, இருவரும் காரில் ஏறி புறப்ப-டுகின்றனர். சில நிமிடங்கள் பயணித்த பிறகு கர்ணன் தனது அறை-யிருக்கும் இடத்திற்கு முன்பாக சென்று காரை நிறுத்துகிறான்.

"தமயந்தி, எனக்காக இங்கயே ஒரு 10 நிமிசம் மட்டும் காத்திரு நான் வந்திடுறேன்"

கர்ணன் தனது அறையை நோக்கி வேகமாக ஓடுகிறான், ஆனால் அவனது காயங்கள் அவனுக்கு வலியை கொடுக்க அவன் மெதுவாக நடக்கிறான். தமயந்தி காரை விட்டு வெளியே வரவில்லை, உள்ளேயே காத்திருந்தாள். நான்கைந்து நாட்களாக கர்ணன் இறந்துவிட்டதாகவே நினைத்து கொண்டிருந்தவளுக்கு, அவன் மீண்டும் வந்தது மிகுந்த ஆச்சர்யத்தை கொடுத்ததோடு மட்டுமல்லாமல், அளவற்ற மகிழ்ச்சியையும் அது அளித்தது. உண்மையில் அவளால் இதனை நம்பவேமுடியவில்லை, அவள் மகிழ்ச்சியிலே அங்கு காத்திருந்ததால் நேரம் சென்றது தெரியவில்லை. கர்ணன் தனது வேசத்தை கலைத்துவிட்டு நல்ல ஒரு பேண்ட், சட்டை அணிந்து மீண்டும் தனது உண்மையான தோற்றத்தில் அங்கு வந்தான், தமயந்தி அவனை கண்ணெடுக்காமல் பார்த்தாள். முன்பு அவனை சந்தித்ததை விட இப்போது அவன் சற்று எடை குறைந்து காணப்பட்டான். கர்ணன் காருக்குள் ஏறினான்.

"கிளம்பலாமா தமயந்தி"

கர்ணனுக்கு பக்கத்திலிருந்த இடத்தில் தான் தமயந்தி அமர்ந்திருந்தாள், அவள் கர்ணனின் இந்த கேள்விக்கு வார்த்தையால் பதிலளிக்கவில்லை. அவள் கண்கள் இரண்டும் கர்ணனின் கண்களையே பார்த்துக்கொண்டிருந்தது, தனது தலையே லேசாக அசைத்து சைகை செய்தாள், அவளது முகத்தில் வெட்கம் நிறைந்திருந்தது. அவர்களது கார் அங்கிருந்து புறப்பட்டது, வழியெங்கும் அந்த உயர்தர சொகுசு காரினை மிகுந்த ஆச்சர்யத்தோடு பார்த்து மகிழ்ந்தனர். கிட்டத்தட்ட 15 நிமிட பயணத்திற்கு பின் அவர்களது கார் 'க்ரீன்லான்ட்ஸ் ஓட்டல்' முன்பாக போய் நின்றது, தமயந்தியும் இதனை தான் எதிர்பார்த்திருந்தாள். அவர்கள் இருவரும் காரிலிருந்து இறங்கி வெளியே வந்தனர். அந்த உணவகத்தில் இன்றைக்கு சற்று கூட்டம் இருந்தது, இருப்பினும் அவர்கள் இருவரும் கடைசியாக வந்தபோது அமர்ந்திருந்த இருக்கை காலியாகவே இருந்தது. இதனை கண்டவுடன் இருவரும் ஒருவர் பார்த்துக்கொண்டனர், அவர்கள் வார்த்தையால் எதுவும் பேசவில்லை. நேரடியாக அந்த இருக்கைக்கு சென்று எதிரெதிரில் அமர்ந்து கொண்டனர். அப்போது உணவு பரிமாறுபவரும் அங்கே வந்தார்.

"ஒரு மசால் தோசை"

முதலில் தமயந்தி தனக்கு வேண்டிய உணவை அவரிடம் கூறி-னாள்.

"பூரிக்கிழங்கு"

கர்ணனும் அவனுக்கு வேண்டியதை கூற இருவரும் ஒருவரை பார்த்துக்கொண்டனர், அவர்கள் இருவரது முகத்திலும் புன்னகை மட்டுமே தவழ்ந்தது.

"கர்ணன்"

"சொல்லு தமயந்தி"

"எனக்கு உண்மையிலேயே இதெல்லாம் கனவுல நடக்குற மாதிரி இருக்கு"

கர்ணன் பதிலெதுவும் கூறவில்லை, அவளை புன்னகையோடு பார்த்து கொண்டிருந்தான்.

"தினமும் இந்த ஓட்டல தாண்டி போகும்போதெல்லாம் எனக்-குள்ள ஒரு நரக வேதனை இருக்கும்.... இனிமே உங்கள பாக்க முடியாது.... உங்க கூட இந்த ஓட்டலுக்கு வந்து சாப்பிட முடி-யாது.... உங்ககிட்ட பேச முடியாது.... எல்லாமே முடிஞ்சு போச்சுனு நினைச்சேன்"

"அதா நான் திரும்பி வந்துட்டேன்ல"

"கர்ணன் இனிமேலும் இந்த மாதிரி ஆபத்தான வேலைலாம் நீங்க செய்யணுமா?"

"தமயந்தி எனக்கு எதுவும் ஆகாது என்ன நம்பு"

"எனக்கு இப்பவும் பயமா இருக்கு கர்ணன்"

"தமயந்தி உங்க சார பிடிக்காம நான் ஓயமாட்டேன்.... அவனால செத்தவங்க எத்தன பேருனு உனக்கே தெரியும்"

தமயந்தி சற்று அமைதியாக இருந்தாள். அப்போது அவர்களின் உணவு அங்கே வர இருவரும் சாப்பிட்டுக்கொண்டே பேசத்தொடங்-கினர்.

"தமயந்தி எனக்கு ஒரு உதவி செய்ய முடியுமா?"

"என்ன உதவி கர்ணன்?"

"உங்க சாரோட தங்கச்சி மாதுரிதேவி எங்க?"

"அவங்க இப்ப தான் 4 நாளைக்கு முன்னாடி சிலோனுக்கு போயிருக்காங்க"

"சிலோனுக்கு எதுக்கு?"

"அவங்க அப்பா, அம்மா எல்லாரும் அங்க தான் இருக்காங்க"

"அவங்கள எதுக்கு இப்ப பாக்க போயிருக்கா?"

"அது எனக்கு தெரியல கர்ணன்... எங்க சார் தான் ஒரு டாக்-டர் கிட்ட சொன்னாரு"

"சிலோன்ல எங்கனு தெரியுமா தமயந்தி?"

"கண்டியில"

"கண்டியில என்ன முகவரினு எதாவது தெரியுமா?"

"எனக்கு தெரியும் கர்ணன், நான் அவங்க வீட்டுக்கு ஒரு தடவ போயிருக்கேன்"

"என்ன சொல்ற தமயந்தி... நீ எதுக்காக போன?"

"அவங்க வீட்டுல ஒரு விசேஷம் கர்ணன், அதுனால எங்க ஹாஸ்பிட்டல வேலை செய்யுற எல்லாரையும் கூட்டி போனாங்க"

"அவ திரும்பி எப்ப வருவானு எதாவது தெரியுமா?"

"இல்ல கர்ணன், எப்பவும் அவங்க அங்க போன ஒரு 10 நாள் இருந்துட்டு தான் வருவாங்க"

கர்ணன் சிறிது நேரம் அமைதியாக ஏதோ சிந்தனையில் ஈடுபட்-டான்.

"கர்ணன் நீங்க எங்க இருக்கீங்க, உங்க அப்பா, அம்மா எல்லா-ரும் என்ன செய்றாங்க... எனக்கு எதுவுமே நீங்க சொன்னதில்ல"

அது உண்மைதான், இவர்களின் இரண்டு சந்திப்பிலும் கர்ணன் அவளிடம் அதிகமாக நிலவன் மற்றும் மாதுரி குறித்தே கேட்டிருக்-கிறான். தமயந்தி குறித்து அவ்வபோது கேட்டிருக்கான், ஆனால் தன்னை பற்றி அவளிடம் பெரிதாக ஒன்றும் கூறியதில்லை. தான் ஒரு துப்பறிவாளன் என்பது மட்டும் தான் அவளுக்கு தெரியும்.

"என்ன மன்னிச்சுடு தமயந்தி... நான் என்ன பத்தி உன்கிட்ட எதுவும் சொன்னது இல்ல... நான் பிறந்தது மெட்ராஸ் தான்... அப்பறம் படிச்சது, வளந்தது எல்லாம் லண்டன்ல... அப்பா, அம்மா எல்லாரும் லண்டன்ல தான் இருக்காங்க... நான் இப்ப மெட்ராஸ்ல தான் தனியா இருக்கேன்"

"அப்ப நீங்க என்ன லண்டனுக்கெல்லாம் கூட்டி போவீங்களா கர்ணன்?"

"ஏன் உனக்கு லண்டன்னா அவ்வளவு பிடிக்குமா?"

"இல்ல எங்களுக்கு லண்டனும் பிடிக்காது, வெள்ளைக்காரங்க-ளயே பிடிக்காது... ஆனாலும் லண்டனுக்கெல்லாம் போகணும்னு ஒரு ஆசை"

"ஓ.... லண்டன் பிடிக்காது... அப்ப லண்டன்ல படிச்சு, வளந்த-வங்களையும் பிடிக்காதா?"

கர்ணன் விளையாட்டாக கேள்வியெழுப்பினான், தமயந்தி தனது கண்களை சுருக்கி கர்ணனை பார்த்தாள்.

"லண்டனும் நம்ம ஊரு மாதிரி தான் தமயந்தி, எல்லாம் நம்ம-கிட்ட இருந்து கொள்ளையடிச்சு போன செல்வம் தான்"

சிரித்துக்கொண்டே கர்ணன் இந்த பதிலை கூற, தமயந்தியும் சிரித்துவிட்டாள். சிறிது நேரத்தில் அவர்கள் சாப்பிட்டு முடித்து அந்த உணவகத்திலிருந்து கிளம்பினர். அடுத்த இருபது நிமிடத்தில் கார் தமயந்தியின் வீட்டு வாசலில் நின்றது. இருவரும் காரை விட்டு இறங்கினர், வானம் கருமேகத்தால் சூழப்பட்டிருந்தது. மழை வரும் அறிகுறி இருப்பதால், அந்த இடம் மிகவும் வெறிச்சோடி இருந்தது.

"நீங்க திரும்பி என்ன பாக்க வந்ததுக்கு ரொம்ப நன்றி கர்ணன்"

"என்ன தமயந்தி நன்றியெல்லாம் சொல்ற... நான் சீக்கிரம் வரேனு சொல்லீட்டு தானே போனேன்"

"நீங்க வரேனு சொல்லீட்டு போயிட்டீங்க, ஆனா உங்கள பாக்-காம நான் எவ்வளவு கஷ்டப்பட்டேனு எனக்கு மட்டும் தான் தெரி-யும், அதுலயும் நீங்க செத்துட்டீங்கனு கேள்விபட்டதும் சத்தியமா என்னால முடியல கர்ணன்"

தமயந்தியின் கண்கள் லேசாக கலங்கின. கர்ணன் சாலையை சுற்றி முற்றி பார்த்துவிட்டு, அவளது கண்களை தனது கையால் துடைத்துவிடுகிறான். அவளது முகத்தை மறைத்துக்கொண்டிருந்த தலை முடியை கோதிவிட்டு, தலைகுனிந்திருக்கும் அவள் முகத்தை நிமிர்த்தி பார்க்கிறான். சட்டென தமயந்தி அவனை கட்டியணைத்து கொண்டாள். அந்த அணைப்பு சரியாக ஒரு நிமிடம் தொடர்ந்தது, அவள் தனது இறுக்கத்தை தளர்த்துவாக இல்லை. சில வினா-டிகளுக்கு பின் கர்ணன் அந்த இறுக்கத்தை விடுவித்து அவளது முகத்தை தனது இரு கைகளிலும் ஏந்துகிறான். வானத்து நிலவை தனது கைகளில் ஏந்தியிருப்பதை போல அவன் உணர்கிறான், அந்த இருள் சூழ்ந்த நிலவொளியில் அவள் அவ்வளவு அழகாக தோன்-றினாள். சில வினாடிகளுக்கு பின் கர்ணன் தனது கைகளை விடு-விக்கிறான், ஆனால் தமயந்திக்கோ அவனை விட்டு பிரிய மனமே-யில்லை.

"நான் புறப்படுறேன் தமயந்தி"

"கர்ணன்......"

அவளது பேச்சில் ஏக்கமும், கலக்கமும் கலந்திருந்தது.

"இந்த தடவ நீ எதுக்கும் பயப்படாத தமயந்தி நான் நாளைக்கு இராத்திரி உன்ன இங்கயே வந்து சந்திப்பேன்... என்ன நம்பு"

"என்ன விட்டு போயிடாதிங்க கர்ணன்"

"நான் எங்கயும் போகமாட்டேன் தமயந்தி..."

"சரி கர்ணன், வீட்டுக்கு பாத்து போங்க"

"நீ போய் நிம்மதியா தூங்கு... நான் சொன்ன மாதிரி நாளைக்கு இந்த இடத்துக்கே வந்து சந்திப்பேன்"

"சரி கர்ணன்"

"சரி தமயந்தி... நான் கிளம்புறேன்"

கர்ணன் காரில் புறப்பட, தமயந்தி தனது வீட்டிற்குள் நுழைந்தாள். இருவருக்கும் பிரிய மனமில்லாமல் அங்கிருந்து கிளம்பினர். கர்ணன் வேகமாக தனது அறைக்கு சென்றான், அவனது வருகைக்காகவே அனைவரும் காத்திருந்தனர். கர்ணன் அறையினுள் நுழைந்து அமைதியாக உட்கார்ந்து ஐவரையும் காண்கிறான்.

"அர்ஜுனன்?"

அர்ஜுனனின் பெயரை மட்டும் தான் கர்ணன் கூறினான், அவன் இதற்காகவே காத்திருந்தவன் போல உடனே தனது பதில்களை துவங்கினான்.

"சார், ஹாஸ்பிட்டல்ல அவன் கூட அவனோட தங்கச்சி இல்ல... அவனோட ரூம்ல அவன் தனியா தான் இருக்கான்... அதே நேரத்துல வெளிய எப்பவும் ஆளுங்க இருந்துட்டு தான் இருக்காங்க.... அதுனால அவன் ஹாஸ்பிட்டல வச்சு கைது பண்றது கொஞ்ச கஷ்டம் தான்"

கர்ணன் பதிலெதுவும் கூறாமல் அமைதியாக இருந்தான்.

"சார் அதே மாதிரி அவனால இடது கைய சரியா தூக்க முடியல"

கர்ணன் முகத்தில் லேசான புன்னகை, ஆனால் அந்த புன்னகைக்கு பின்னால் வலிகள் நிறைந்திருந்தது. அவன் சிதம்பரத்தை பார்க்கிறான்.

"கார்மேகம் சுட்டது"

கர்ணன் சிறிது நேரம் அமைதிக்கு பின் தனது பேச்சினை துவங்கினான்.

"வீட்ட சுத்தி வேவு பாக்க போனிங்கள.... உங்களுக்கு எதா-
வது?"

"சார் அவன் வீட்டுலயும் அவனோட தங்கச்சி இல்ல.... அதே
நேரத்துல வீட்டுல எப்பவும் தோட்டக்காரங்க, வேலைக்காரங்கனு
கொறஞ்சது ஒரு 10 பேர் இருக்காங்க.... அதுனால வீட்டுல வச்சும்
அவன கைது செய்றது கொஞ்ச கஷ்டம் தான்"

வீட்டை வேவு பாக்க சென்றவர்கள் தங்களது பதில்களை எடுத்-
துரைக்கின்றனர்.

"சரி இப்ப நான் சொல்றத கொஞ்ச கவனமா கேளுங்க....
அவனோட தங்கச்சி இங்க இல்ல.... அவங்க அப்பா, அம்மாவ
பாக்க சிலோனுக்கு போயிருக்கா.... அதே மாதிரி நாங்க இருந்த
கோவில்கிட்டயும் அவன் வர நேரத்துல கூட்டம் கொஞ்ச அதிகமா
தான் இருந்துச்சு.... நம்ம அவன கைது செய்றது இந்த ஊர்ல
யாருக்கும் தெரியகூடாது.... அதே நேரத்துல அவனோட தங்கச்சி-
யையும் நாம கைது செய்யணும்"

அனைவரும் கர்ணனின் பேச்சினை கவனமாக கேட்டுகொண்டி-
ருந்தனர்.

"இப்ப நாம என்ன செய்யப்போறோம் கர்ணன்?"
சிதம்பரம் தனது கேள்வியை முன்வைக்கிறான்.

"சொல்றேன்.... நாங்க இருந்த கோவில்ல இருந்து கொஞ்ச
தூரம் தள்ளி போனதும் ஆட்கள் கூட்டம் பெரிசா இல்ல.... அந்த
இடத்த தான் நாம பயன்படுத்த போறோம்"

அனைவரும் சற்று குழப்பமாக கர்ணனை பார்க்கின்றனர். கர்-
ணன் தனது முழு திட்டத்தையும் அவர்களிடம் கூறுகிறான். அந்த
திட்டம் அனைவரின் முகத்திலும் சிறிது நம்பிக்கையை கொடுத்தது.

"இந்த திட்டத்தோட வெற்றி உங்க எல்லாரோட தைரியத்துலயும்,
நம்பிக்கைலயும் தான் இருக்கு.... இந்த தடவ நாம அவன விட்டி-
டவே கூடாது"

"கண்டிப்பா நாம அவன பிடிப்போம் கர்ணன்"
சிதம்பரம் இந்த பதிலை கூற, அங்கிருந்தவர்கள் அனைவரும்
மிகுந்த நம்பிக்கையோடு அந்த நேரத்துக்காக காத்திருந்தனர்.

27

வேட்டை

மறுநாள் பொழுது விடிந்தது, அவர்கள் அனைவரும் மாலை வரை காத்திருந்தனர். சரியாக மாலை நேரம், 4 மணி ஆனது எல்லாரும் அறையிலிருந்து புறப்பட்டனர். கர்ணனை தவிர அனைவரும் மாறு-வேடத்தில் இருந்தனர். ஆறு பேரில் மூன்று பேர் மேலாடை அணி-யாமல், ஒரு லுங்கியை மட்டும் அணிந்து தலையில் துண்டினை கட்-டியிருந்தனர். மீதமுள்ள மூன்று பேர் வெள்ளை பனியனை உடுத்தி, லுங்கி அணிந்து தலையில் துண்டினை கட்டியிருந்தனர். அந்த ஆறு பேர் கைகளிலும் ஒரு பெரிய தூக்குசட்டி இருந்தது.

"கர்ணன் நீங்க ஏன் இன்னைக்கி வேசம் போடல?"

அர்ஜுனன் கர்ணனிடம் கேள்வியெழுப்புகிறான்.

"இன்னைக்கு அவன பிடிக்க போறோம்... நான் தானு என் முகத்த அவனுக்கு இன்னைக்கி காட்டணும்"

அவர்கள் அனைவரும் சாலையில் நடக்கத்தொடங்கினர், அவர்-களை பார்ப்பதற்கு வயல் வேலை முடித்துவிட்டு வருபவர்களை போலவே காட்சியளித்தனர். கர்ணன் அவர்களுக்கு பின்னால் தனி-யாக நடந்து வந்தான். அந்த இடம் வந்தது, கர்ணன் சொன்னது போலவே அந்த இடம் மிகவும் அமைதியாக இருந்தது, அந்த இடத்தில் ஆட்கள் நடமாட்டமே இல்லை, சாலையின் இருபுறமும் செடி, கொடிகள் என புதர் காடாய் காட்சியளித்தது. அவர்கள் அனைவரும் சாலையின் ஓரத்தில் காத்திருந்தனர். கிட்டத்தட்ட ஒரு மணிநேரம் அங்கு காத்திருந்தனர், ஒவ்வொருவர் முகத்திலும் ஒவ்-வொரு உணர்வுகளை காணமுடிந்தது. சரியாக அந்த நேரத்தில் தூரத்தில் வந்து கொண்டிருந்த நிலவனின் காரை அர்ஜுனன்

கவனித்துவிட்டான். அவன் சற்றும் தாமதப்படுத்தாமல் அங்கிருந்-
தவர்களுக்கு சைகை கொடுக்க, உடனடியாக கர்ணன் சாலை
ஓரத்தில் இருந்த தரையில் படுத்துக்கொண்டான். மீதமிருந்தவர்கள்
அவனை சுற்றி நின்றனர், சிதம்பரம் கர்ணனை மடியில் தாங்கி
பிடித்திருந்தான், அர்ஜுனன் சாலையில் யாரேனும் வருகிறார்களா
என பார்ப்பது போல் நட்டநடு ரோட்டில் நின்று கொண்டிருந்தான்.
நிலவனின் கார் நெருங்கி வந்து கொண்டிருந்தது, அது அவர்களை
நெருங்க நெருங்க அங்கிருந்தவர்களின் இதய துடிப்பின் வேகத்-
தினை அதிகரித்தது. அவர்களை கிட்ட நெருங்கியதும், அர்ஜுனன்
அந்த காரினை நிறுத்துமாறு சைகை செய்கிறான். காருக்குள்
இருந்த நிலவன் இதனை கவனிக்கிறான். யாரோ சாலையின் ஓரத்-
தில் கிடக்க, அவனை சுற்றி இருக்கும் சிலர் ஏதோ முதல் உதவி
செய்வது போல நின்று கொண்டிருந்தனர்.

"குமரா கார நிறுத்து"

நிலவன் தனது ஓட்டுனரிடம் கட்டளையிடுகிறான். கார் நின்றதும்,
அர்ஜுனன் நிலவன் அமர்ந்திருக்கும் ஜன்னல் அருகே ஓடுகிறான்.
அவன் முகம் வியர்த்துப்போய் இருந்தது, உண்மையில் அர்ஜுனின்
இதயம் படபடவென துடித்துகொண்டிருந்தது. அவன் அதனை கட்-
டுப்படுத்திக்கொண்டான்.

"ஐயா தெய்வம் மாதிரி வந்து நின்னீங்க.... யாரு பெத்த புள்ளனு
தெரியல ஐயா.... நல்ல பாம்பு கொத்திருச்சு போல...ஆனா உயிர்
இருக்கு.... உதவி பண்ணுங்க சாமி"

அர்ஜுனன் நடிப்பில் உச்சத்தை தொட்டான், இதனை கேட்ட
நிலவன் உடனடியாக காரை விட்டு வெளியேறினான். அவன் கர்-
ணனை நெருங்க நெருங்க அவர்கள் அனைவருக்கும் இதயம்
வெடித்திடம் அளவு படபடத்தது.

"அண்ணே எல்லாரும் தள்ளுங்கணே"

அர்ஜுனன் அங்கிருந்தவர்களுக்கு கட்டளையிட அனைவரும்
ஓரம் போகின்றனர். நிலவன் நெருங்கி வந்து கர்ணனின் முகத்தை
பார்க்கிறான், பார்த்த நொடியிலே அதிர்ச்சியில் முகம் மாற, சட்டென
கர்ணன் தனது கணகளை திறந்து இடுப்பில் வைத்திருந்த துப்பாக்-
கியை நீட்டுகிறான். இதனால் நிலவன் அதிர்ந்து போய் இரண்டு
அடிகள் பின்னோக்கி சென்றான், அவன் தனது இடுப்பிலிருந்து துப்-
பாக்கி எடுக்கலாம் என நினைத்து கையை பின்னோக்கி கொண்டு
சென்றான். சரியாக அந்த நேரத்தில் அவனை சுற்றி இருந்த மற்ற

ஆறு பேரும் தங்கள் கைகளில் வைத்திருந்த பெரிய தூக்குச்சட்டியை திறந்து துப்பாக்கியை வெளியில் எடுத்தனர். அவர்கள் அனை-வரும் வட்டம் போட்டு நிலவனை சுற்றி வளைத்தனர், அவர்க-ளின் துப்பாக்கிகள் அனைத்தும் நிலவனின் நெஞ்சினை குறி பார்த்து இருந்தது. அவன் கர்ணனை கண்ட அதிர்ச்சியிலிருந்த இன்னும் மீளவில்லை, அதற்குள் அவனை இத்தனை அதிர்ச்சிகள் வந்து சூழ்ந்தன. நாம் சரியாக மாட்டிவிட்டோம், நம்மை வலைவிரித்து பிடித்துவிட்டார்கள்... இனி தப்பிக்க வழியே இல்லை என்பதை அவன் உணர்ந்தான். கர்ணன் மெதுவாக அவனை நெருங்கி வந்-தான்.

"என்ன டாக்டர் நல்ல இருக்கீங்களா?"

நிலவனுக்கு இங்கு நடப்பவை எதுவும் புரியவில்லை.

"செத்து போனவன் எப்படி உன் முன்னாடி வந்து நிக்கிறானு பாக்குறியாடா, டாக்டர்"

நிலவனிடமிருந்து எந்தவொரு பதிலும் இல்லை.

"வெளியில தெரிஞ்ச முகம் டாக்டர், தெரியாத முகம் ஜமீன்வீட்டு கொள்ளைக்காரன்."

"கர்ணன் நீ என்ன கைது செஞ்சாலும் என்ன உன்னால எதுவும் பண்ண முடியாது... நான் தான் கொள்ளைக்காரனு நீ ஊரு முன்-னாடி போய் சொன்னாலும் அத யாரும் நம்ப மாட்டாங்க..."

நிலவன் பேசிக்கொண்டிருக்கும்போதே, சிதம்பரம் தன் கையில் வைத்திருந்த துப்பாக்கியின் பின்புறத்தால் நிலவனின் முகத்தில் ஓங்-கியடித்தான். இந்த அடியில் அவன் நிலைகுழைந்து தரையில் வீழ்ந்-தான், அவர்கள் வைத்திருந்த தூக்குச்சட்டியில் ஒன்றை கையில் எடுத்து மீண்டும் அவனது முகத்தில் ஓங்கி அடித்தான். முகத்தில் இரத்தம் கொட்டியது, சிதம்பரம் அப்போதும் நிறுத்தவில்லை, தரை-யில் வீழ்ந்தவன் முகத்தில் ஏறி இரண்டு மிதிகள் மிதித்தான். அடுத்த மிதி மிதிப்பதற்குள் கர்ணன் அவனை தடுத்து நிறுத்தினான், சிதம்ப-ரத்தின் முகம் கோபத்தில் சிவந்திருந்தாலும் அவன் கண்கள் கலங்-கியிருந்தன.

"டேய் டாக்டர், நீ இல்லைனா உன் தங்கச்சி தான் இந்த கொலை, கொள்ளை எல்லாம் செஞ்சது சொல்லுவேன்டா... சிலோ-னுக்கு போன உன் தங்கச்சி என்ன ஆனானு தெரியுமாடா?"

இப்போது நிலவனின் முகத்தில், பயம் அதிகமாகவே வெளிப்பட்-டது.

"கர்ணன், என் தங்கச்சிய எதுவும் பண்ணீடாத... அவளுக்கும் இதுக்கும் எந்த சம்பந்தமும் இல்ல... அவள ஒன்னும் பண்ணீடாத"

"டேய்... நாங்க அவள ஏற்கனவே கைது செஞ்சுட்டோம்டா... நாளைக்கு இராத்திரி அவளும் இங்க வந்திடுவா"

"கர்ணன், அவள விட்டுங்க கர்ணன்... என்ன நீ என்ன வேணா செஞ்சுக்கோ.... அவள எதுவும் பண்ணீடாத"

"இவ்வளவு நேரம் பெரிய புடுங்கி மாதிரி பேசுன... இப்ப என்-னடா ஆச்சு...."

நிலவன் அமைதியாக கர்ணனின் முகத்தை பார்த்தான்.

"இவன் கட்டி தூக்கிட்டு வாங்க"

கர்ணன் தனது குழுவினற்கு உத்தரவிடுகிறான், அவர்கள் நிலவனின் கை மற்றும் கால்களை கயிற்றால் கட்டி அவனுடைய காரிலே ஏற்றுகின்றனர். அவர்களின் காரில் ஓட்டுனர் இல்லை, அவன் எங்கோ தப்பித்து சென்றுவிட்டான்.

அவர்கள் அனைவரும் நிலவனை கூட்டிக்கொண்டு தாங்கள் ஏற்-கனவே திட்டம் போட்டிருந்ததை போல, அவர்கள் தங்கியிருக்கு அறைக்கு அழைத்து சென்றனர். அவனை அங்கே கட்டிப்போட்டு நாற்காலியில் அமரவைத்தனர்.

28

மாதுரியை தேடி

நிலவனை அடைத்து வைத்திருக்கும் அறையில் நான்கு பேரை இருக்க வைத்துவிட்டு கர்ணன், சிதம்பரம் மற்றும் அர்ஜுனன் ஆகிய மூவரும் பக்கத்து அறைக்கு செல்கின்றனர்.

"கர்ணன் எல்லாமே ஓகே தான், ஆனா அவன் தங்கச்சிய நாம இன்னும் கைது செய்யவே இல்லல...."

அர்ஜுனன் உடனடியாக தனது கேள்விகளை எழுப்புகிறான்.

"உண்மை தான் அர்ஜுனன், ஆனா நாம அவளையும் பிடிக்-கணும்.... அதுவும் இவன நாம கைது பண்ணீட்டோம்னு தெரியுற-துக்கு முன்னாடியே அவள பிடிக்கணும்.... ஒருவேளை அவளோட அண்ணன் கைதானது அவளுக்கு தெரிஞ்சதுனா கண்டிப்பா ஊருல இருக்க பெரிய பெரிய வக்கீல்கள கூட்டி வந்து அவன ஒரே நாள்ல விடுதலை செஞ்சுடுவா.... நமக்கிட்ட அவன் தான் கொலைகாரனு சொல்ல ஒரு ஆதாரமும் இல்ல.... அவ தங்கச்சியையும் கைது செஞ்சாதான் அவன மிரட்டி உண்மைய ஒத்துக்க வைக்க முடியும்"

"அவள எப்படி கர்ணன் நாம பிடிக்க போறோம்... அதுவும் அவ இப்ப சிலோன்ல இருக்கா... அவ திரும்பி வர வரைக்கும் காத்-துட்டு இருக்கணுமா?... அதுவும் இல்லாம நீங்களும், சிதம்பரமும் மட்டும் தான் அவள நேர்ல பாத்துருக்கீங்க.... நாங்க அவள பாத்-தது கூட இல்ல"

"இல்ல அர்ஜுனன் நானே அவள தேடி சிலோனுக்கு போகப்-போறேன்.... அவள கைது செஞ்சு தான் கூட்டி வரப்போறேன்."

"எப்படி கர்ணன், அவ சிலோன்ல எங்க இருப்பானு நமக்கு எப்-படி தெரியும்?"

"எனக்கு தெரியும்"

கர்ணனின் முகத்தில் சிறிய புன்னகை.

"சிதம்பரம், நான் இப்பவே சிலோனுக்கு புறப்படணும்"

"கர்ணன் என்கிட்ட ஒரு யோசனை இருக்கு…. இந்தோ-சிலோன் போட் மெயில் எக்ஸ்பிரஸ்ல போனா எளிமையா இருக்-கும்…. தனுஷ்கோடி வரைக்கும் ஒரே இரயில போயிட்டு அங்க இருந்து தலைமன்னார் வர கப்பல் போகணும்"

"அந்த ரயில் எத்தன மணிக்கு சிதம்பரம்?"

"நாளைக்கு விடியகாலைல 5:50க்கு திருச்சிராப்பள்ளி வரும்"

"நாளைக்கு காலைல வர காத்திருக்கணுமா சிதம்பரம், அதுக்கு முன்னாடி வேற எதுவும் இரயில் இல்லயா?"

"இல்ல கர்ணன், இந்த இரயில்ல போனா போறது கொஞ்ச எளி-மையா இருக்கும்…. நாம சிலோன் வர இங்கயே ஒரே டிக்கெட் எடுத்துக்கலாம்…. தனுஷ்கோடியில இறங்குனதுமே கப்பல் நமக்கு தயாரா இருக்கும்…. மத்த இரயில்ல போனா ஸ்டேசன்ல இறங்க-ணும், துறைமுகம் போகணும், அங்க இருந்து தலைமன்னார் போற கப்பலுக்கு காத்திருக்கணும்…."

சிதம்பரம் சொல்வது சரியென தோன்றியது.

"சரி சிதம்பரம், நான் அந்த இரயில்லயே போறேன்…. அப்பறம் நாளைக்கு காலைல நீங்க இரண்டு பேரும் இவன் கைதானத நம்ம ஏஜென்சிக்கு தந்தி அனுப்பிடுங்க…."

"சரி கர்ணன் நாங்க பாத்துக்கிறோம்"

அவர்கள் இருவரும் தைரியமாக கூறுகின்றனர். அவர்களுக்கு மேலும் சில அறிவுரைகளை கர்ணன் கூறினான்.

"சிதம்பரம் அவன் செத்திட கூடாது…. அவனோட சாவு சாதா-ரணமா இருக்கக்கூடாது…. கோவத்துல எதுவும் பண்ணீடாத"

"கர்ணன் சிலோனுக்கு, நானும் வரேனே…. எதுக்கு தனியா போகணும்"

"சிதம்பரம் என்ன நினைச்சி நீ பயப்படாத…. நீ இங்க இருக்க-ணும்…. நீ தான் இவன இங்க இருந்து பாத்துக்கணும்…. அதுவும் இல்லாம நான் தனியா போகல"

"சரி கர்ணன், பாத்துபோயிட்டு வா"

கர்ணன் லேசான புன்னகையோடு சிதம்பரத்தை கட்டியணைக்கி-றான்.

"தைரியமா இரு சிதம்பரம்... இனிமே நாம யாருக்கும் எதுவும் ஆகாது"

கர்ணன் அங்கிருந்து கிளம்பினான், நடை பயணத்திலே தமயந்தியின் வீட்டை நோக்கி புறப்பட்டான். அவனது பலநாள் தேடல் வெற்றியடைந்துவிட்டது, இருப்பினும் அந்த வெற்றியை அவனால் முழுதாக கொண்டாட முடியவில்லை. இவனோடு சேர்த்து மாதுரியையும் கூண்டில் ஏற்றினால் தான் அவன் இதனை வெற்றியாக கருதுவான். 20 நிமிடங்களில் அவன் தமயந்தியின் வீட்டினை அடைந்தான், மெதுவாக சென்று தமயந்தியின் வீட்டு கதவினை தட்டுகிறான். நேரம் அப்போது 10ஐ கடந்துவிட்டது, அவனுக்காகவே காத்திருந்தவள் போல கதவினை சட்டென திறக்கிறாள் தமயந்தி. அவளது முகம் பொலிவோடு காட்சியளித்தது, அவள் கர்ணனை வீட்டினுள் அழைக்கிறாள். ஆனால் கர்ணன் வரமறுக்கிறான்.

"உள்ள வாங்க கர்ணன், எங்க அப்பத்தா இன்னைக்கி காலைல தான் அவங்க தங்கச்சி ஊர்ல கோவில் திருவிழானு போனாங்க வரதுக்கு ஒரு நாலு நாள் ஆகும்"

"தமயந்தி யாராவது பாத்தா தப்பா பேச மாட்டாங்க?"

"ஐயோ கர்ணன் நானும், எங்க அப்பத்தாவும் ஊர் பேச்சுக்கெல்லாம் பயப்பட மாட்டோம்... அத மதிக்க கூட மாட்டோம், நீங்க உள்ள வாங்க"

அவள் இவ்வளவு வற்புறுத்தி கூப்பிட்டால் கர்ணன் வேறு வழியின்றி உள்ளே செல்கிறான். உள்ளே நுழைந்தவுடன், அவள் ஒரு சொம்பில் தண்ணீரை கர்ணனிடம் கொடுத்தாள். அவன் அந்த தண்ணீரை குடித்துக்கொண்டு வீட்டினை சுற்றி பார்க்கிறான்.

"எப்படி இருக்கு கர்ணன் எங்க வீடு?"

அது ஒரு ஓட்டு வீடு தான், ஒரு முகப்பு அறை, இரண்டு படுக்கை அறை, ஒரு சமயல்கட்டு. பெரிய வீட்டினை போல தான் காட்சியளித்தது.

"நல்லா தான் தமயந்தி இருக்குது"

"கர்ணன் நீங்க எங்க வீட்டுக்கு முத தடவ வந்திருக்கீங்க, கண்டிப்பா சாப்பிட்டு தான் போகணும்"

"ஐயோ அதெல்லாம் இருக்கட்டும் தமயந்தி, முதல்ல நான் சொல்றத கொஞ்ச பொறுமையா கேளு"

கர்ணனின் முகத்தில் லேசான மாற்றத்தை அவள் கண்டாள்.

"தமயந்தி நாம ரெண்டு பேரும் சிலோனுக்கு போகணும்"

"என்ன சொல்றீங்க கர்ணன், சிலோனுக்கு எதுக்கு?"

"மாதுரிதேடிய பிடிக்க"

"அவங்கள ஏன் கர்ணன் பிடிக்கணும், அதுவும் இல்லாம நாளைக்கு நான் ஹாஸ்பிட்டலுக்கு வேற போகணும்ல"

"தமயந்தி, இனிமே நீ அந்த ஹாஸ்பிட்டலுக்கு போக முடியாது.... உங்க சார் நிலவன நாங்க கைது செஞ்சிட்டோம்"

தமயந்தியின் முகம் அதிர்ச்சியடைந்தது.

"என்ன சொல்றீங்க கர்ணன்? எப்ப?"

"ஆமா தமயந்தி, யாருக்கும் தெரியாது... இன்னைக்கு சாயங்காலம் தான் கைது செஞ்சோம்... ஆனா அவன் தான் குற்றவாளினு நிரூபிக்க அவனோட தங்கச்சி மாதுரி வேணும்"

"கர்ணன்....."

"என்ன தமயந்தி, உங்க சாருக்கு துரோகம் பண்றோமேனு தோணுதா?"

"இல்ல கர்ணன்"

"தமயந்தி நீ அவன் கிட்ட தான் இத்தன வருசமா வேல பாத்திருக்க... சம்பளம் வாங்கியிருக்க... ஆனா அதெல்லாம் அவன் உனக்கு சும்மா குடுக்கல... உன்னோட உழைப்புக்கு... நீ செஞ்ச வேலைக்கு கிடச்ச ஊதியம்..."

அவள் பதிலெதுவும் பேசாமல் அமைதியாக இருந்தாள்.

"உனக்கு வரதுக்கு இஷ்டம் இல்லனா, அவங்க வீட்டு முகவரிய மட்டும் சொல்லு தமயந்தி"

"கர்ணன் நான் உங்க கூட வரேன்...."

அவள் சட்டென பதிலளித்தாள், கர்ணனும் இதை தான் எதிர்பார்த்தான்.

"எப்ப கர்ணன் நாம கிளம்பப்போறோம்?"

"நாளைக்கு காலைல 5:50க்கு ட்ரைன்"

"ஓ.... அந்த ட்ரைனா... நாங்க கடைசியா போனப்ப கூட அதுல தான் கர்ணன் போனோம்"

"அப்படியா... அப்ப நாம கண்டிக்கு எப்ப போய் சேருவோம்?"

"கண்டிக்கு போக நாளைக்கு இராத்திரி 12க்கு மேல ஆகிடும்"

"அவ்வளவு நேரம் ஆகுமா"

"ஆமா கர்ணன்"

"சரி நாம இப்பவே இரயில்வேஸ்டேசனுக்கு போகலாமா?"

"கர்ணன் காலைல 5:50க்கு எதுக்கு நாம இப்பவே போகணும்?"

அவனும் சிறிது நேரம் இங்கு இருந்துவிட்டு விடியற்காலையில் கிளம்பலாம் என முடிவுசெய்தான். இருவரும் மிகுந்த மகிழ்ச்சியோடு பல விசயங்களை பேசினர், தனக்கிருக்கும் பிரச்சனைகளையெல்லாம் மறந்து அவளோடு மகிழ்ச்சியாக நேரத்தை செலவழித்தான் கர்ணன். உண்மையில் அவனுக்குள் இருந்த குழப்பம், பதற்றம் என எல்லாவற்றையும் அவள் மறக்கடித்தாள். சரியாக விடியற்காலை 4மணிக்கு அவர்கள் இருவரும் அங்கிருந்து கர்ணன் தங்கியிருக்கும் அறையை நோக்கி நடந்தனர். அந்த இருட்டான நேரத்தில் கர்ணன் அவளை மிக கவனமாக அழைத்து சென்றான்.

நாற்காலியில் கட்டிபோடப்பட்ட நிலவன் அங்கிருந்த ஆறு பேரையும் முறைத்து பார்த்துக்கொண்டிருந்தான்.

"என்னடா முறைச்சு பாக்குற... உன்னால இப்ப என்னடா பண்ண முடியும்?"

சிதம்பரம் அவனிடம் கோபத்தோடு கேள்வியெழுப்புகிறான்.

"டேய் எனக்கு நீ யாருனு தெரியாது... ஒருவேளை நான் மட்டும் இங்க இருந்து வெளிய வந்தேன்... இந்த இருக்க எல்லாரையும் குடும்பத்தோட கொல்லுவேன்டா"

இதனை கேட்டவர்கள் அனைவரும் சிரித்தனர், இது நிலவனை மேலும் வெறியேற்றியது. அப்போது சிதம்பரம் அவனை நெஞ்சிலே ஓங்கி மிதிக்க அவன் நாற்காலியோடு பறந்து கீழே விழுந்தான். உடனடியாக அவர்கள் ஐவரும் அவனை தடுத்தனர். கீழே விழுந்திருந்த நிலவனை மீண்டும் நாற்காலியோடு அமரவைத்தனர்.

"டேய் நீயும், உன் தங்கச்சியும் இன்னும் இரண்டு நாளைக்கு மேல உயிரோட இருப்பீங்களானே தெரியல... இதுல நீ எங்க எல்லாரயும் குடும்பத்தோட கொல்ல போறியா?"

சிதம்பரம் மீண்டும் அடிக்க முயல்கிறான், ஆனால் அவனை தடுத்து நிறுத்தினர்.

"டேய் நாளைக்கு காலைலயே உன்ன, உன்னோட ஹாஸ்பிட்டல் முன்னாடி உடம்புல ஒட்டுத்துணி இல்லாம நிக்க வச்சு, தெருநாய சுடுற மாதிரி கூட எங்களால சுட முடியும்டா"

அந்த ஐவரும் மீண்டும் சிரிக்கின்றனர், நிலவன் வெறியின் உச்சத்தில் இருந்தான், ஆனால் அவனால் எதுவும் செய்ய முடியவில்லை. அவனால் தோல்வியை ஒப்புக்கொள்ளவே முடியவில்லை.

அப்போது அறையின் கதவு தட்டும் சத்தம் கேட்க, சிதம்பரம் கதவினை திறக்கிறான். வெளியில் நிற்பது கர்ணன்.

"என்ன கர்ணன்?"

"சிதம்பரம் என்ன திருச்சிராப்பள்ளி இரயில்வே ஸ்டேசன்ல கொண்டு போய் விட முடியுமா?"

"வா கர்ணன் போகலாம்"

சிதம்பரம் அவர்களை பார்த்துக்கொள்ள சொல்லிவிட்டு, கர்-ணனை விட்டு வர கிளம்பினான். கர்ணனும், தமயந்தியும் காரில் ஏற சிதம்பரம் காரை கிளப்பினான். அவர்கள் வழியில் மாதுரியை பிடிக்க சில திட்டங்களை வகுத்தனர். அரை மணி நேரத்தில் திருச்சிராப்-பள்ளி இரயில்நிலையம் வந்தது, தமயந்தியும் கர்ணனும் இறங்கினர்.

"பாத்து போயிட்டு வா கர்ணன்"

"நீயும் அவன கவனமா பாத்துக்கோ சிதம்பரம்"

சிதம்பரம் அங்கிருந்து விடைபெற, கர்ணனும் தமயந்தியும் நிலை-யத்தின் உள்ளே நுழைகின்றனர். கிட்டத்தட்ட அரைமணி நேரத்திற்கு மேல் காத்திருந்தனர், அவர்களுக்கான இரயில் வந்தது. அவர்கள் இருவரும் முதல் வகுப்பு பெட்டியில் ஏறிக்கொண்டனர். விடியற்-காலை நேரம் என்பதால் இன்னும் முழுதாக விடியவில்லை.

"கர்ணன் நீங்களும், நானும் ஒன்னா பயணம் செய்றோம்…. அதுவும் இரயில்ல… என்னால நம்பவே முடியல"

ஒரு கொள்ளையனின் தங்கையை பிடிக்க போகிறோம் என்ற சிறு பயம் கூட இல்லாமல் அவள் பேசுவது கர்ணனுக்கு வேடிக்கையாக இருந்தது.

"தமயந்தி நாம என்ன இன்ப சுற்றுலாவா போறோம்?"

கர்ணன் சிரித்துக்கொண்டே தமயந்தியிடம் கேள்வியெழுப்புகி-றான்.

"ஏதோ ஒன்னு கர்ணன், எப்படியும் நாம ரெண்டு பேரும் ரொம்ப நேரம் ஒன்னா இருக்க போறோம்ல… நிறைய பேசிக்கிட்டே போக-லாம்…."

திருச்சிராப்பள்ளி இரயில்நிலையத்திலிருந்து இரயில் புறப்பட்டது. என்னதான் அது ஒரு பதற்றமான தேடல் பயணமாக இருந்த போதி-லும், தமயந்தி அதனை முற்றிலும் ஒரு காதல் பயணமாக மாற்றிக்-கொண்டிருந்தாள்.

29

மாதுரியின் தந்திரம்

காலை பொழுது விடிந்தது, மாலையிலிருந்து வாங்கிய அடியிலும், மிதியுலும் நிலவனின் முகம் சிவந்து போய் வீங்கியிருந்தது. அவனை கொல்லாமல் இப்படி அடித்து, உதைத்து சித்தரவதை செய்வது கூட சிதம்பரத்திற்கு நன்றாக இருந்தது. காலை ஒரு 8மணியளவில் சிதம்பரமும், அர்ஜுனனும் தங்களுக்கு கொடுக்கப்பட்ட வேலையை கவனிக்க புறப்பட்டனர். அவர்கள் இருவரும் சென்ற பின் மீதமிருந்த நால்வரும் அவனை மிகுந்த கவனத்தோடு காவல் காத்தனர். சரியாக அவர்கள் இருவரும் சென்ற அரைமணி நேரத்திற்கு பின் கதவு தட்-டும் சத்தம் கேட்கிறது. ஒருவன் எழுந்து சென்று கதவை திறக்-கிறான், அங்கே ஒரு பெண் நின்று கொண்டிருந்தாள். அவள் மாதுரிதேவி தான். ஆனால் இவர்கள் யாரும் அவளை நேரில் பார்த்ததில்லை எனவே அவர்களுக்கு இவள் தான் நிலவனின் தங்கை என்பது தெரியவில்லை. கர்ணன் இங்கு இல்லை என்பதை உறுதி செய்து கொண்டு தான் அவள் இப்போது வந்திருக்கிறாள். இந்த பெண்ணை கண்டதும் அவர்கள் சற்று குழம்பினர்.

"யார் நீங்க உங்களுக்கு என்ன வேணும்?"

தன் அண்ணனை இந்த நிலையில் கண்ட மாதுரிதேவி உண்-மையில் கலங்கிப்போனாள், ஆனால் வெளியில் காட்டிக்கொள்ள-வில்லை.

"உங்க நாலு பேருகிட்டயும் நான் கொஞ்ச தனியா பேசணும்.... நான் கர்ணன் சாரோட அசிஸ்டென்ட் தான்.... அவருக்கு இப்ப நம்ம உதவி வேணும்"

"கர்ணன் சாரோட அசிஸ்டென்ட்டா நான் உங்கள பாத்ததே இல்லயே...."

"ஆமா நீங்க யாரும் என்ன பாத்தது இல்ல தான்... அத பத்தி நாம அப்பறம் பேசிக்கலாம்... ஆனா இப்ப உடனே கர்ணன் சாருக்கு நம்ம உதவி தேவ... அவசரத்த புரிஞ்சுக்கோங்க"

அவர்களுக்கு குழப்பமாக தான் இருந்தது, ஆனாலும் அவள் என்ன சொல்ல வருகிறாள் என கேட்போம் என முடிவு செய்தனர்.

"சரி சொல்லுங்க...."

"இங்க இவனுக்கு முன்னாடி வச்சு வேணாம், பக்கத்து ரூம்க்கு போகலாம்"

ஏதோ ரகசியம் என நினைத்து அவர்கள் நால்வரும் பக்கத்து அறைக்கு சென்றனர். அவளும் உள் நுழைந்தாள்.

"சொல்லுங்க... சாருக்கு என்ன உதவி தேவ"

"அது வந்து...."

அவள் சற்று இழுத்தாள், அவர்கள் நால்வரும் அவளையே உற்று பார்த்துக்கொண்டிருந்தனர். அவள் சட்டென யாரும் எதிர்-பார்ப்பதற்குள் தன் சேலையில் ஒழித்து வைத்திருந்த சிறிய பொட்-டலத்தை எடுத்து அவர்களுக்கு நேராக வீசினாள். அந்த பொட்-டலத்திலிருந்தது மிளகாய் பொடி, அது அவர்கள் முகத்தில் விழ அந்த நால்வரும் எரிச்சலில் கத்தி கதறினர். அவள் இந்த சமயத்தை பயன்படுத்தி கொண்டு அந்த அறையை வெளிபுறத்தில் மூடிவிட்-டாள், உடனடியாக தனது அண்ணனின் அறைக்கு ஓடி, கட்டி-யிருந்த தனது அண்ணனை விடுவித்தாள். அவளது அண்ணன் மிகவும் சோர்ந்து மயக்கத்தில் இருந்தான், அவனை தட்டுதடுமாறி நடக்க வைத்து காரில் ஏற்றினாள். உடனடியாக அந்த இடத்தை விட்டு காரை கிளப்பினாள்.

அடைபட்ட நால்வரும் கத்திக்கதறுகின்றனர், அவள் மிளகாய் பொடியோடு குளோரோஃபார்மை கலந்து, அதனோடு ஒரு நச்சு இரசாயனத்தையும் சேர்த்திருந்தாள். எனவே அவர்கள் நால்வரும் சில நிமிடங்களிலே மயங்கினர். மாதுரிதேவியும், நிலவனும் அவர்க-ளது வீட்டினை அடைந்தனர்.

மாதுரிதேவி சிலோனிலிருந்து வந்துவிட்டால், அதே நேரத்தில் அவளது அண்ணனையும் காப்பாற்றிவிட்டாள். ஆனால் இது எது-வுமே தெரியாத கர்ணன், சிலோனை நோக்கி பயணித்திக்கொண்-டிருக்கிறான். சரியாக மதியம் 1மணியளவில் அவர்கள் சென்ற

இரயிலானது பாம்பன் பாலத்தை அடைந்தது. அந்த நேரத்தில் மித-மான காற்றோடு, மழை பெய்து கொண்டிருந்ததால் வெயிலின் தாக்-கம் சுத்தமாக இல்லை. அப்படி ஒரு சூழலில், கடலுக்கு நடுவே அமைந்திருக்கும் அந்த இரயில் பாலத்தில் பயணிப்பது ஒரு புதுவித அனுபவம் தான். இருபுறமும் கடல், ஆமை வேகத்தில் பயணிக்-கும் இரயில்... இரயிலில் இருந்த அனைத்து பயணிகளும் அந்த அழகிய காட்சியை கண்டு ரசித்தனர். இந்த பாலத்தில் பயணிப்-பது கர்ணனுக்கு இதுவே முதல் முறை, அவன் இந்த பாலத்தை மிகுந்த பிரம்மிப்போடு பார்த்து ரசித்தான். இந்திய தேசத்தின் தென் கிழக்கு பகுதியில் அமைந்துள்ள கடைசி நிலப்பரப்பு தான் மண்டபம், இந்த மண்டபம் பகுதியிலிருந்து இரண்டு கிலோமீட்டர் தொலைவில் கடலுக்கு நடுவே அமைந்துள்ள தீவு தான் பாம்பன். இந்த பாம்பன் தீவில் தான் இராமேஸ்வரம், தனுஷ்கோடி போன்ற ஊர்கள் அமைந்-துள்ளன. இந்த ஊர்களுக்கு செல்வதற்கு இரண்டு கிலோமீட்டர் நீள கடல்பகுதியை கடந்து தான் செல்ல வேண்டும், ஒன்று இரயிலில் பாம்பன் பாலத்தை கடப்பது மற்றொன்று படகில் பயணிப்பது. 1914ல் திறக்கப்பட்ட இந்த பாலம் சரியாக பத்து மாதங்களுக்கு முன்பு தனது ஐம்பதாம் ஆண்டு விழாவை முடித்தது.

"என்ன கர்ணன் இந்த இடத்த இவ்வளவு ரசிச்சு பாக்குறீங்க?"

பிரமிப்பில் ஆழ்ந்திருந்த கர்ணனிடம், தமயந்தி தனது கேள்வியை எழுப்பினாள்.

"இல்ல கடலுக்கு நடுவுல இவ்வளவு பெரிய பிரம்மாண்டமான இரயில் பாலம்... இதெல்லாம் பொறியியல்... கட்டுமான துறையில எவ்வளவு பெரிய சாதனை.... இத்தன வருசமா இந்த பாலத்த பத்தி நிறைய கேள்விப்பட்டிருக்கேன், ஆனா இப்ப தான் முதல் தடவயா பாக்குறேன்"

"கர்ணன் உங்களுக்கு ஒன்னு தெரியுமா... நம்ம நாட்டுலயே கடலுக்கு நடுவுல இருக்க ரொம்ப பெரிய இரயில்வே பாலம் இது தான்"

"உண்மையிலேயே இதெல்லாம் பிரிட்டிஷ் காரங்களோட சாதனை தமயந்தி"

இந்த பதிலை கேட்ட தமயந்தி தனது கண்களை சுருக்கினாள்.

"கர்ணன் இந்த பாலத்த பிரிட்டிஷ் காரங்க ஒன்னும் கட்டல.... ஜெர்மனி எஞ்சினியர்தா இத வடிவமைச்சாங்க... இறங்கி வேலை செஞ்சது எல்லாம் நம்ம ஊர் ஆளுங்க தான்.... இதுக்கு பிரிட்டிஷ்

காரங்க செலவு செஞ்ச பணம் ஒன்னும் அவங்க ஊரு பணம் இல்ல... எல்லாம் நம்மகிட்ட இருந்து கொள்ளையடிச்சது தான்...."

தமயந்தி தனது பதில்களையெல்லாம் அடுக்கினாள், கர்ணன் லேசாக சிரித்துவிட்டான்.

"இல்ல தமயந்தி, என்ன இருந்தாலும் அத்தன வருசத்துல யாருக்குமே இல்லாத அக்கறை அவங்களுக்கு தான வந்துருக்கு... இந்த நிலப்பரப்பையும் இணைக்கனும்னு யோசனை பிரிட்டிஷ் ஆளுங்கது தான்"

"ஐயோ கர்ணன் நீங்க ஏன் எப்பவும் பிரிட்டிஷ் காராங்களயே தூக்கி வச்சு பேசுறீங்க... அவங்க ஒன்னும் நம்ம நல்லதுக்கோ இல்ல அக்கறைலயோ இந்த பாலத்த கட்டல... சிலோன்ல இருந்தும் அவங்க எல்லாத்தையும் சுரண்டி, கொள்ளையடிக்கனும் நினைச்சு தான் இந்த பாலத்த போட்டாங்க... உங்களுக்கு இன்னோரு விசயம் தெரியுமா... தனுஷ்கோடியில இருந்து சிலோன் வெறும் 12மைல் தூரம் தான்... அவங்க அந்த 12மைல் தூரத்தலயும் ரெண்டு நாட்ட இணைக்கிற மாதிரி கடலுக்கு நடுவுல ஒரு இரயில் பாலத்த போட நினைச்சாங்க... ஆனா முதல் உலகப்போர்ல உருவான நிதி பிரச்சனைல அந்த திட்டத்த அப்படியே விட்டாங்க"

தமயந்தியின் பதில்களையெல்லாம் கர்ணன் மிகுந்த பிரம்மிப்போடு பார்த்தான்.

"என்ன தமயந்தி இவ்வளவு விசயம் தெரிஞ்சு வச்சுருக்க.... ஆனா பிரிட்டிஷ் காராங்கனாவே உனக்கு பிடிக்காது போலயே"

கர்ணன் சிரித்து கொண்டே தமயந்தியிடம் கேள்வியெழுப்பினான்.

"பிரிட்டிஷ் காரங்க என்ன நமக்கு நல்லதா செஞ்சுட்டு போயிருக்காங்க அவங்கள மதிச்சு கொண்டாடுறதுக்கு.... நம்ம நாட்டயே நாசமாக்கி... எல்லா செல்வ வளங்களையும் கொள்ளையடிச்சுட்டு போனவங்களுக்கு ஏன் கர்ணன் நீங்க ஆதரவா பேசுறீங்க... லண்டன்ல படிச்சு வளந்ததால நம்ம நாட்டோட அருமை தெரியாம போயிடுச்சா"

தமயந்தியின் முகம் சற்று கோபம் கொண்டதை போல காட்சியளித்தது.

"ஐயோ தமயந்தி நான் உன்ன வெறுப்பேத்த தான் இதெல்லாம் சொன்னேன்"

"சும்மா சமாளிக்காதிங்க கர்ணன்"

"ஓ அப்ப என் மேல இருக்க கோபம் போகாதா?"

இதனை கூறிவிட்டு அவளது கண்களையே பார்த்தான் கர்ணன், அவள் வெட்கத்தில் சட்டென சிரித்துவிட்டாள். அந்த நேரத்தில் இரயிலும் பாம்பன் பாலத்தை கடந்து பாம்பன் இரயில்நிலையத்தில் நின்றது. அப்போது அந்த இரயிலில் இருந்த பாதி கூட்டம் அங்கே இறங்கியது. இந்த இரயில் குந்துகல் வழியாக தனுஷ்கோடி செல்வதால், இராமேஸ்வரம் செல்லும் பயணிகள் அனைவரும் இங்கேயே இறங்கினர். இப்போது இரயில் தனுஷ்கோடி நோக்கி தனது பயணத்தை தொடங்கியது. அவ்விடத்தில் மழையின் தாக்கமும் அதிகரிக்கத்தொடங்கியது.

வீட்டிற்கு வந்தவுடன் நிலவனின் மயக்கம் தெளிகிறது, அவன் மாதுரிதேவியின் இருப்பினை கண்டு குழம்பினான்.

"மாதுரி நீ எப்படி அவன்கிட்ட இருந்து தப்பிச்ச?"

அவனது தனது குழப்பத்தை மாதுரியிடம் வெளிப்படுத்தினான்.

"நான் எதுக்கு அண்ணா அவன்கிட்ட இருந்து தப்பிக்கணும்.... எனக்கு இப்ப நடக்குது... எப்படி செத்து போனவன் திரும்ப வந்தான் எதுவுமே புரியல அண்ணா"

மாதுரியும் தனக்குள் இருக்கும் குழப்பத்தை வெளிப்படுத்தினாள்.

"மாதுரி அவன் என்ன பிடிச்சு அடைச்சு வச்சப்போ... உன்னையும் கைது செஞ்சுட்டேனு சொன்னான்...."

"என்ன அண்ணா சொல்றீங்க... அவன நான் பாக்க கூட இல்ல... நான் இன்னைக்கி காலைல தான் கண்டியில இருந்து வந்தேன்... அப்பாவுக்கு உடம்பு சரியில்ல, அதுனால அவரால பயணம் செய்யமுடியாது... நானும் அதுனால தான் சீக்கிரம் திரும்பி வந்துட்டேன்.... இங்க வந்தப்ப தான் ட்ரைவர் குமரன் எல்லாத்தையும் சொன்னான்"

"எனக்கு புரிஞ்சுடுச்சு மாதுரி, கர்ணன் நேத்து இராத்திரியில இருந்து அங்க இல்ல, அவன் எங்கயோ போய்ட்டான்.... அனேகமா அவன் இப்ப உன்ன தான் எங்கயோ தேடிட்டு இருக்கான்... உன்ன கைது செஞ்சுட்டேனு சொன்னா தான் நான் உண்மைய ஒத்துக்குவேனு அவன் அப்படி பண்ணியிருக்கான்"

"அண்ணா நாம இங்க இருக்க வேணா அண்ணா.... யாருக்கும் தெரியாம கண்டிக்கே நாம தப்பிச்சு போயிடுவோம்... நம்மல தேடி யாரும் வர முடியாது"

"மாதுரி என்ன அவனுக்கு பயந்து தப்பிச்சு போக சொல்றியா?... என்னால இந்த தோல்விய ஒத்துக்க முடியாது... அவன இன்னைக்கு இராத்திரிக்குள்ள கொல்லாம என்னால நிம்மதியா இருக்க முடியாது"

"அண்ணா... இந்த கொலை, கொள்ளை எல்லாம் போதும் அண்ணா... தயவுசெஞ்சு நான் கெஞ்சி கேக்குறேன் அண்ணா"

இரு கைகளையும் கூப்பி அவனுக்கு முன்பாக நின்ற மாதுரி சட்டென அவனது காலில் விழுந்தாள், நிலவன் இதனை சற்றும் எதிர்பார்க்கவில்லை. தன் உயிரினும் மேலான அன்பு தங்கையின் இச்செயல் அவனை கலங்கடித்தது. அவன் கீழே குனிந்து தன் தங்கையை தூக்குகிறான்.

"மாதுரி தயவுசெஞ்சு எழுந்திரி மாதுரி... நான் நீ சொல்றத கேக்குறேன்... வா நாம அம்மா, அப்பா வீட்டுக்கே போயிடலாம்"

மாதுரி அழுது கொண்டே எழுகிறாள், நிலவன் அவளது கண்களை துடைத்தான். இருவரும் எதுவும் பேசிக்கொள்ளவில்லை, உடனடியாக அங்கிருந்து கிளம்ப தயாரானார்கள். நிலவன் இதுவரை கொள்ளையடித்த பணம், நகைகளையெல்லாம் அவன் வீட்டிலிருந்த ஒரு பாதுகாப்பு அறையில் தான் வைத்திருந்தான். இப்போது அந்த அறையை திறந்து அதிலிருந்த எல்லாவற்றையும் எடுத்து ஒரு பெட்டியில் போட்டுக்கொண்டான். அதோடு தான் இதுவரை போர் நடக்கும் நாடுகளிலிருந்து திருட்டுத்தனமாக இறக்குமதி செய்த துப்பாக்கிகளையெல்லாம் தனது பெட்டியினுள் வைத்துக்கொண்டான். பின் தன் காயங்களுக்கெல்லாம் லேசாக முதலுதவி செய்தான், மாதுரி மிகுந்த பதட்டத்தோடே காணப்பட்டாள். யாரேனும் வந்துவிடுவார்களோ என்ற பயம் தான் அவளுக்கு, ஆனால் நிலவனோ யார் வந்தாலும் கவலையில்லை. இன்றைக்கு வருபவர்களையெல்லாம் சுட்டுக்கொல்லாமல் விடக்கூடாது என முடிவுசெய்தான்.

30

மீண்டும் தொடங்கிய தேடல்

ஏஜென்சிக்கு தந்தி அனுப்பிவிட்டு மீண்டும் தங்கள் அறைக்கு திரும்பிய சிதம்பரத்திற்கும், அர்ஜுனனுக்கும் மிகப்பெரிய அதிர்ச்சி காத்திருந்தது. அந்த அறையை கண்டவர்கள் மிகவும் அரண்டு போனார்கள், தாங்கள் பல நாள் தேடலுக்கு பின், பல்வேறு திட்டங்கள் வகுத்து பிடித்த நிலவனை இங்கே காணவில்லை. அவனை காவல்காக்க வைத்திருந்த நான்கு பேரும் அறையில் இல்லை, சிதம்பரத்திற்கு என்ன செய்வதென்றே தெரியவில்லை. அப்போது அர்ஜுனன் எதர்த்தமாக பக்கத்து அறையின் கதவினை திறக்கிறான், அங்கே அவனது குழுவினர் நால்வரும் மயக்கத்திலிருந்தனர். அந்த அறை முழுதும் மிளகாய் பொடியும் நெடி இருந்தது, அது கூடவே ஏதோ ஒரு நச்சு கலந்த இரசாயத்தின் வாசனை இருந்ததை அவர்கள் உணர்ந்தனர். அங்கிருந்த நால்வரையும் தட்டி எழுப்புகின்றனர்.... யாரும் எழவேயில்லை, உடனே அவர்களை தூக்கிக்கொண்டு அருகில் இருந்த மருத்துவமனைக்கு சென்றனர். அங்கே அவர்களுக்கு தீவிர சிகிச்சை தொடங்கியது, அவர்கள் எழுந்துவிட்டால் என்ன நடந்தது என அறிந்து கொள்ளலாம் என சிதம்பரம் நினைக்கிறான், ஆனால் அவர்கள் எழுவதற்கு சில மணி நேரம் ஆகலாம் என மருத்துவர்கள் கூறினர். சிதம்பரத்திற்கு காத்திருப்பதில் விருப்பம் இல்லை, நிலவன் தப்பித்துவிட்டான்.... அவன் எப்படி தப்பித்தான்.... யார் உதவியில் தப்பித்தான் என யோசித்து நேரத்தை வீணடிக்க விரும்பவில்லை. உடனடியாக அவனை தேடி

புறப்பட்டான், இந்த தகவலை எப்படியாவது கர்ணனிடம் சேர்த்திட வேண்டுமென யோசிக்கிறான். அவனுக்கு வேறு வழி தெரியவில்லை, காவல்நிலையம் சென்று நடந்த அனைத்தையும் கூறுகின்றான். இது பெரிய பிரச்சனை என்பதை அறிந்த காவலர்களும் இவனுக்கு உதவ முன்வந்தனர். அவர்கள் மெட்ராஸ் மாகாணத்திலிருக்கும் அனைத்து காவல்நிலையத்துக்கும் இந்த தகவலை தந்தி அனுப்புகின்றனர். குறிப்பாக தனுஷ்கோடி காவல்நிலையத்திற்கு அனுப்பிய தந்தியில் கர்ணன் போட் மெயில் எக்ஸ்பிரஸ் இரயிலில் வருவது பற்றி யும், அவன் சிலோனுக்கு செல்வது பற்றியும் குறிப்பிட்டிருந்தார்கள், அவன் சிலோன் செல்வதற்கு முன்பாக இந்த தகவலை அவனி டம் சொல்லுமாறு கேட்டனர், மேலும் கர்ணனின் உருவ அடையா– ளங்களும் அதில் குறிப்பிடப்பட்டிருந்தது. அதே நேரத்தில் தானும் இறங்கி அவனை தேடலாம் என சிதம்பரம் முடிவு செய்தான். காவ லர்களும் நகருக்குள் காவலை வலுபடுத்தினர், சிதம்பரம் முதலில் மருத்துவமனைக்கு செல்கிறான். ஆனால் நிலவன் அங்கே இல்லை, பின்னர் அவனுக்கு சந்தேகம் வர நிலவனின் வீட்டினை நோக்கி காரை செலுத்துகிறான். அப்போது அவனுக்கு எதிரில் நிலவனின் அதே Fiat 1100 வருகிறது, சிதம்பரம் அதனை உற்று நோக்குகி றான். உள்ளே அமர்ந்திருப்பது நிலவன் தான், உடன் அவனது தங் கையும் அமர்ந்திருந்தாள். நிலவனும் அவனை கவனித்துவிட்டான், உடனடியாக தனது கையிலிருந்த துப்பாக்கியை கொண்டு சிதம்ப ரத்தின் காரை நோக்கி சுடுகிறான், ஆனால் சிதம்பரம் சட்டென காரை திருப்பி தப்பிக்கொள்கிறான். நிலவனின் கார் மிக வேகமாக செல்கிறது, சிதம்பரமும் அதே Fiat 1100 காரை தான் இயக்கு கிறான். எனவே அவனது வேகத்துக்கு ஈடு கொடுத்து சிதம்பரமும் அவனை பின் தொடர்கிறான், நகருக்குள் இவர்கள் இருவரும் இவ் வளவு வேகத்தில் செல்வது கார் பந்தயத்தை போல காட்சியளித்தது. மக்கள் அனைவரும் இதனை கண்டு சாலையிலிருந்து பதறியடித்து ஓடினர். நிலவனின் காரை நிறுத்த காவல்துறையினரும் முயற்சித் தனர், ஆனால் முடியவில்லை. சிதம்பரம் மட்டும் அவனை விடாமல் விரட்டி சென்றான்.

கொட்டும் மழையில் அந்த இரயில் சரியாக மதியம் 3:30மணிக்கு தனுஷ்கோடி இரயில்நிலையத்தை அடைந்தது. 5நிமிடத்திற்கு மேல் அந்த இரயில் அங்கேயே நின்றது, அது தனுஷ்கோடி துறைமுகம் நோக்கி நகரவில்லை. இதனால் பயணிகள் அனைவரும் குழப்பம–

டைந்தனர், அனைவரும் இரயிலில் இருந்து கீழே இறங்கி என்ன ஆனது, ஏன் இந்த தாமதம் என விசாரிக்கசென்றனர். கர்ணன் மற்றும் தமயந்தியும் இறங்கினார்கள், ஏற்கனவே இரயிலின் எஞ்சின் அருகே நிறைய மக்கள் கூடியிருப்பதை அவர்களால் காணமுடிந்தது. அந்த இடத்தில் எப்படியும் ஐம்பதுக்கும் மேற்பட்ட பயணிகள் கூடியிருந்தனர், அந்த கூட்டத்திற்கு, இரயிலின் ஓட்டுனர்கள், சில எஞ்சினியர்கள் மற்றும் சில அதிகாரிகள் அறிவுரைகளை வழங்கிக்கொண்டிருந்தனர். இதனை கண்டதும், மற்ற பெட்டியிலிருந்து இறங்கிய பயணிகளும், அந்த கூட்டத்தை நோக்கி ஓடினர்.

"வானிலை ரொம்ப மோசமா இருக்கிற காரணத்தால, இன்னைக்கு தலைமன்னாருக்கு போற கப்பல் ரத்து செய்யப்பட்டிருக்கு..."

அங்கிருந்து ஒரு அதிகாரி இந்த பதிலை கூற, பயணிகள் அனைவரும் அதிர்ச்சியடைந்தனர்.

"சார் இப்ப வந்து இப்படி சொன்னா எப்படி சார்? நாங்கலா மெட்ராஸ்ல இருந்து வந்திருக்கோம்...."

கூட்டத்தில் ஒருவர் கேள்வியெழுப்பினார். அவர் பார்ப்பதற்கு மிகவும் படித்த இளைஞர் போல காட்சியளித்தார், அவருடன் இன்னும் மூன்று பேர் இருந்தனர். அவர்கள் கைகளில் பெட்டிகள் இருந்தன, சிலோனுக்கு ஏதோ தொழில் சம்பந்தப்பட்ட பணிக்காக செல்வதை போல தோன்றியது.

"சார் இந்த மழை, வானிலை எல்லாம் நம்மலால முன்னாடியே கண்டுபிடிக்க முடியுமா?.... நீங்களே பாக்குறீங்கள மழை எப்படி கொட்டிட்டு இருக்கு.... அந்த பக்கம் கடல பாருங்க, எவ்வளவு ஆக்ரோசமா இருக்குதுனு... இந்த மாதிரி நேரத்துல கப்பல இயக்குறது ரொம்ப ஆபத்து சார்... உங்களோட நல்லதுக்காக தான் ரத்து செஞ்சுருக்கோம்"

அந்த அதிகாரியின் பதிலில் நியாயம் இருந்தது, இப்படி கொட்டும் மழையில் கப்பலில் பயணிப்பது சரியல்ல என அனைவரும் உணர்ந்தனர், ஆனால் கர்ணனுக்கு என்ன செய்வதென்றே தெரியவில்லை. அவனை பொறுத்தவரை எப்படியாவது சிலோனுக்கு செல்ல வேண்டும், மாதுரியை கைது செய்ய வேண்டும். அவனுக்கு மாதுரி சிலோனிலிருந்து திரும்பியதும் தெரியாது, நிலவனுடன் சேர்ந்து இப்போது தப்பித்து ஓடுவதும் தெரியாது, இவை எதுவும் தெரியாமல் கப்பல் வரும்வரை காத்திருக்கலாம் என முடிவு செய்கி-

றான். அந்த இரயிலில் வந்த பயணிகளில் பாதிபேர் இராமேஸ்வரம் செல்லும் இரயிலில் ஏறி இராமேஸ்வரத்திற்கு புறப்பட்டனர். சில பேர் என்ன செய்வதென்று தெரியாமல் கர்ணனை போல காத்திருந்தனர். மழை லேசாக குறைந்தது…. கர்ணனும், தமயந்தியும் மெதுவாக இரயில்நிலையத்திற்கு வெளியில் வந்து தனுஷ்கோடியின் அழகை ரசித்தனர். இந்திய தேசத்திற்கு சொந்தமான கடைசி நிலபரப்பு இந்த தனுஷ்கோடி தான், இது மெட்ராஸ் மற்றும் தூத்துக்குடிக்கு அடுத்த- படியான மிகமுக்கிய துறைமுக நகரம். இங்கு வருவதெல்லாம் துற- விகள், சுற்றுலா பயணிகள், தொழில் வர்த்தகர்கள் மட்டுமே. இந்த இடத்திலிருந்து தான் இராமன், சிலோனுக்கு கடல் நடுவே பாலம் அமைத்தார் என்கிறது இராமாயணக்கதை. இதனால் இது வடக்கில் அமைந்திருக்கும் காசிக்கு நிகரான பெருமையை பெற்றது, 'தனுஷ்- கோடி கடலில் நீராடினால் புண்ணியம்' என்று சொல்லும் அளவுக்கு ஆன்மீக சிறப்பு வாய்ந்த இடம். இந்த ஆன்மீக பயணிகளுக்காக வாரம் இருமுறை காசியிலிருந்து தனுஷ்கோடிக்கு நேரடி இரயில்- கள் இயக்கப்படுகின்றன. அதேவேளையில் இந்த தனுஷ்கோடியில் வாழும் தொண்ணூறு சதவீத மக்கள் மீன்பிடி தொழிலை பூர்வீக- மாக கொண்ட மீனவர்கள் மட்டுமே. அது மிகவும் சிறிய கிராமமாக இருந்த போதிலும் தொழில் வர்த்தகத்தால், மிகவும் பரபரப்பாகவே காண்ப்பட்டது. இருபுறமும் பாலைவன மணல் போல காட்சியளிக்- கும் கடற்கரைகள், நடுவில் ஒரு சிறிய தார்சாலை. ஒருபுறம் அமை- தியான வங்கக்கடல், மறுபுறம் ஆர்ப்பரிக்கும் இந்தியப்பெருங்கடல் என எல்லா பக்கமும் கடல்களால் சூழப்பட்ட அழகிய நகரம் தான் இந்த தனுஷ்கோடி. கடலின் கரை முழுதும் வரிசையாக அமைந்த குடிசை வீடுகள், கரையில் நிறுத்தப்பட்டிருக்கும் மீன்பிடி படகு- கள், வீடுகளுக்கு முன்பாக காயவைக்கப்பட்டிருக்கும் கருவாடுகள் இதுவே தனுஷ்கோடி. அந்த ஊரில் கிட்டத்தட்ட 3000பேர் வசித்- துவந்தனர், அவர்களின் பிரதான தொழிலே மீன், கருவாடு, உப்பு போன்றவற்றை ஏற்றுமதி செய்வது. இவை அனைத்தையும் ரசித்துக்- கொண்டே கர்ணனும், தமயந்தியும் நடக்கின்றனர். அப்போது அவர்- களுக்கு முன்பாக படிக்கட்டுகளுடன் அமைந்த ஒரு உயர்ந்த காவல் கோபுரம் கண்ணில் படுகிறது. அங்கு வாழும் மக்களுக்காகவே ஒரு பள்ளிக்கூடம், தபால்நிலையம், காவல்நிலையம்,கஸ்டம்ஸ் சோதனை நிலையம் என அனைத்தும் இருந்தது. அவர்கள் மேலும் சிறுது தூரம் நடக்க அவர்களுக்கு முன்பாக ஒரு தேவாலயம் இருந்தது,

இரண்டு நாட்களில் கிருஸ்த்துமஸ் பண்டிகை வருவதால், அதற்கான கொண்டாட்ட ஏற்பாடுகள் அங்கே நடந்து கொண்டிருந்தன. அப்-போது மீண்டும் மழை பெய்ய தொடங்கியதால் கர்ணனும், தமயந்-தியும் இரயில்நிலையத்திற்குள் ஓடினர், சரியாக இவர்கள் உள்ளே நுழைந்த நேரத்தில் இரண்டு காவலர்கள் யாரையோ தேடிக்கொண்-டிருந்தனர். அப்போது அவர்களின் கண்ணில் கர்ணன் பட, உடனே அவர்கள் கர்ணனை நோக்கி ஓடி வந்தனர். அவர்களின் வரு-கையை கண்ட கர்ணன் சற்று அதிர்ச்சியானான்.

"டிடக்டிவ் கர்ணன் நீங்க தான்?"

இரண்டு காவலரில் ஒருவர் கர்ணனிடம் கேள்வியெழுப்புகிறார், இதனால் கர்ணன் சற்று குழப்பமடைந்தான்.

"ஆமா"

குழப்பத்தோடே அவன் பதிலளிக்கிறான், காவலரின் முகத்தில் ஒரு நிம்மதி உண்டானது.

"கர்ணன் ஒரு பிரச்சனை..."

"என்னாச்சு?"

"நீங்க பிடிச்சு வச்சுருந்த கொள்ளைக்காரன் தப்பிச்சுட்டான்"

காவலர் இந்த பதிலை கூறியதும் கர்ணன் அதிர்ந்து போனான். அவனுக்குள் பதற்றம் தொற்றியது.

"என்ன சொல்றீங்க சார்... எப்படி?"

"கர்ணன் காலைல 10மணிக்கு ஸ்ரீரங்கம் போலீஸ் ஸ்டேசன்ல இருந்து தந்தி அனுப்பியிருக்காங்க... மழையால நமக்கு இந்த தகவல் தாமதமா தான் வந்து சேர்ந்துருக்கு... அவன் எப்படி தப்-பிச்சானு எதுவும் சொல்லல"

கர்ணனுக்கு இப்போது என்ன செய்வதென்றே விளங்கவில்லை, ஒருபுறம் நிலவன் தப்பித்துவிட்டான்... மறுபுறம் சிலோனுக்கும் செல்ல முடியாத ஒரு நிலை. அவன் மிகவும் குழம்பிப்போயிருந்-தான். அவனுக்கு வேறு வழியில்லை நிலவனை மீண்டும் தேடிச்-செல்லலாம் என முடிவு செய்தான், ஆனால் தப்பித்தவன் இப்போது எங்கு செல்வான்... என்ன செய்வான் என்கிற குழப்பமும் கர்-ணனுக்குள் புகுந்தது.

"சார் எனக்கு நீங்க ஒரு உதவி செய்ய முடியுமா?"

"சொல்லுங்க கர்ணன் என்ன உதவி?"

"என்ன எப்படியாவது இங்கே இருந்து ஸ்ரீரங்கத்துக்கு கூட்டி போகமுடியுமா?"

"கர்ணன் நாங்க உங்கள பாம்பன் வரைக்கு கூட்டி போய்... அங்க இருந்து மண்டபத்துக்கு படகுல அனுப்பி வைக்கிறோம்... அதுக்கப்பறம் மண்டபம் போலீஸ் டீம் உங்களுக்கு தேவையான உதவிய செய்வாங்க"

கர்ணனுக்கு அந்த திட்டம் சரியெனபட்டது, ஆனால் அவனுக்கு இப்போது இருக்கும் இன்னொரு பிரச்சனை தமயந்தி. அவளை இவ்வளவு தூரம் அழைத்து வந்துவிட்டான், ஆனால் இப்போது இந்த கொட்டும் மழையில் இவளையும் கூட்டி அலைவது அவனுக்கு சரியாக தோன்றவில்லை. அதேநேரம் தனக்கு இவள் தான் இத்தனை நாள் நிலவனை பற்றிய சிறு தகவல்களையெல்லாம் கொடுத்திருக்கிறாள் என்பதை நிலவன் அறிந்தால் நிச்சயம் இவளை கொல்லாமல் விடமாட்டான். இவளையும் இந்த ஆபத்தான தேடலில் அழைத்து சென்று தன் உயிரோடு அவள் உயிரையும் பணயம் வைப்பதில் அவனுக்கு விருப்பம் இல்லை. அவன் தமயந்தியின் முகத்தை பார்க்கிறான், அவள் முகம் லேசாக வாடியிருந்தது.

"சார் எனக்கு இன்னோரு உதவி செய்யமுடியுமா?"

"சொல்லுங்க கர்ணன், என்னோட மனைவிய இங்க எங்கயாவது பத்திரமா தங்க வைக்க முடியுமா?"

அவன் தன்னை மனைவி என கூறியதும் தமயந்தியின் கவலைகள் அனைத்தும் பறந்தன, அவள் கண்களில் லேசாக நீர் கசிந்தது. அவள் கர்ணனை பார்க்கிறாள், கர்ணனும் அவளை பார்க்கிறான். அப்போது அந்த காவலரும் ஒரு இரயில்வே அதிகாரியை அழைத்துவந்தார்.

"கண்ணப்பன், இவங்க என்னோட அக்கா... இவங்க வீட்டுக்காரர் இப்ப உடனே அவசரமா திருச்சிராப்பள்ளி வரைக்கும் போகனும்... நாளைக்கு மதியத்துக்குள்ள திரும்பி வந்திருவாரு... அதுவரைக்கும் இவங்கள உங்க இரயில்வே கோட்ரஸ்ல தங்க வைக்க முடியுமா?'

காவலரும் தன் நிலைபுரிந்து கொண்டு அந்த அதிகாரியிடம் பேசினான். அந்த அதிகாரி மிகவும் வயதானவர், நல்ல குணம் கொண்டவர் போல காட்சியளித்தார், அவர் உடனே ஒப்புக்கொண்டார். இரயில்நிலையத்தின் வளாகத்தில் தான் அந்த இரயில்வே அதிகாரிகள் தங்கும் இடம் இருந்தது. கர்ணன், தமயந்தி, இரண்டு காவலர்கள் அனைவரும் அந்த அதிகாரியின் பின் சென்றனர், அவர் கோட்ரஸ் கட்டிடத்தின் தரைதளத்தில் அமைந்திருந்த ஒரு

அறையினுள் நுழைந்தார். அது ஒரு சிறிய அறை தான், ஒருவர் மட்டும் உறங்கி ஒய்வெடுக்கும் அறையை போல காட்சியளித்தது. தமயந்தியை அங்கே இருக்க சொன்னான், அவளுக்கு அவனை பிரிய மனமில்லை இருந்தாலும் அவன் வார்த்தைகளுக்கு கட்டுப்-பட்டாள்.

"பத்திரமா இரு தமயந்தி... நான் எப்படியாவது நாளைக்கு மதி-யத்துக்குள்ள வந்து உன்ன கூட்டிட்டு போயிடுறேன்...."

கர்ணனின் கண்களும் லேசாக கலங்கியது, அவளை வீணாக அலைய வைத்து சிரமத்தை கொடுத்துவிட்டோமோ என நினைக்கி-றான். தமயந்தி அவனது கைகளை பிடித்துக்கொண்டாள்.

"பாத்து போயிட்டு வாங்க கர்ணன், நான் உங்களுக்காக காத்தி-ருப்பேன்"

அவளது கண்களும் கலங்கியிருந்தது, இருப்பினும் கர்ணனை ஊக்கப்படுத்தினாள். கர்ணன் பிரியமனமில்லாமல் அங்கிருந்து கிளம்-பினான், அப்போது அந்த அதிகாரியிடம் சிறிது கோரிக்கை வைக்-கிறான்.

"ஐயா பத்திரமா பாத்துக்கோங்க...."

"அட என்ன தம்பி, ஏன் பொண்ணு மாதிரி பாத்துக்குறேன்"

அவரது வார்த்தை கர்ணனுக்கு நம்பிக்கை கொடுத்தது, என்ன-தான் இருந்தாலும் அவளை இப்படி தெரியாத இடத்தில் தனியாக விட்டு செல்வது சற்று பயமாக தான் இருந்தது, ஆனால் அவளை தன்னோடு அழைத்து சென்றால் இதனை விட பெரிய பிரச்சனை-களை சந்திக்க நேரிடும் என்பதால் தான் அவளை இப்படி விட்டு செல்ல முடிவு செய்தான். அவனுக்காக வெளியில் போலீஸ் ஜீப் காத்துக்கொண்டிருந்தது, மழை கொட்டிக்கொண்டிருப்பதால் அவன் வேகமாக ஓடி ஜீப்பினுள் ஏறுகிறான், அது பாம்பன் நோக்கி புறப்பட அங்கிருந்த தேவாலயத்தின் மணி ஒலிக்கிறது. 'நேரம் மாலை 5மணி.... இரவில் உண்டாகும் பயங்கரத்துக்கும், பகலில் பறக்கும் அம்புக்கும், இருளில் நடமாடும் கொள்ளைநோய்க்கும், மத்தியானத்-தில் பாழாக்கும் சங்காரத்துக்கும் பயப்படாதிருப்பாய்'.

நிலவனும், சிதம்பரமும் போட்டிபோட்டுக்கொண்டு காரினை ஒட்-டினர். நிலவன் கார் ஒட்டுதலில் அதீத திறமை கொண்டவன், அவன் வழியில் வரும் மனிதர்கள், காவலர்கள், நாய்கள் என எல்-லாவற்றையும் அடித்து தூக்கிப்போட்டு ஒட்டினான். அவனது கார் யாருக்காகவும் நிற்கவில்லை, ஆனால் சிதம்பரமோ குறுக்கே வரும்

மனிதர்கள், வாகனங்கள், நாய்கள் என எதையும் ஏற்றிவிடக்கூ-
டாது என்ற சிந்தனையில் தான் காரை இயக்கினான். எனவே
சிதம்பரத்தால் நிலவனை நெருங்க முடியவில்லை, நிலவன் சிதம்-
பரத்தை விட சில கிலோமீட்டர்கள் முன்னோக்கி பயணித்துக்-
கொண்டிருந்தான். இருப்பினும் சிதம்பரம் தனது முயற்சியில் தளர-
வில்லை, அவன் ஆளில்லாத சாலையை அடைந்தவுடன் தனது
வேகத்தை அதிகப்படுத்தினான். அவனால் நிலவன் தப்பியதை ஏற்-
றுக்கொள்ள முடியவில்லை, அதே நேரத்தில் அவனது தங்கை
அவனுடம் இருப்பதை கண்டதும், அவர்களது மொத்த திட்டமும்
வீணாய் போனதை எண்ணி மிகவும் வேதனை அடைகிறான்.
இந்த தகவலையும் எப்படியாவது கர்ணனுக்கு சேர்க்க வேண்டுமென
நினைக்கிறான், ஆனால் இப்போதைக்கு காரை நிறுத்தும் எண்ணம்
அவனிடமில்லை. அதேநேரம் தான் முன்னதாக அனுப்பிய தந்தியே
கர்ணனுக்கு சேர்ந்திருக்காமா என்ற குழப்பமும் அவனுக்குள் குடியி-
ருந்தது. நிலவன் இப்போது மதுரை செல்லும் சாலையின் பயணித்-
துக்கொண்டிருக்கிறான், சிதம்பரமும் அவனை விரட்டி வருகிறான்.

கனமழையால் தட்டுதடுமாறி மிகவும் மெதுவாக வந்த அந்த
போலீஸ் ஜீப் சுமார் ஒன்றரை மணிநேரத்திற்கு பின் தான் பாம்பனை
அடைந்தது. அப்போது வானம் முற்றிலும் இருட்டியிருந்தது,
கடலுக்கு நடுவே அமைந்த பாம்பன் தீவின் கோடியிலிருந்து,
இரண்டு கிலோமீட்டர் தொலைவில் அமைந்திருக்கும் மண்டபத்தை-
யும், இடையில் அமைந்திருந்த கடலையும் காண்கிறான் கர்ணன்.
ஒரு சிறிய வெளிச்சம் கூட இல்லாமல் இருந்த அந்த இருளான
கடலை பார்ப்பதற்கே சற்று பயமாக தான் இருந்தது. அந்த இடத்-
தில் கனமழை இல்லை, லேசாக சாரல் தான் அடித்துக்கொண்-
டிருந்தது. அப்போது காவலர் ஒருவர், தனது படகினை கரைக்கு
இழுத்துக்கொண்டிருந்த முதியவரிடம் சென்று உதவியை நாடினார்.
அந்த படகினை முதியவரும், ஒரு நடுத்தர வயது ஆணும் இழுத்-
துக்கொண்டிருந்தனர், காவலர் கேட்ட உதவியினை அவர்களால்
மறுக்க முடியவில்லை, அவர்கள் ஒப்புக்கொண்டனர். கர்ணன் அந்த
படகினை கவனிக்கிறான், அதில் 'மரைகாயர்' என எழுதியிருந்-
தது அதற்கு அடுத்து இருந்த வார்த்தை இருளில் சரியாக தெரி-
யயவில்லை. அந்த முதியவர் தனது கையினில் ஒரு பெரிய மண்-
ணெண்ணை விளக்கினை வைத்திருந்தார்.

"கர்ணன், இந்த படகுல ஏறுங்க... இவங்க உங்கள அந்த கரைல விட்டுடுவோங்க... கரைல இருந்து நீங்க ஏறுனதுமே போலீஸ் ஸ்டேசன் இருக்கும்"

காவலர் கர்ணனை வழியனுப்புகிறார், கர்ணன் அந்த படகில் ஏற, படகு கிளம்பியது. அந்த முதியவர் தனது கையில் வைத்திருந்த மண்ணெண்ணை விளக்கை படகின் முன்னால் மாட்டுகிறார். நடுத்தர வயது ஆண் படகினை இயக்க, முதியவர் கர்ணன் அருகில் அமர்ந்தார். வரும்போது இந்த கடலை இரயிலில் கடந்தான், இப்-போது படகில் கடக்கிறான், இரயிலை விட படகுப்பயணம் புது-மையாக இருந்தாலும், இருட்டான கடலுக்கு நடுவில் பயணிப்பது பயமாக இருந்தது. அந்த இருள் சூழ்ந்த அலைகடலில் அங்கும் இங்கும் ஆடிக்கொண்டே அந்த படகு மண்டபம் நோக்கி சென்றது, அவனை சுற்றிலும் கடல் தண்ணீர்... காற்றிலும், அலையிலும் ஆடிச்செல்லும் அந்த படகில் அமைதியாக அமர்ந்திருந்தான் கர்-ணன். அப்போது அந்த முதியவர் கர்ணனிடம் பேச்சு கொடுக்கத்து-வங்கினார்.

"என்ன தம்பி படகுல போறது பயமா இருக்கா?"

"இல்லங்க ஐயா..."

"அப்பறம் என்ன தம்பி, ஒரு மாதிரி பதட்டமா இருக்கீங்க?"

"அது ஒன்னும் இல்லங்க ஐயா ஒரு சின்ன பிரச்சனை அதா அவசராம போயிட்டு இருக்கேன்"

"தெரியுது தம்பி, போலீஸ் காரங்க வந்து ஏத்தி விடும்போதே ஏதோ பிரச்சனைனு தான் நினைச்சேன்... நீங்க ஒன்னும் கவல படாதீங்க தம்பி... உங்களுக்கு எல்லா பிரச்சனையும் சரியாயிடும்"

அந்த முதியவர் தன்னை பார்த்து வெறும் 5நிமிடங்கள் கூட ஆகியிருக்காது, ஆனால் அதற்குள் இவ்வளவு நம்பிக்கையாக பேசு-வதில் கர்ணன் மனம் குளிர்ந்தான்.

"ரொம்ப நன்றிங்க ஐயா... நான் ஒன்னு கேட்டா நீங்க தப்பா எடுத்துக்க மாட்டிங்கள ஐயா?"

"கேளுங்க தம்பி"

"நீங்க எதுக்கு ஐயா இந்த வயசுல இந்த வேலையெல்லாம் செஞ்சு கஷ்டபடுறீங்க"

இந்த பதிலை கேட்டவுடன் முதியவரும், படகினை இயக்கும் நடுத்தர வயது ஆணும் சிரித்தனர்.

"தலைமுறை, தலைமுறையா இதான் தம்பி எங்க தொழில்.... நான் எங்க பள்ளிவாசல்ல இமாமா இருக்கேன்... இந்த படகு வேலையெல்லாம் இதோ என் மருமகன் தான் பாத்துக்கிறாரு"

அந்த படகினை ஓட்டுபவரை தான் அவர் தனது மருமகன் என அறிமுகப்படுத்தினார்.

"ஓ அப்படிங்களா ஐயா... உங்களுக்கு அப்ப எத்தன பசங்க?"

"அஞ்சு பேரு தம்பி... ஒரு பொண்ணு நாலு பசங்க...."

"பெரிய குடும்பம் தான் போல..."

"ஆமா தம்பி, எல்லாருக்கும் கல்யாணம் பண்ணி வச்சுட்டேன்... கடைசி பையன் மட்டும் தான் இன்னும் படிப்பு, விஞ்ஞானம்ணு சுத்திட்டு இருக்கான்"

"ஓ உங்க கடைசி பையனுக்கு என்ன வயசு?"

"அவனுக்கு முப்பது வயச தாண்டியிருச்சு தம்பி"

இந்த பதிலால் கர்ணன் வியப்பானான்.

"முப்பது வயசுக்கு மேலயும் படிக்கிறாரா?"

"அட ஆமா தம்பி, சின்ன வயசுல இருந்தே இந்த வானம், விஞ்ஞானம் மேல ரொம்ப ஆர்வம் அவனுக்கு... காலேஜ் எல்லாம் மொதல்ல திருச்சியில படிச்சான் பிறகு மெட்ராஸ்ல படிச்சான்... அவனுக்கு விமானம் ஓட்டணும்ணு ஆச, ஆனா ஏதோ காரணத்துல அவனுக்கு அது கிடைக்கல... இப்ப வானவியல் ஆராய்ச்சி நிறு-வனத்துல வேலை செஞ்சுட்டு இருக்கான்"

தனக்கிருக்கும் பிரச்சனைகளையெல்லாம் மறந்து அவரது பேச்சில் ஆழ்ந்திருந்தான் கர்ணன், சரியாக அப்போது படகு மண்டபத்தின் கரையை அடைந்தது. கர்ணன் படகிலிருந்து வேகமாக இறங்கி-னான், அந்த முதியவரும் அவரோடு இருந்த அவரது மருமகனும் அவனை வழியனுப்பினர்.

"பாத்து போங்க தம்பி... தைரியமா இருங்க..."

உண்மையில் அவரது பேச்சு கர்ணனுக்கு உத்வேகத்தை கொடுத்-தது, கர்ணன் தனது சட்டை பையிலிருந்து ஒரு இரண்டு ரூபாயை எடுத்து அவரிடம் நீட்டினான், அவர்கள் உடனடியாக மறுத்தனர். கர்ணன் எவ்வளவு வற்புறுத்தியும் வாங்கவில்லை.

"சரிங்க ஐயா... நீங்களும் உங்க பையன நினைச்சு ரொம்ப கவலபடாதீங்க... யாருக்கு தெரியும் வானவியல் ஆராய்ச்சியில உங்க பையன் பெரிய ஆளா கூட வரலாம்."

"வந்தா ரொம்ப சந்தோசம் தான் தம்பி... நீங்களும் தேடிப்போற பிரச்சனை சீக்கிரமே முடிஞ்சுடும்"

"ரொம்ப நன்றி ஐயா.... உங்களோட அந்த கடைசி பையன் பேர் என்ன?"

"அப்துல் கலாம்"

"ஓ.... சரிங்க ஐயா நான் வரேன்."

அவர்களிடம் விடைபெற்ற கர்ணன் காவல் நிலையம் நோக்கி நடக்கத்தொடங்கினான். மீண்டும் மழை துவங்கியது, அவன் சற்று ஓடத்தொடங்கினான். ஒருவேளை பாம்பன் இரயில் பாலத்தை போல, வாகனங்கள் செல்லும் பாலமும் இருந்திருந்தால் அவனது பயணம் இன்னும் சுலபமாக இருந்திருக்கும் என நினைத்துக்-கொண்டே ஓடினான். அவனுக்கு சில அடி தூரத்தில் தான் காவல்-நிலையம் அமைந்திருந்தது. அவன் வேகமாக உள்ளே நுழைந்தான், அங்கு வருகைக்கே காத்திருந்ததை போல அனைத்து காவலர்கள் நின்றிருந்தனர்.

"சார் என் பேரு கர்ணன்"

"கர்ணன் இப்பதான் எங்களுக்கு திருச்சியில இருந்து ஒரு தந்தி வந்துச்சு அத அவங்க சாயங்காலம் ஒரு 4மணிக்கே அனுப்பியி-ருக்காங்க.... அந்த கொள்ளைக்காரன் இப்ப மதுரை ரோட்டுல போயிட்டு இருக்கானு சொல்லியிருக்காங்க... அவன பின்தொ-டர்ந்து உங்க குழுவினர் யாரோ ஒருத்தர் போயிட்டு இருக்காங்கனும் சொல்லியிருக்காங்க"

அவனை பின்தொடர்வது சிதம்பரமாகத்தான் இருக்க வேண்டு-மென கர்ணன் யூகித்தான். ஆனால் நிலவன் எதற்காக மதுரையை நோக்கி பயணிக்கிறான் என கர்ணனுக்கு விளங்கவில்லை, அவன் மதுரைக்கு செல்கிறானா இல்லை வேறு ஏதேனும் திட்டம் வைத்-துள்ளானா என்ற குழப்பங்கள் கர்ணனை சூழ்ந்தன.

"சார் இங்க இருந்து மதுரைக்கு போக எவ்வளவு நேரம் ஆகும்?"

"மதுரைக்கு போகணும்னா ஒரு 4மணிநேரத்துக்கு மேல ஆகும் கர்ணன்"

"திருச்சிராப்பள்ளியில இருந்து மதுரைக்கு போகணும்னாலும் கிட்டத்தட்ட நாலு மணிநேரம் தான சார் ஆகும்"

"அவன் நாலு மணிக்கே கிளம்பியிருந்தானு வச்சாலும், இந்நேரம் அவன் மதுரையை நெருங்கி போயிருப்பான்... ஆனா அவன் மது-

ரைக்கு தான் போறானு நம்மலால சொல்ல முடியாதுல்"

"சரி தான் சார்... அவன் மதுரைக்கு தான் போயிருக்கானு சொல்ல முடியாது... ஆனா நாமலும் மதுரை வழியா போனா அவன பிடிக்க ஒரு வாய்ப்பு இருக்கு"

"நாம இப்ப புறப்பட்டாலும் மதுரைக்கு போக 11மணி ஆகிடும்... அதுக்குள்ள அவன் வேற எங்கயாவது போயிட்டா என்ன பண்றது கர்ணன்?"

"அத பத்தி நமக்கு தெரியாது சார், ஆனா இப்போதைக்கு நம்-மகிட்ட இருக்க ஒரே புள்ளி மதுரை தான்..."

கர்ணன் சொல்வதில் ஒரு நியாயம் இருப்பதை அந்த காவலர்கள் அனைவரும் உணர்ந்தனர்.

"சரி கர்ணன் கிளம்பலாம், உங்களுக்கு உதவியா கான்சடபில் இராமச்சந்திரன் வருவாரு"

அவர் சொன்ன அடுத்த நொடியே கர்ணனும், இராமச்சந்திரனும் காவல்நிலையத்திற்கு வெளியில் வந்தனர், அங்கே அவர்களுக்காக ஜீப் காத்திருந்தது. அவர்கள் இருவரும் நேரத்தை வீணடிக்கவில்லை உடனடியாக ஜீப்பில் ஏறி புறப்பட்டனர், வெளியில் கனமழை பெய்து கொண்டிருந்தது. அந்த ஜீப் எட்டிய உச்ச வேகமே 60km தான், அதிலும் மழையால் சாலையெங்கும் தண்ணீர் தேங்கியிருந்ததால் ஆங்காங்கே வேகத்தை குறைக்க வேண்டிய நிலை உண்டானது. இராமச்சந்திரன் தன்னால் முடிந்தவரை வேகத்தை கூட்டினான், ஆனால் அந்த ஜீப்பால் அதற்கு மேல் முடியவில்லை. அதுவும் தொடர்ந்து இயங்குவதால் ஏற்படும் அதீத வெப்பமும், வெளியில் கொட்டும் மழையாலும் அந்த ஜீப் வழியில் ஆங்காங்கே நின்றது. கிட்டத்தட்ட மூன்று மணிநேரம் அவர்கள் பயணித்திருந்தனர், ஆனால் அவர்கள் வந்திருந்த இடம் பரமக்குடி தான். மதுரைக்கு இன்னும் 50மைல்கள் உள்ளன என நினைக்கையில் கர்ணனுக்கு அதீத கோபத்தையும் எரிச்சலையும் உண்டாக்கியது, ஆனால் இந்த கொட்டும் மழையில் அவனுக்கு வேறு என்ன செய்வதென்றே தெரியவில்லை. தனக்குள் இருந்த கோபத்தையெல்லாம் அடக்கிக்-கொண்டு பொறுமை காத்தான். அப்போது அந்த கொட்டும் மழை யிலும் நட்டநடு சாலையில் தடுப்புவேலிகள் வைக்கப்பட்டிருந்தன, கர்ணனின் ஜீப் அந்த வேலியின் அருகே போய் நின்றது. அது போலீஸ் ஜீப் என்பதால் ஒரு காவலர் அந்த வேலியின் திறக்க வந்-தார், அப்போது இராமச்சந்திரன் அந்த காவலரிடம் கேள்வியெழுப்-

புகிறான்.

"என்ன சார் இந்த நேரத்துல போய் நடுரோட்டுல தடுப்பு போட்டு வச்சுருக்கீங்க? எதுவும் பிரச்சனையா?"

"இல்ல சார் அந்த ஜமீந்தார் வீட்டு கொள்ளைக்காரன் மதுரைல இருந்து இந்த பக்கம் தான் வராணு சொல்லி தந்தி வந்துச்சு... அது-னால போட்டுருக்கோம்"

அக்காவலரின் பதிலை கேட்ட கர்ணன் சட்டென ஜீப்பில் இருந்து இறங்கினான். 'அவனை தேடி நாம் செல்ல அவசியம் இல்லை, அவனே இப்போது நம்மை தேடி வருகிறான்... அவன் முடிவு நம்-மிடம் தான்... இது தான் விதியின் சித்தம்...இந்த முறை அவனை தப்பிக்க விடவே கூடாது' கர்ணன் தனக்குள் முணுமுணுத்துக்கொண்-டான். அந்த கொட்டும் மழையிலும் கூட அனைவரும் அந்த கொள்ளையனின் வருகைக்கு மிகுந்த ஆவலோடு காத்திருந்தனர், அவர்கள் தடுப்பை எல்லாம் அமைத்து காவலை மிகவும் வலு-படுத்தினர். கிட்டத்தட்ட அரைமணி நேரத்திற்கு மேல் காத்திருந்-தனர், அப்போது அந்த சாலையில் ஒரு வெள்ளை நிற கார் மிகுந்த வேகத்தில் வந்துகொண்டிருந்தது, அது தான் நிலவனின் கார் என்-பதை அவர்கள் புரிந்து கொண்டனர். அந்த கார் அவர்களை வேக-மாக நெருங்கிக்கொண்டிருந்தது, அதி வேகத்தில் அந்த காரானது தடுப்பு வேலிகளை அடித்து பறக்கவிட்டது, இது கர்ணன் எதிர்-பார்த்த ஒன்று தான். சட்டென தனது துப்பாக்கியால் காரினை ஓட்-டும் நிலவனை குறிவைத்து சுடுகிறான், ஆனால் அது நிலவனை தாக்காமல் அவனது காரின் முகப்பு கண்ணாடியை சுக்குநூறாக உடைத்தது. இதனால் அதிர்ந்த நிலவன், காரின் கட்டுப்பாட்டை இழந்தான். காரானது நிலைகுழைந்து கவிழும் நிலைக்கு வந்தது, ஆனால் நிலவன் எப்படியோ அதனை கட்டுக்குள் கொண்டுவந்-தான். கார் நின்ற உடன் கர்ணன் அதனை பிடிக்க வேகமாக ஓடி-னான் அவனோடு சேர்ந்து பாதுகாப்பு காவலர்களும் ஓடுகின்றனர். நிலவன் அவர்களை வருவதை அறிந்து கொண்டு காரினை சட்-டென அதிவேகத்தில் பின்னோக்கி இயக்கினான், இதனால் கர்-ணனும், மற்ற காவலர்களும் பதறியடித்து சாலையை ஒட்டிய புத-ரினுள் குதித்தனர். இதனால் கர்ணனின் முட்டியில் காயங்கள் ஏற்பட்டன, ஏற்கனவே இருந்த காயங்களும் சற்று கிழிந்து இரத்தம் கசியத்தொடங்கின. அதேவேளையில் கர்ணன் காருக்குள் இருந்த மாதுரியையும் கவனித்துவிட்டான், அவள் எப்படி இங்கு வந்தாள்

என்பது அவனுக்கும் புரியவில்லை, ஆனால் இவள் தான் நிலவனை தப்பிக்க வைத்திருக்கிறாள் என்பதை அவன் உணர்ந்து கொண்டான். இந்த நேரத்தில் மீண்டும் தனது காரை முன்னோக்கி வேகமாக இயக்கத்தொடங்கினான் நிலவன். கர்ணனுக்கு இப்போது வேறு வழியே இல்லை அந்த ஜீப்பில் தான் நிலவனை விரட்டி செல்ல வேண்டும், அவன் உடனடியாக அந்த ஜீப்பில் ஏறி அதன் உச்ச வேகத்தில் இயக்கத்தொடங்கினான். நிலவனின் கார் கண்ணாடி சுக்-குநூராகிப்போனது, அந்த கொட்டும் மழையின் கனத்த நீர் துளி-களெல்லாம் காரின் முன்னால் அமர்ந்திருந்த நிலவன் முகத்திலும், மாதுரியின் முகத்திலும் வீழ்ந்தன. அவர்கள் செல்லும் வேகத்துக்கு அந்த பேய் மழைசாரல்கள் ஒவ்வொன்றும் முகத்தில் அம்பு எய்-வதை போல் இருந்தது, நிலவன் அதனை பெரிதாக பொருட்படுத்-தவில்லை. பெய்து வரும் கனமழையால் சாலையெங்கும் மின்சாரம் போய் இருந்தது, அதனால் தெருவிளக்குகள் கூட இல்லை, முன்-னால் இருக்கும் மேடு, அதன் அருகே இருக்கும் பள்ளம், பள்-ளத்தில் தேங்கியிருக்கும் மழைநீர்.... இவை எது குறித்தும் அவன் கவலை கொள்ளவில்லை, கார் விளக்குகள் கொடுக்கும் வெளிச்-சத்தை மட்டும் வைத்து கொண்டு அவன் எங்கும், எதற்காகவும் காரை நிறுத்தவில்லை.

31

கடைசி இரவு

நேரம் 8மணியை கடந்தது, தனக்கு கொடுக்கப்பட்ட அறையில் தமயந்தி தனியாக அமர்ந்திருந்தாள், வெளியில் கனமழை மிகவும் பயங்கர கொட்டிக்கொண்டிருந்தது. அவளுக்குள் ஏதோ நடக்கப்-போகிறது என்பது போல அவளுக்கு பயம் உண்டானது. அப்போது அவளது அறைக்கு அதிகாரி கண்ணப்பனும், ஒரு நடுத்தற வயது-பெண்ணும் வந்தனர். அந்த பெண்ணின் கையில் இரண்டு பாத்தி-ரமும், ஒரு தட்டும் இருந்தது, அதிகாரி கண்ணப்பன் கையில் ஒரு சொம்பு இருந்தது. அவர்கள் இருவரும் சிரித்த முகத்தோடு உள்ளே நுழைந்தனர். அவர்களை கண்டதும் தமயந்தியும் முகத்தை சிரித்த-வாறு வைத்தாள்.

"இது தான் வசந்தா நம்ம இன்ஸ்பெக்டரோட உறவுக்கார பொண்ணு"

கண்ணப்பன் அந்த நடுத்தற வயது பெண்ணிடம் தமயந்தியை அறிமுகம் செய்கிறார். அவர்கள் இருவரும் தங்கள் கைகளில் வைத்திருந்த பாத்திரங்களையும், சொம்பையும் கீழே வைத்தனர்.

"சாப்பிடுங்கம்மா... உங்களுக்காக மீன் குழம்பு எடுத்து வந்திருக்-கேன்"

அந்த பெண் சிரித்த முகத்தோடு தமயந்தியை உபசரித்தாள், அந்த பெண்ணின் சிரிப்பில் கிராமத்து மக்களின் வெள்ளந்தியான பாசம் வெளிப்பட்டது. இந்த கொட்டும் மழையிலும் கூட தனக்காக உணவு எடுத்து வந்திருக்கிறார்களே என நினைத்து மனமகிழ்ந்தாள். அவள் தங்குவதற்கு மட்டுமே சிறிய இடத்தினை அவர்கள் கேட்-டிருந்தனர், ஆனால் அவர்கள் இவ்வளவு அக்கறையாய் கவனித்து

கொள்வார்கள் என அவள் நினைக்கவேயில்லை. தமயந்தியும் நல்ல பசியில் இருந்தாள், ஆனால் தெரியாதவர்கள் முன் சாப்பிட சற்று கூச்சமாக இருந்தது.

"இல்லங்கம்மா பரவாயில்ல இருக்கட்டும்…"

"அட என்னம்மா நீங்க இப்படி சொல்றீங்க… இராத்திரி சாப்பி-டாம எவ்வளவு நேரம் இருப்பீங்க… உங்க வீட்டுக்காரரு வரதுக்கு காலைல ஆகிடும்… அதுவர சாப்பிடாம இருப்பீங்களா?"

அதிகாரி கண்ணப்பன் பேச்சில் அதீத அக்கறையை அவள் கண்டாள்.

"தங்கம், கூச்சப்படாம எடுத்து வச்சு சாப்பிடுமா… மீன் குழம்பு நல்லா இருக்கும்"

தமயந்தியால் அதற்கு மேல் மறுக்க மனமும் தயாராய் இல்லை, வயிரும் தயாராயில்லை. அவர்கள் வைத்திருந்த தட்டினை தன் பக்-கம் இழுக்கிறாள், அப்போது அந்த பெண் ஒரு பாத்திரத்தில் வைத்-திருந்த சாதத்தை எடுத்து பரிமாறுகிறாள், பின்னர் மீன் குழம்பை ஊற்றி 4துண்டு மீனினை போடுகிறாள். அவர்களின் கவனிப்பு தமயந்தியை மனம் குளிர வைத்தது.

"நீங்க சாப்பிட்டீங்களா?"

இப்போது தமயந்தி அவர்களிடம் அக்கறையாய் கேட்கிறாள்.

"நான் வீட்டுல பிள்ளைக கூட போய் சாப்புடுவேன்மா… நீ இப்ப சாப்பிடுமா"

அவள் அந்த ருசியான மீன் குழம்பு சாப்பாட்டை ரசித்து ருசித்து சாப்பிட்டாள், அதில் அவர்களது அன்பும் கலந்திருந்ததால், அதன் சுவையை மேலும் கூட்டியது. பத்து நிமிடத்தில் அவள் சாப்பிட்டு கை கழுவினாள், அப்போது வெளியில் வந்து பார்க்க கொட்டும் மழையிலும் இரயில்நிலையம் கூட்டமாக இருந்தது, இராமேஸ்வரம் நோக்கி செல்லும் புறப்பட அதில் நிறைய உள்ளூர்வாசிகள் அடித்-துபிடித்து ஏறினர். தமயந்தி அதனை ஆச்சர்யத்தோடு பார்த்துக்-கொண்டிருந்தாள்.

"காலைல நடிகர் ஜெமினி கணேசனும், நடிகை சாவித்ரியும் வந்-தாங்க… மழை ரொம்ப இருந்ததால அவங்க திரும்பி போயிட்-டாங்க… இப்ப அவங்க இராமேஸ்வரத்துல தான் இருக்காங்க… அதான் பாக்க சனம் எல்லாம் போகுது"

அதிகாரி கண்ணப்பன் இந்த பதிலை கூறிமுடிக்க, தமயந்தி வியப்படைந்தாள்.

"ஜெமினி கணேசனும், சாவித்ரியும் இருக்காங்களா?"

அவளது பேச்சில் மிகுந்த உற்சாகம் கலந்திருந்தது.

"ஆமாம்மா"

கண்ணப்பன் பதிலளித்தார். தமயந்திக்கும் அந்த நட்சத்திர ஜோடியை பார்க்க ஆசை உண்டானது, ஆனால் அதே நேரத்தில் தெரியாத ஊரில் தனியாக செல்வதற்கும் மனமில்லை. அவளுக்குள் இருக்கும் குழப்பதை கண்ணப்பன் புரிந்து கொண்டார்.

"அவங்க நாளைக்கு மழையெல்லாம் விட்டதும் திரும்பி இங்க தான்மா வருவாங்க அதுக்குள்ள உன் வீட்டுக்காரரும் வந்துடு-வாரு... நீங்க ரெண்டு பேரும் சேர்ந்து போய் பாத்துட்டு வாங்க"

அவர் கர்ணனை ஒவ்வொரு முறையும் வீட்டுக்காரர் என கூறும்-போது தமயந்தியின் இதயத்தினுள் ஒரு வித உணர்வு உண்டானது. அவர்கள் இருவரும் நேரம் பேசிவிட்டு அங்கிருந்து புறப்பட்டனர், அதிகாரி தனது அறைக்கு சென்றார், அந்த பெண் வசந்தா கரை-யோரத்தில் அமைந்திருக்கும் தனது குடிசைக்கு ஓடுகிறாள். கொட்-டும் மழையில், ஆர்ப்பரித்து கொண்டிருக்கும் கடலின் கரையில் எந்-தவித பயமும் இல்லாமல் அந்த குடிசையில் வாழும் சிறியவர்கள், பெரியவர்கள், முதியவர்கள், குழந்தைகள் என அனைவரும் உறங்-கதயாரானார்கள். நேரம் செல்ல செல்ல மழையின் தாக்கமும், காற்றின் வேகமும் அதிகரித்தது, அறையில் வைத்திருந்த மண்-ணெண்ணை விளக்கின் வெளிச்சத்தில் உறங்கத்தயாரானாள் தமயந்தி. இடி மின்னலுடன் கொட்டி வரும் கனமழையால் தமயந்-தியின் உள்ளம் பதைபதைக்கத்தொடங்கியது, இங்கு ஏதோ நடக்-கப்போகிறது என்பது போன்ற எதிர்மறை சிந்தனைகளே அவளது எண்ணத்தில் ஓடிக்கொண்டிருந்தது. இப்படியான சிந்தனைகளால் அவளுக்கு உறக்கமே வரவில்லை, அவளது பார்வை முழுதும் கரையிலிருக்கும் நூற்றுக்கும் அதிகமான குடிசையின் மீது தான் இருந்தது. உறக்கமில்லாததால் கண்விழித்தபடி இருந்தாள், ஆனால் மொத்த தனுஷ்கோடியும் கடைசி உறக்கத்துக்கு தயாராகிக்கொண்டி-ருந்தது.

ஒருபுறம் நிலவன் 80km வேகத்தில் பயணித்துக்கொண்டிருக்க, மறுபுறம் அவனை விரட்டி செல்லும் கர்ணன் தனது ஜீப்பினில் 50km வேகத்தை அடைவதற்கே சிரமப்பட்டான். ஆனால் அவனுக்கு இதை விட்டால் வேறு வழியெதுவும் இல்லை. அந்த ஜீப்பிலே சுமார் அரை மணி நேரம் பயணித்திருப்பான், அப்போது

அவனை ஓட்டி ஒரு வெள்ளை நிற Fiat 1100 வந்தது. அவன் அந்த காரினை உற்று நோக்கினான், உள்ளே இருப்பது சிதம்பரம் தான், அவன் காரை சாலையில் நிறுத்தினான். கர்ணனும் ஜீப்பினை ஓரத்தில் நிறுத்திவிட்டு காருக்குள் நுழைந்தான், ஆனால் இந்த முறை காரை இயக்கப்போவது கர்ணன், சிதம்பரம் கர்ணனுக்கு அருகில் அமர்ந்து கொண்டான். அவர்கள் இருவரும் சிறிது நேரம் எதுவும் பேசவில்லை, நிலவன் தப்பித்த செய்தியறிந்து கர்ணன் திரும்பி வந்ததே சிதம்பரத்திற்கு மிகுந்த நிம்மதி தான், இருப்பினும் அவன் குற்றவுணர்ச்சியின் உச்சத்தில் இருந்தான்.

"என்ன மன்னிச்சிடு கர்ணன், என்ன நம்பிவிட்டுட்டு போன••• ஆனா நான் தவறவிட்டுட்டேன்"

"சிதம்பரம் அங்க நான் இருந்திருந்தாலும், அவனோட தங்கச்சி நம்மல ஏமாத்தி அவன காப்பாத்தியிருப்பா"

கர்ணன் தன் நிலையை புரிந்து கொண்டதால் சிதம்பரம் உண்-மையிலே மகிழ்ந்து போனான், ஆனால் இந்த முறை அந்த நில-வனை கொல்லாமல் விடக்கூடாது என முடிவுசெய்தான். அவன் இந்த இரவு தாண்ட கூடாது என சபதம் எடுத்தான். அவர்கள் அதிவேகத்தில் பயணித்தது, கர்ணனின் கார் ஓட்டும் திறனை கண்டு சிதம்பரம் வியப்படைந்தான்.

அதிவேகத்தில் வந்த நிலவன் சரியாக 11:20 மணியளவில் மண்-டபம் இரயில்நிலையத்தை அடைந்தான். காரை சாலையின் ஓரத்-தில் நிறுத்திவிட்டு வேகவேகமாக இரயில்நிலையத்தின் உள்ளே நுழைந்தனர். அவர்களை யாரேனும் பின் தொடர்கிறார்களா என பார்த்துக்கொண்டே அவர்கள் இருவரும் அங்கு நுழைந்தனர். அப்-போது தனுஷ்கோடி வரை செல்லும், பாம்பன்-தனுஷ்கோடி பாசஞ்சர் இரயில் கிளம்பத்தயாராகி நின்றது, நிலவனும், மாதுரியும் அந்த இரயிலில் ஏறிக்கொண்டனர். அப்போது தான் அவர்களுக்கு நிம்மதி பெருமூச்சு வெளிவந்தது.

"அண்ணா இப்படி மழை பெய்யுதே, போட் இருக்குமா?"

உண்மையில் நிலவனுக்கும் இதே சந்தேகம் தான், ஆனால் அவன் அது பற்றி பெரிதாக கவலைபடவில்லை.

"மாதுரி இதுக்கு மேல அவனால நம்மல பிடிக்க முடியாது••• நீ பயப்படாத••• இந்த இரயில் கிளம்பிடுச்சுனா அவனால இந்த மண்-டபத்த கூட தாண்டி வரமுடியாது"

"அண்ணா அவன் ஒருவேளை இந்த இரயில் புறப்படுறத்துக்-குள்ள வந்துட்டானா?"

நிலவனின் முகத்தில் எந்தவொரு அசைவும் இல்லை, மெதுவாக தனது பெட்டியை திறந்து அதில் இருக்கும் துப்பாக்கிகளை அவளி-டம் காட்டுகிறான்.

நேரம் 11:40 தாண்டிவிட்டது அவர்களின் வேகத்தால் கர்ணன் மீண்டும் மண்டபத்தையே அடைந்தான், அதற்கு மேல் காரில் பயணிக்க முடியாது என்பது கர்ணனுக்கு தெரியும். இவ்வளவு தூரம் வந்ததில் அவன் நிலவனை பார்க்கவேயில்லை, இந்த ஒரு சாலையை தவிர வேறு சாலையெதுவும் இல்லை, எனவே அவன் நிச்சயம் இந்த இடத்தை கடந்திருக்க முடியாது என நினைக்கிறான். அப்போது சிதம்பரம் ஒரு வெள்ளை நிற கார் சாலையின் ஓரத்தில் நிற்பதை காண்கிறான்.

"கர்ணன் அங்க பாரு.... அது நிலவனோட கார் தான்"

கர்ணன் மெதுவாக காரை, அந்த சாலை ஓரத்திற்கு கொண்டு செல்கிறான். அந்த காரின் முன்புற கண்ணாடிகள் நொறுங்கியி-ருந்தன, அப்போதே அவன் முடிவு செய்துவிட்டான் அது நிலவனின் கார்தான் என. அவர்கள் அங்கிருந்த மண்டம் இரயில்நிலையத்தை கண்டனர், அடித்து கொட்டும் மழையில் உடனடியாக நிலையத்-திற்குள் நுழைந்தனர் அங்கு தனுஷ்கோடிக்கு செல்லும் பாசஞ்சர் இரயில் தயார்நிலையில் நின்றது. நிச்சயம் நிலவனும், மாதுரிதேவி-யும் இந்த இரயிலில் தான் இருக்க வேண்டுமென நினைத்தான் கர்-ணன். அந்த இரயிலில் மொத்தம் ஆறு பெட்டிகள் இருந்தன, இரு-வரும் தங்களது கைகளில் துப்பாக்கியை எடுத்தனர். அவர்கள் அந்த கனமழையை பெரிதாக நினைக்கவில்லை, ஒவ்வொரு பெட்டியாக ஏறி சோதனை செய்யலாம் என முடிவு செய்தனர், அவர்கள் அப்-போது ஆறாவது பெட்டியின் அருகில் இருந்தனர். அப்போது நேரம் சரியாக 11:55ஆனதால் அந்த இரயில் கிளம்பியது, அதேநேரத்தில் இரண்டாம் பெட்டியிலிருந்த நிலவன் இரயில் கிளம்பியதும் கதவின் அருகே நின்று வெளியில் பார்க்கிறான், அவன் கண்களுக்கு கர்-ணனும், சிதம்பரமும் தெரிந்தனர். ஆனால் அவர்கள் இவனை பார்க்கவில்லை, நிலவன் சட்டென உள்ளே நுழைந்து தனது இருக்-கையில் அமர்ந்து கொண்டான், அவனது முகம் வியர்த்து போனது. இரயில் புறப்பட்டதால் கர்ணனும், சிதம்பரமும் உடனடியாக ஆறா-வது பெட்டியில் ஏறினர். அந்த இரயில் மொத்தம் 119பயணிகள்,

4எஞ்சினியர்கள், 2ஓட்டுனர்களோடு தனது பயணத்தை தொடங்கி-
யது.

32

தனுஷ்கோடி

நேரம் நள்ளிரவை தாண்டியிருந்தது, தன்னை அறியாமல் சிறிது நேரம் உறங்கிப்போனாள் தமயந்தி. ஆனால் வெளியில் அதிபயங்கர இடி மற்றும் கன மழையின் சத்தத்தோடு அலறல் சத்தமும் கேட்க அவள் உடனடியாக எழுந்து கொண்டாள். அப்போது வெளியில் கண்ட காட்சி அவளை அதிரவைத்தது, எல்லா திசையிலும் தண்ணீர் சூழ்ந்திருந்தது, கொட்டிய கனமழையோடு ஆர்ப்பரித்திருக்கும் ஆழிப்பெருங்கடலும் கொந்தளித்து ஊருக்குள் புகுந்திருந்தது. கரைகளிலிருந்த குடிசைகளெல்லாம் வெள்ளத்தில் அடித்துச்செல்லப்பட்டிருந்தன, மக்கள் அனைவரும் தண்ணீரில் தத்தளித்து கொண்டிருந்தனர். அப்போது அருகில் இருந்த கட்டிடங்கள் இடிந்து விழத்தொடங்கின, அப்படி விழுந்த கட்டிடங்களின் சுவர்கள் அதன் அருகில் தத்தளித்து கொண்டிருந்த மக்களின் தலைகளில் விழுந்தது. இதனால் அலறிய தமயந்தி தனது அறையிலிருந்து வெளியேறினாள், அவள் இறங்கிய இடத்தில் 5அடி ஆழத்திற்கு மேல் கடல்நீர் நின்றது. அந்த கடல்நீர் மிகுந்த வலுவான விசையோடு அவளை இழுத்து சென்றது, தமயந்திக்கு என்ன செய்வதென்றே தெரியவில்லை. அவளை சுற்றி நிறைய இறந்த சடலங்கள் மிதந்து கொண்டிருந்தன, கடல்நீரின் இழுவை சக்தியும், கிளம்பிவரும் சூறைக்காரின் வேகமும் அந்த மொத்த நகரையே நிலைகுலைய வைத்தது. குடிசைகள், கட்டிடங்கள் என எல்லாமே அடித்து செல்லப்பட்டிருந்தன, தண்ணீரில் மிதக்கும் முக்கால் வாசி மக்கள் இறந்துவிட்டனர். அதில் சின்ன சின்ன குழந்தைகளும், சிறுவர்களும் நிறைய இருந்தனர், இவற்றையெல்லாம் கண்ட தமயந்தி அழத்தொடங்கி-

னாள். அவளை சுற்றி ஒரு துளி வெளிச்சம் கூட இல்லை, அந்த இருளில் கொட்டும் கனமழை, கொந்தளித்து ஊருக்குள் புகுந்த கடல், வேகம் கொண்ட சூறாவளி... இவை அனைத்தும் மொத்த தனுஷ்கோடியையும் அழித்துக்கொண்டிருந்தது. நேரம் செல்ல செல்ல தண்ணீர் மட்டமும் உயர்ந்து கொண்டிருந்தது. உயிரோடிருக்கும் வெகு சில மக்களும் இவளை போல தண்ணீரில் தத்தளித்து கொண்-டிருந்தனர். இடி சத்தத்தை விட இவர்களின் அலறல் சத்தமே அங்கு அதிகமாக இருந்தது.

தனுஷ்கோடியின் அவல நிலை குறித்து அறியாமல், அந்த மண்-டபம்-தனுஷ்கோடி பாசஞ்சர் இரயில் தனது பயணத்தை தொடர்ந்-தது. அங்கு மொத்த நகரமும் தண்ணீரில் மூழ்கிவிட்டதால் இரயில்-சிக்னல்கள் எதுவும் சரியாக வேலை செய்யவில்லை, ஆனால் இது அந்த இரயிலின் ஓட்டுனர் குமாரசாமிக்கு தெரியாது. உண்மையில், தனுஷ்கோடியின் நிலைகுறித்து அங்கே உயிரோடிருக்கும் வெகுசில உயிர்களை தவிர வேறுயாருக்கும் தெரியாது. அந்த கனமழையில், இரயில் மெதுவாக பாம்பன் பாலத்தினை அடைந்தது, எப்போதும் அமைதியின் உருவமாக காணப்படும் அந்த கடல் இன்று நிலைக்கு மாறாக ஆர்ப்பரித்து கொண்டிருந்தது. பெரிய பெரிய அலைகள் அடித்து கொண்டிருந்தன, கர்ணன் ஏறிய அந்த ஆறாவது பெட்-டியில் சுமார் 50வடமாநிலத்து மாணவர்கள் மட்டுமே இருந்தனர். அங்கே நிலவனும், மாதுரியும் இல்லை. எனவே அவர்கள் அடுத்த நிறுத்தத்தில் இறங்கி முந்தைய பெட்டிகளில் சென்று சோதனை செய்யலாம் என முடிவு செய்தனர். இந்த கனமழையாலும், சூறைக்-காற்றாலும் இரயில் ஆமை வேகத்தில் அந்த பாலத்தை கடந்து-கொண்டிருந்தது. அப்போது வீசிய சுழல் காற்று இரயிலை லேசாக உலுக்கியது, இதனால் அதிலிருந்த பயணிகள் அனைவரும் அலறி-னர். நள்ளிரவு நேரத்தில், அதுவும் இப்படி கனமழை, சூறைக்காற்று நேரத்தில் இந்த பாம்பன் பாலத்தை கடப்பது உச்சகட்ட பயத்தை கொடுத்தது. ஆனால் அந்த ஓட்டுனர் குமாரசாமி மிகுந்த கவனத்-தோடு அந்த பாம்பன் பாலத்தை கடந்தார், ஒருவழியாக அந்த இரயில் பாலத்தை கடந்து மண்டபம் இரயில்நிலையத்தை அடைந்-தது. அந்த இடத்தில் இரயில் சுமார் ஐந்து நிமிடங்கள் நின்-றது, இதனால் கர்ணனும், சிதம்பரமும் 5, 4, 3ம் பெட்டிகளிலெல்-லாம் தேடினார்கள் ஆனால் அந்த பெட்டிகளிலெல்லாம் பெரிதாக கூட்டமே இல்லை. எனவே இவற்றையெல்லாம் கடந்து இரண்-

டாம் பெட்டிக்கு அவர்கள் இருவரும் சென்றனர், நிலவனும் மாது-
ரியும் அவர்களின் வருகையை கவனித்து சீட்டுக்கு அடியில் ஒழிந்-
திருந்தனர். கர்ணன் இதனை கவனிக்கவேயில்லை, அந்த பெட்டி
முழுவதும் தேடுகிறான், அங்கு நிலவனும், மாதுரியும் இல்லை.
அவனை இது குழப்பமடையசெய்தது, அவன் முதல் பெட்டியில்
தான் இருக்க வேண்டும் என சந்தேகிக்கிறான். இறங்கி அங்கு
செல்லலாம் என நினைக்குமுன் இரயில் கிளம்பிவிட்டது. தனுஷ்-
கோடியில் இறங்கி தான் அவனை பிடிக்க வேண்டும் என முடிவு
செய்தான். கர்ணனும், சிதம்பரமும் இன்னும் இரயிலிலிருந்து இறங்-
காமல் இருப்பது நிலவனை கோபப்படுத்தியது. அவனால் வெகுநேரம்
சீட்டின் அடியில் ஒழிந்திருக்க முடியவில்லை, என்ன நடந்தாலும்
சரி கர்ணனை இப்போது, இந்த இடத்திலே முடித்திடலாம் என திட்-
டம் தீட்டினான். சுற்றியிருக்கும் பயணிகள் குறித்து அவன் கவலை
கொள்ளவில்லை, தனது கையில் துப்பாக்கியை ஏந்தியவாறு சீட்-
டின் அடியிலிருந்து வெளியே வந்தான். இதனை கண்ட பயணி-
கள் அலறினர், இந்த அலறல் சத்தம் கர்ணனுக்கு கேட்க உடன-
டியாக திரும்பினான். அங்கே கைகளில் துப்பாக்கியை ஏந்தியவாறு
நிலவன் நின்று கொண்டிருந்தான், அவனுக்கு அருகில் அவனது
தங்கை மாதுரிதேவி நின்று கொண்டிருந்தாள். கர்ணனும் தனது
துப்பாக்கியை தயார் நிலையில் வைத்திருந்தான், சிதம்பரமும் கர்-
ணனுடன் இணைந்து கொண்டான். நிலவனின் துப்பாக்கியானது
கர்ணனின் நெஞ்சை குறி பார்த்திருந்தது, கர்ணன் மற்றும் சிதம்-
பரத்தின் துப்பாக்கிகள் நிலவனின் நெஞ்சினை குறிவைத்திருந்தது.
மக்கள் அனைவரும் தங்களை சுற்றி என்ன நடக்கிறது என புரியா-
மல் விழிபிதுங்கி நின்றனர். அவர்கள் கண்ணிமைக்கும் நொடியில்,
நிலவன் ட்ரிகரை அழுத்தினான். ஆனால் அவனது கெட்டநேரம்
சூறைக்காற்றால் இரயில் குலுங்கியது, இதனால் அந்த குண்டு கர்-
ணனை தாக்காமல் அவனுக்கு பின்னால் இருந்த கதவினை தாக்-
கியது. இந்த நேரத்தை பயன்படுத்திய சிதம்பரம், சட்டென நில-
வனின் நெஞ்சில் சுட அந்த குண்டானது வண்டியின் குலுக்கத்தால்
தவறுதலாக நிலவனின் தோள்பட்டையை லேசாக வருடிச்சென்றது.
ஆனால் இந்த தாக்கம் அவனுக்கு பெரிய காயத்தை ஏற்படுத்த-
வில்லை, சட்டை கிழிந்து லேசாக இரத்தம் கசிந்தது. அவன் உடன-
டியாக சிதம்பரத்திற்கு எதிர்தாக்கம் அளிக்க நினைத்து துப்பாக்கியை
நீட்டினான், ஆனால் கர்ணன் அதற்கு முன்பாக மாதுரிதேவியின்

தலையில் துப்பாக்கியை வைத்தான். இதனால் நிலவன் பதறிப்போ-
னான், தனது துப்பாக்கியை கீழே இறக்கினான்.

"ஏன்டா... துப்பாக்கிய கீழ இறக்குன... சுடுடா..."

சிதம்பரம் கோபத்தில் கத்துகிறான், நிலவன் இந்த தோல்வியை
எதிர்பார்க்கவில்லை. மாதுரி பயத்தில் அழுதுகொண்டிருந்தாள், கர்-
ணன் அவள் முகத்தை பார்க்கிறான்.

"பயப்படாதீங்க குமாரி... உங்கள நான் சுட்டுட மாட்டேன்"

கர்ணன் அவளிடம் வெற்றியடைந்த ஆணவத்தில் பதிலளித்தான்.
நிலவனுக்கு என்ன செய்வதென்றே தெரியவில்லை, தான் ஒரு அடி
முன்னோக்கி வைத்தாலும் தன் தங்கையை சுட்டுவிடுவான் என்பது
அவனுக்கு தெரியும். சிதம்பரத்தை பார்த்து கர்ணன் கண் அசைக்கி-
றான். உடனடியாக அவன் மாதுரிதேவியின் தலையில் துப்பாக்கியை
நீட்டுகிறான். கர்ணன், நிலவன் அருகில் செல்கிறான்.

"துப்பாக்கிய கிழே போடுடா"

கர்ணன் அவனுக்கு கட்டளையிட, அவன் மெதுவாக தன் கையி-
லிருந்த துப்பாக்கியை கீழே இறக்குகிறான். கர்ணன் மிகவும் கவனத்-
தோடு அவனது நடவடிக்கைகளை பார்க்கிறான், ஆனால் இந்த
முறை அவனால் எதுவும் செய்ய முடியவில்லை. துப்பாக்கியை
தரையில் வைத்துவிட்டான், அந்த நொடியே நிலவனின் முகத்தில்
ஏறி மிதிக்கிறான் கர்ணன். இந்த அடியால் நிலை தடுமாறி கீழே
விழுகிறான் நிலவன், தன் அண்ணன் அடி வாங்குவதை கண்டு
கதறி அழுகிறாள் மாதுரி. இரயிலில் இருந்த அனைவரும் மாதுரி-
யின் மேல் இரக்கம் கொண்டனர். கர்ணன் எதையும் நிறுத்தவில்லை
அவன் முகத்தில் ஐந்து முறை ஓங்கி குத்தினான், நிலவனின் முகம்
கிழிந்து இரத்தம் கொட்டியது. மற்ற பயணிகளும் இதனை கண்டு
பதறினர்.

"இவன் யாருனு தெரிஞ்சா நீங்க எல்லாரும் சேர்ந்து இவன
அடிப்பீங்க"

கர்ணன் தன்னை சுற்றியிருந்த பயணிகளிடம் பேசத்தொடங்கி-
னான். கர்ணனின் இந்த பேச்சால் அனைவரும் குழம்பிப்போனார்-
கள்.

"உங்க எல்லாருக்கும் ஜமீந்தார் வீட்டுல கொள்ளையடிச்சு,
கொலை பண்றவன் பத்தி தெரிஞ்சுருக்கும்னு நினைக்கிறேன்....
அந்த கொள்ளக்காரன் இவன் தான்."

கர்ணனின் இந்த பதிலை கேட்ட மக்கள் அனைவரும் அதிர்ந்து போனார்கள், அவர்களுக்கும் இவன் மீது கோபம் எழுந்தது. நிலவனின் சட்டையை கழட்டி, தரையில் படுக்க வைத்து.... அந்த சட்டையாலே அவனது கைகளை பின்புறத்தில் கட்டிவிட்டான். அவனை அப்படியே இழுத்து கொண்டு கதவின் அருகில் சென்றான். அவனுக்கு பின்னால் சிதம்பரமும் மாதுரியின் தலையில் துப்பாக்கியை வைத்தவாறு அவளை அழைத்து சென்றான். பலத்த மழைக்கு நடுவில் தனுஷ்கோடி நோக்கி இரயில் பயணித்துக்கொண்டிருந்தது.

அப்போது ஒரு இளைஞர் தண்ணீரில் மூழ்கிக்கொண்டிருக்கும் தமயந்தியை, தூக்கிபிடித்து மேடான பகுதிக்கு இழுத்துசென்றார். அந்த இளைஞர், தமயந்தியை ஒரு மேடான இடத்தில் விட்டுபின், அங்கே உயிரோடு மிதந்து கொண்டிருக்கும் மற்ற சில மக்களை காப்பாற்ற நீந்தி சென்றான். தமயந்திக்கு இந்த நொடி நரகத்திலிருந்து மீண்டு வந்ததை போல தோன்றியது, அவள் இதயத்தின் படபடப்பு நிற்கவில்லை... மிக வேகமாக மூச்சிரைத்து கொண்டிருந்தாள். சற்று நிமிர்ந்து அவள் இருக்கும் இடத்தை காண்கிறாள், அது தனுஷ்கோடி இரயில்நிலையம் தான், அவளை போலவே தப்பித்த சில மக்கள் அந்த மேடான இடத்தில் நின்று கொண்டிருந்தனர். ஆனால் அவர்களுக்கு நிம்மதி அங்கும் கிடைக்கவில்லை, தமயந்தி அங்கு வந்து நின்ற சில நிமிடங்களில் அதிவேகத்தில் வந்த சூறைக்காற்று அந்த இரயில்நிலையத்தின் மதிர்சுவரை இடித்து தள்ளியது, கடலிலிருந்து மிகப்பெரிய அலைகள் கரையை நோக்கி வந்துகொண்டிருந்தன, அவர்கள் அனைவரும் அலறினர். அப்போது தமயந்தி அந்த நிலையத்தில் நின்று கொண்டிருந்த ஒரு காலியான இரயிலை கண்டாள், இந்த இரயிலில் ஏறிக்கொண்டால் தப்பித்துவிடலாம் என அவளது உள்மனது அவளுக்கு நம்பிக்கை அளிக்கிறது. அவள் சிறிதும் யோசிக்கவில்லை, வேகமாக இரயிலின் பெட்டியின் கதவினை மிகவும் சிரமப்பட்டு திறக்கிறாள். அவளது நடவடிக்கைகளை அங்கிருந்த மக்களும் கவனிக்கின்றனர்.

"இன்னும் கொஞ்ச நேரத்துல, இந்த இடமும் தண்ணீல முங்கிடும்... இந்த சூறாவளி காத்துல இந்த கட்டடமும் இடிஞ்சுடும்... நாமலால இங்க இருக்க முடியாது... எல்லாரும் இரயிலுல ஏறுங்க.... நாம தப்பிக்க இதான் ஒரே வழி"

அங்கிருந்த மக்களிடம் தமயந்தி அழுதுகொண்டே அறிவுரை செய்கிறாள். அந்த மக்களுக்கும் தமயந்தியின் பதில்கள் தான் சரி-யென தோன்றியது. அந்த இடத்தில் சுமார் 150பேர் இருந்தனர், அவர்கள் அனைவரும் அந்த இரயிலில் ஏறத்தொடங்கினர். அங்கி-ருந்த சிறு குழந்தைகளையெல்லாம் தமயந்தி வேகவேகமாக இரயி-லில் ஏற்றினாள், அங்கு நின்றுகொண்டிருந்த அனைத்து மக்களும் இரயிலில் ஏறினர், அவர்கள் அந்த இரயிலின் ஜன்னல், கதவு என அனைத்தையும் இறுக்க மூடிக்கொண்டனர். ஒட்டுமொத்த தனுஷ்-கோடியும் இருளில் மூழ்கியிருந்தது, அந்த கோர மழையும், பேர-லையும், சூறாவளியும் மொத்த ஊரையும் அழித்துக்கொண்டிருந்தது. அந்த இரயிலில் இருந்த 150பேரும் கதறி அழுது கொண்டிருந்தனர், தாங்கள் பிழைத்துவிட்டோம் என்பதை நினைத்து அவர்களால் நிம்-மதியாக இருக்க முடியவில்லை, தங்களின் இரத்த சொந்தங்கள், உறவுகள், நண்பர்கள் என எல்லாவற்றையும் இழந்தவிட்ட துக்கம் தான் அவர்களை முழுவதும் வாட்டியது. இத்தனை ஆண்டுகளாக தங்களை பல்வேறு கஷ்ட, நஷ்டங்களில் வாழவைத்த தங்களின் தனுஷ்கோடி இப்போது அவர்கள் கண்களுக்கு முன்பாகவே அழிந்து, சீர்குழைந்து கொண்டிருப்பதை அவர்களால் தாங்கிக்-கொள்ள முடியவில்லை. தாங்கள் வாழ்ந்து வந்த குடிசைகளையெல்-லாம், சூறைக்காற்றும், பேரலைகளும் விழுங்கிச்சென்றன.... தாய் தந்தையை இழந்து அழுதுகொண்டிருக்கும் பச்சிளம் குழந்தைகள்.... குழந்தைகளை இழந்துவிட்டு கதறி அழுதுகொண்டிருக்கும் தாய் தந்-தையினர்... பெற்றோரையும், அண்ணன், தம்பி, அக்கா, தங்கை-களை இழந்து அழுது கொண்டிருக்கும் சிறுவர், சிறுமிகள்.... அந்த மொத்த இரயிலும் அழுகுரலால் நிரம்பியிருந்தது, இவர்களுக்கு நடு-வில் அமர்ந்திருக்கும் தமயந்தியும் தன்னை அறியாமல் அழத்-தொடங்கினாள். நாளை வரவிருக்கும் கிருஸ்துமஸ் பண்டிகைக்காக அலங்கரிக்கப்பட்டிருந்த தேவலாயத்தின் பக்கவாட்டு சுவர்கள் ஆங்-காங்கே இடிந்திருந்தன. இந்த நேரத்தில் சூறைக்காற்றும், பேரலையும் அந்த இரயிலை உலுக்கத்தொடங்கின, இதனால் அந்த மக்களின் அலறல் அதிகரித்தது. உடனடியாக அங்கிருந்த ஒரு சில பெண்-கள் பிரார்த்தனையில் ஈடுபடத்தொடங்கினார்கள், இதனை கண்ட மற்ற மக்களும் தங்களது கடவுளை நினைத்து வழிபடத்தொடங்கி-னார்கள்... கடவுள் நம்பிக்கை இல்லாத மனிதர்கள் கூட அந்த நேரத்தில் மேலிருந்து ஏதாவது ஒரு சக்தி வந்து நம்மை காப்பாற்றி-

விடாதா என நினைத்து வேண்டத்தொடங்கினர்.

ஒருபுறத்தில் ஒரு இரயில் 150உயிர்களை காப்பாற்றி நின்று-கொண்டிருக்க, மறுபுறத்தில் இன்னோரு இரயில் 119 பயணிகளோடு தனுஷ்கோடி நோக்கி வந்துகொண்டிருந்தது. அடித்த அடியில் நில-வன் மயங்கிவிட்டான், கர்ணனும், சிதம்பரமும் தனுஷ்கோடியின் வருகைக்கு காத்திருந்தனர். ஆனால் நேரம் செல்ல செல்ல சூறைக்-காற்றின் வேகம் மிகவும் அதிகரித்தது, அது இரயிலை கீழே தள்-ளும் அளவுக்கு வலிமை கொண்டிருந்தது. இரயிலின் இருபுறமும் தண்ணீர் தேங்கியிருந்தது, கர்ணன் காலையில் இங்கு வரும்போது இப்படி இல்லை. ஒருவேளை கனமழையால் இவ்வாறு தண்ணீர் தேங்கியிருக்கும் என நினைத்துக்கொண்டான். இரயிலானது தனுஷ்-கோடிக்கு வெகுஅருகில் வந்துவிட்டது, பலத்த காற்றோடு பெய்து வரும் கனமழை இரயிலை ஒருபுறமாக தள்ளியது. ஜன்னல் கம்பி-களுக்கு ஊடே காற்றானது அதிபயங்கர சத்தத்தோடு இரயிலுக்குள் நுழைந்து பயணிகளை உச்சகட்ட பயத்திற்கு அழைத்து சென்றது. ஆமை போல ஊர்ந்து செல்லும் அந்த இரயில் எப்போது வேண்-டுமானாலும் கவிழ்ந்துவிடும் என நினைக்கவைத்தது. இரயிலுக்குள் இருந்த அனைவரும் ஒன்று சேர்ந்து அனைத்து ஜன்னல்களையும், கதவுகளையும் மூடத்தொடங்கினர். கர்ணனும், சிதம்பரமும் தங்க-ளுக்கு அருகில் இருக்கும் கதவினை மூட முயலும் போது, சூறைக்-காற்று அவர்கள் இருவரையும் இரயிலுக்கு வெளியில் தூக்கி எறிந்-தது. அவர்கள் இருவரும் தண்ணீரில் விழுந்தனர், ஆனால் அதன் ஆழம் 5அடிக்கு மேல் இருந்தது. அந்த தண்ணீர் அவர்கள் இரு-வரையும் பலத்த விசையோடு இழுத்து சென்றது. நொடி நேரத்தில், கொட்டும் கனமழையில் பனிக்கட்டி போல் குளிர்ந்திருக்கும் கடல் நீரில் விழுந்ததால் கர்ணனும், சிதம்பரமும் பதறினர். அவர்களின் இதயத்துடிப்பு அதிகமானது, நீருக்குள் மூழ்கி எழுந்ததால் இதயத்-தின் வேகம் அதிகரித்து, வேக வேகமாக மூச்சிரைத்தனர். அவர்கள் இருவரும் இரயிலை நோக்கி நீந்துகின்றனர், ஆனால் கடலிலிருந்து வந்த பெருபேரலைகள் அவர்களை எதிர்திசையில் இழுத்து சென்-றது, ஒருதுளி வெளிச்சம் கூட இல்லை... பின்னால் செல்ல செல்ல ஆழமும் அதிகரித்தது. கடல் கொந்தளித்து ஊருக்குள் புகுந்திருப்-பதை அப்போது தான் கர்ணன் உணர்கிறான், எது கடல் எது கரை என தெரியாத அளவுக்கு ஊர் முழுதும் கடல்நீர் சூழ்ந்திருந்தது, அவர்களை சுற்றிலும் பேரலைகளால் அடித்து செல்லப்பட்ட கூரை,

குடிசைகளோடு, இறந்தவர்களின் சடலங்களும் மிதந்து கொண்டி-
ருந்தன... உயிருக்கு போராடி கொண்டிருக்கும் வெகுசில மக்க-
ளும் இவர்களை போலவே தட்டுதடுமாறி தத்தளித்துக்கொண்டிருந்-
தனர். தனுஷ்கோடி இரயில்நிலையத்திற்கு வெறும் ஒரு கிலோமீட்டர்
தொலைவில் இருந்தபோது, இரயிலின் சிக்னல் சிவப்பு நிறத்தை
காட்டியது. எனவே ஓட்டுனர் குமாரசாமி சட்டென இரயிலை அங்கே
நிறுத்தினார், தண்டாவளத்தில் இரயில் நிற்கிறது என்பதை தெரியப-
டுத்த இரயிலின் விசில் சத்தத்தை மிகுந்த ஓசையில் எழுப்புகிறார்,
ஆனால் இந்த சைகையை கேட்க அங்கு யாரும் இல்லை. வெகு-
நேரத்திற்கு முன்பாக சிக்னல் கோளாறு ஏற்பட்டதை அவர் அப்-
போது தான் உணர்கிறார். ஆனால் அந்த தாமதத்தை இயற்கை
ஏற்கவில்லை, அதிபயங்கர வேகத்தில் வந்த சுழல் காற்று அந்த
இரயிலை தாக்கியது. இதனால் மொத்த இரயிலும் நிலைதடுமா-
றியது, உள்ளிருக்கும் பயணிகள் அத்தனை பேரும் அலறினர்...
கூச்சலிட்டனர்... அவர்களுக்கு அப்போது கடவுளிடம் வேண்டு-
வது தவிர வேறு வழியெதுவும் தெரியவில்லை, கூட்டம் கூட்ட-
மாக பிரார்த்தனையை தொடங்கினர். பயத்தில் அலறிக்கொண்டி-
ருக்கும் மாதுரி தனது அண்ணனை எழுப்ப முயல்கிறாள், ஆனால்
அவன் எழுந்திருக்கவே முடியவில்லை. அவனுக்கு பின்னால் கட்-
டப்பட்டிருக்கும் கட்டினை அவிழ்க்க முயல்கிறாள், அப்போது இந்-
தியப்பெருங்கடலிலிருந்து எழுந்த வந்த ஓர் பேரலை, இரயிலின்
மீது பலத்த வேகத்தில் மோத அந்த மொத்த இரயிலும் அப்படியே
சரிந்தது. உள்ளிருந்த பெண்கள், குழந்தைகள், முதியவர்கள் என
அனைவரும் அலறினர், ஆனால் அவர்களின் அலறல் வெகுநே-
ரம் நீடிக்கவில்லை. மொத்த இரயிலும் தண்ணீருக்குள் விழ, கடல்
அதனை வாரியணைத்துக்கொண்டது. அந்த பகுதியில் ஆறடிக்கு
மேல் ஆழம் இருந்தது, அதே நேரத்தில் இரயிலின் கதவு, ஜன்-
னல்களையும் அவர்கள் அடைத்து வைத்திருந்ததால் ஒருவரால்
கூட வெளியில் வரமுடியவில்லை. அந்த மொத்த இரயிலையும்
கடல் தனக்குள் இழுத்துக்கொண்டு சென்றது, இந்த காட்சிகள் எல்-
லாம் பேரலையில் சிக்கி தத்தளித்து கொண்டிருக்கும் கர்ணன் மற்-
றும் சிதம்பரத்திற்கு முன்பு தான் நிகழ்ந்தது. நிலவனும், மாதுரியும்
நிச்சயம் பிழைக்க வாய்ப்பில்லை என்பது அவர்களுக்கு தெரியும்.
ஆனால் அவர்களின் கண்ணுக்கு முன்பாக இத்தனை அப்பாவி
மக்கள் கடலுக்குள் இழுத்து செல்லப்படுவதை அவர்களால் ஏற்-

றுக்கொள்ள முடியவில்லை. அவர்களால் எந்த உதவியும் செய்ய முடியாத நிலையில் தத்தளிந்தனர். அங்கே உயிருக்கு போராடி தண்ணீரில் மிதந்து கொண்டிருக்கும் அத்தனை பேரின் பார்வை யும் அடித்து செல்லப்பட்ட இரயில் தான் இருந்தன. ஏற்கனவே தங்கள் வீடுகளையும், குடும்பங்களையும் இழந்து தவிப்பவர்களுக்கு, இந்த காட்சி அவர்களின் இதயத்தை இன்னும் உடைத்தது. இப்-போது கர்ணனின் முழு சிந்தனையும் தமயந்தியின் மீது சென்-றது, மொத்த நகரும் அழிந்துவிட்டது.... அதில் தமயந்தி எவ்-வாறு பிழைத்திருப்பாள், ஒருவேளை அவள் பிழைத்திருந்தாலும் இப்போது எங்கிருப்பாள்... கர்ணன் உண்மையில் அழத்தொடங்-கினான். அவளை தேவையில்லாமல் இங்கு வரவழைத்து இப்படி ஒரு முடிவை கொடுத்துவிட்டோமே என அவனுக்குள் குற்றவுணர்வு வெகுவாக எழுந்தது. அவனை சுற்றி மிதக்கும் சடலங்களில் தமயந்-தியின் உடல் வருகிறதா என்றெல்லாம் பார்க்கும் நிலைக்கு சென்-றான். அப்போது அடுத்து வந்த பேரலை, இங்கே உயிரோடிருக்கும் சிலரையும் இழுத்து சென்றது. கர்ணனும், சிதம்பரமும் இந்த பேர-லையில் சிக்கிக்கொண்டனர், அந்த பேரலை அவர்களை அதிவே-கத்தில் இழுத்து சென்றது. அப்போது கர்ணன் ஒரு கட்டிடத்தின் சுவற்றில் மோத, உடனடியாக அந்த சுவற்றை மிக இறுக்கமாக பிடித்துக்கொண்டான். ஒரு கையால் சுவற்றை பிடித்துக்கொண்டு மறுகையால் அடித்து செல்லும் சிதம்பரத்தை பிடித்து இழுத்தான். மிகுந்த சிரமத்திற்கு பின் சிதம்பரத்தை தன் பக்கம் இழுத்து கொண்-டான், அப்போது அவர்கள் இருவரும் அவ்வழியாக அடித்து செல்-லும் மக்களையெல்லாம் முடிந்தவரை காப்பாற்றி அந்த சுவற்றை பிடித்து நிற்க வைத்தனர். அவர்கள் கிட்டதட்ட 10பேரை இவ்வாறு காப்பாற்றினர், ஒரு கட்டத்திற்கு மேல் அந்த இடத்திலும் தண்ணீரின் அளவு அதிகரிக்கத்தொடங்கியது. கடல் கொந்தளிப்பு அதிகமாகவே இருந்தது, அவன் சற்று நிமிர்ந்து அந்த கட்டிடத்தை கவனிக்கிறான், அது மாலையில் அவனும் தமயந்தியும் பார்த்த தேவாலயக்கட்டிடம் தான் அது. பண்டிகைக்காக அலங்கரிக்கப்பட்டிருந்த இந்த தேவா-லயம், இப்போது சுவர்கள் இடிந்து பாதி கட்டிடமே இல்லாமல் போனது. கர்ணனுக்கு அப்போது ஒரு யோசனை தோன்றியது, அனைவரும் அந்த கட்டிடத்தின் மேற்சுவற்றில் ஏறி அமர்ந்து கொண்டால் தண்ணீரில் மூழ்காமல் தப்பிக்கலாம் என நினைத்தான். உடனடியாக அவர்கள் காப்பாற்றி வைத்திருந்த 10பேரை மெதுவாக

மேலே ஏற்றுகின்றனர், அதில் 3சிறுவர்கள், 4பெண்கள், 3ஆண்கள் என இருந்தனர். அவர்கள் 10பேரையும் மேலே அனுப்பியதும், சிதம்பரத்தை ஏற சொல்கிறான். சிதம்பரம் அதனை மறுக்கிறான்.

"கர்ணன்... நீ ஏறு.... நான் உனக்கு பின்னாடி வரேன்..."

"சிதம்பரம் என்ன நினைச்சு பயப்படாத... நீ ஏறு"

கர்ணனின் கட்டளையை சிதம்பரத்தால் தட்ட முடியவில்லை, சிதம்பரம் முதலில் ஏறினான். அடுத்ததாக கர்ணன் ஏறும்போது மற்றொரு அலை வந்து அடிக்க கர்ணன் தண்ணீருக்குள் மூழ்கினான், ஆனால் சிதம்பரம் தனது கைகளை விடவேயில்லை அவனுக்கு உதவியாக அங்கிருந்த பத்து பேரும் கர்ணனின் கைகளை பிடித்து தூக்கினார்கள். சுமார் இரண்டு நிமிட போராட்டத்திற்கு பின், அவர்கள் கர்ணனை அந்த சுவற்றின் மேல் ஏற்றினர். மிகவும் இருள் சூழ்ந்த நேரம், விடாமல் கொட்டும் கனமழை, அதிவேகத்தில் வீசும் சூறைக்காற்று, சுற்றிலும் இறந்தவர்களின் சடலங்கள்... இயற்கையை விட ஆபத்தான ஒன்று உலகில் வேறெதுவும் இல்லை என்பதை அவர்கள் உணர்ந்தனர். கொட்டும் கனமழையாலும், கடல்நீரின் குளிர்ச்சியாலும் அவர்கள் அனைவரும் குளிரில் நடுங்கினர். உப்பு நிறைந்த கடல்நீரானது கண்களை எரிய வைத்தது அதிலும் குறிப்பாக கர்ணனின் உடல் காயங்களை எரியவைத்தது. கர்ணனின் மனம் முழுதும் தமயந்தியின் நினைவுகள், மாலையின் இங்கு வந்து மகிழ்ச்சியாக சுற்றினோம்.... இரவில் அவளும் இல்லை... இந்த இடமும் இல்லை என தெரியவரும்போது மனம் நொந்தது. அவனோடு இருந்த அந்த 10பேரும் அழுதுகொண்டே தான் இருந்தனர், தங்களுக்கு இத்தனை காலம் வாழ்வாதாரம் கொடுத்தது இடதுபுறம் இருக்கும் வங்கக்கடல் மற்றும் வலதுபுறம் இருக்கும் இந்தியப்பெருங்கடல், ஆனால் இன்றைக்கு அந்த இருகடல்களும் சேர்ந்து நம் ஊரையும், நம் வீடையும், நம் சொந்தங்களையும், நம் உறவுகளையும் அழித்து கொண்டிருப்பதை அவர்களால் தாங்கிக்கொள்ள முடியவில்லை. அந்த உயரமான சுவற்றில் ஏறியிருந்து பார்க்கும்போது தங்களது மொத்த ஊரும் கடல் எது, கரை எது என தெரியாத அளவுக்கு கடல்நீரால் சூழப்பட்டிருந்தது. அவர்கள் கண்களுக்கு தெரிந்ததெல்லாம் மிதக்கும் சடலங்கள், கூரை குடிசைகள், இடிந்து கிடக்கும் கட்டிடங்கள்... அவர்களுக்கு தாங்கள் தப்பித்துவிட்டோம் என்னும் நிம்மதியை விட ஊரையும், உறவையும் தொலைத்துவிட்டோம் என்ற வேதனை தான் நெஞ்சை சூழ்ந்தி-

ருந்தது. தனுஷ்கோடியை அழித்ததில் இயற்கையின் ஐந்து சக்தி-
களுக்கும் வெவ்வேறு பங்கிருந்தது. கடலானது கொந்தளித்து பேரா-
லைகளாக நகுக்குள் புகுந்தது, காற்றானது அசுரவேகத்தில் வந்து
குடிசைகளையும், கட்டிடங்களையும் தகர்த்தது, வானம் தனது பங்-
கிற்கு இந்த பேரழிவினை இருளில் நடத்தியது, வெப்பமே இல்லா-
ததால் குளிரை அனுப்பி மக்களை உறையவைத்தது, நிலம் இவை
அனைத்திற்கும் ஆதரவு கொடுத்து ஒட்டுமொத்த தனுஷ்கோடியை-
யும் அழித்தது. தனுஷ்கோடி என்ற ஊர் அழிந்தை பற்றி துளி-
யும் அறியாத மெட்ராஸ் மாகாணமும், இந்திய நாடும் நிம்மதியான
உறக்கத்தில் இருந்தது, அவர்களுக்கு தனுஷ்கோடியின் அழுகுரல்
கேட்கவில்லை. ஆனால் அவர்கள் எழும்போது தனுஷ்கோடி இருக்-
கப்போவதில்லை.

காலை நேரம் பொழுது புலர்ந்தது, தனுஷ்கோடியில் இருந்து
மண்டபத்திற்கு வரவேண்டிய இரயில் இன்னும் வராததால் பாம்பன்
மற்றும் மண்டபத்திலிருந்த மக்கள் சற்று குழப்பத்தில் இருந்தனர்.
நேற்று பெய்த கனமழையாலும், பலத்த காற்றினாலும் பாம்பன் பாலம்
சேதம் அடைந்திருப்பதை மக்கள் கவனித்தனர். தனுஷ்கோடிக்கு
புயல் மற்றும் வெள்ள எச்சரிக்கை என மெட்ராசில் இருந்து கடிதம்
வந்திருந்தது, ஆனால் அது ஒரு நாள் தாமதமாக வந்ததால் அதற்-
குள் எல்லாம் முடிந்துவிட்டது. தனுஷ்கோடிக்கு அருகில் இருக்-
கும் இராமேஸ்வரம் பகுதிக்கு பெரிதாக எந்த சேதமும் நிகழவில்லை,
அதிலும் முக்கியமாக நேற்றிரவு, நட்சத்திர நடிகர், நடிகை... ஜெமி-
னிகணேசன் மற்றும் சாவித்திரியை பார்க்க தனுஷ்கோடியில் இருந்து
இராமேஸ்வரம் சென்ற 500க்கும் மேற்பட்ட மக்கள், மழையின்
காரணமாக இரவில் இராமேஸ்வரத்திலே தங்கிவிட்டனர். அவர்க-
ளின் விதி, அனைவரும் உயிர்பிழைத்தனர், விடியற்காலையில் மழை
நின்றவுடன் தங்களது ஊருக்கு சென்று பார்த்தபோது அவர்களுக்கு
அதிர்ச்சி தான் மிஞ்சியது. தங்கள் ஊரையே அந்த புயல் புரட்-
டிப்போட்டிருந்தது, அவர்கள் உடனடியாக மீட்பு நடவடிக்கைகளில்
இறங்கினர், ஒரு கும்பல் இந்த செய்தியை எப்படியாவது மண்டபத்-
திற்கு எடுத்து செல்ல விரைந்தது. பாம்பன் பாலம் சேதம் அடைந்-
ததால், அவர்கள் படகில் மண்டபம் விரைந்தனர். அங்கிருந்த மக்-
களிடமும், காவல்நிலையத்திலும் இந்த தகவலை தெரிவித்தனர்.
அனைவரும் உடனடியாக தனுஷ்கோடி நோக்கி விரைந்தனர். புயல்
இரவே கரையை கடந்துவிட்டது, இப்போது மழையும் நின்றுவிட்-

டது, ஊருக்குள் புகுந்திருந்த கடல் நீரின் அளவும் குறையத்தொ-டங்கியது. இரவில் கண்ட காட்சியை விட பகலில் இன்னும் கோர-மாக தெரிந்தது தனுஷ்கோடி. எங்கு திரும்பினாலும் இறந்தவர்களின் சடலங்கள், குடிசைகளெல்லாம் கடலில் அடித்து செல்லப்பட்டிருந்-தது. நேற்று மாலை வரை மிக வலுவாக காணப்பட்ட காவல்-நிலையம், பள்ளிக்கூடம், இரயில்நிலையம், கஸ்டம்ஸ் சோதனை நிலையம், தபால்நிலையம் என எல்லாமே சூறாவளி மற்றும் பேர-லையால் இடிந்து போயிருந்தன. கர்ணனும், சிதம்பரமும் அந்த தேவாலய கட்டிடத்திலிருந்து கீழே இறங்கினர். தண்ணீர் இப்போது முட்டி அளவுக்கு தான் இருந்தது, தன்னோடு இருந்த மற்றவர்க-ளையும் அவர்கள் கீழே இறக்கினர். அவர்கள் அழுது கொண்டே முற்றிலும் அழிந்து போன தங்கள் தனுஷ்கோடியை பார்க்கின்றனர், அப்போது இவர்களை போலவே ஆங்காங்கே இருந்த உயரமான இடங்களிலும், மணல் மேடுகளிலும் இருந்தவர்கள் உயிர்பிழைத்தி-ருந்தனர். இவ்வாறு உயிர்பிழைத்தவர்களின் எண்ணிக்கை மிகவும் குறைவு தான், அப்படி உயிர்பிழைத்தவர்கள் அனைவரும் தூரத்-தில் இருந்து ஒருவரை ஒருவர் பார்க்கின்றனர், சட்டென அவர்கள் அனைவரும் ஓடிவந்து, ஒன்றாக கூடி கட்டியணைத்து கதறி அழத்-தொடங்கினர். இதனை கர்ணன் மற்றும் சிதம்பரத்திற்கும் அழுகை வந்தது, அவர்களை சுற்றி ஆண்கள், பெண்கள், சிறுவர்கள், சிறு-மிகள், முதியவர்கள், குழந்தைகள் என கொத்து கொத்தாக மக்கள் இறந்துகிடந்தனர். தங்களது நெஞ்சை கல்லாக்கி கொண்டு அவர்-கள் நடக்கத்தொடங்கினர். இது ஒருபுறம் இருக்க, மறுபுறம் கடலின் கரையில் கவிழ்ந்திருந்த இரயில்.... அதற்குள் இறந்துகிடந்த மக்-கள்.... சிதம்பரம் அந்த இரயிலின் அருகில் செல்கிறான், கர்-ணனோ இறந்து கிடக்கும் இளம் பெண்களின் முகத்தை பார்த்துக்-கொண்டே நடந்தான், தமயந்தியின் உடலாவது கிடைக்கும் என்ற நம்பிக்கையில். இராமேஸ்வரத்திலிருந்து வந்தவர்கள் மீட்பு படை-யில் இறங்கினர். கர்ணன் எல்லாவற்றையும் கடந்து அந்த இடிந்து கிடந்த இரயில்நிலையத்திற்குள் நுழைந்தான், தமயந்தியை கடைசி-யாக விட்டு சென்ற அறைக்கு சென்றான், ஆனால் அங்கு தமயந்தி இல்லை. அவன் அந்த நொடியிலே உடைந்து போனான், அவனுக்-குள் மாபெரும் குற்றவுணர்ச்சி சூழ்ந்து கொண்டது. ஏற்கனவே தன்-னோடிருந்த கார்மேகத்தை இழந்தான், இப்போது தமயந்தியை இழந்-துவிட்டோம் என நினைக்கையில் அவனது வேதனை அதிகரித்தது.

அப்போது அந்த நிலையத்தில் நின்று கொண்டிருந்த இரயிலை கவனித்த கர்ணன், அதில் சில மக்கள் இருப்பதையும் கவனித்தான். இவர்கள் தப்பிப்பதற்காக இந்த இரயிலில் ஏறியிருக்கின்றனர் என்பதை புரிந்து கொண்டான், அந்த நேரத்தில் இரயிலின் கதவுகள் திறக்கப்படுகின்றன. உள்ளிருந்து இறங்க சிரமப்படுபவர்களுக்கு கர்ணன் உதவுகிறான், அவர்கள் அழுதுகொண்டே இறங்கினர். அப்போது அவனுக்கு ஓர் இன்ப அதிர்ச்சி, அந்த இரயிலிலிருந்து தான் தமயந்தி இறங்கினாள். இரண்டு வினாடிகள் அவளை உற்று நோக்கினான் கர்ணன், அது தமயந்தி தான். அவளும் கர்ணனை பார்த்துவிட்டாள், இருவரும் ஒரு நொடிகூட வீணடிக்கவில்லை, சட்டென ஓடிவந்து இறுக்கமாக கட்டியணைத்தனர். அவர்கள் இருவரும் அழுகின்றனர், அவர்களுக்குள் பேச்சே வரவில்லை. அவளுக்கு ஒன்றும் ஆகவில்லை என்பதை நினைத்து கர்ணன் மிகவும் மகிழ்ச்சியடைந்தான், அந்த அணைப்பை விடவே அவர்களுக்கு மனமில்லை.

"என்ன மன்னிச்சுடு தமயந்தி"

அந்த இறுக்கத்தை தளர்த்தாமால் அவளிடம் மன்னிப்பு கேட்கிறான் கர்ணன்.

"கர்ணன் இப்படியெல்லாம் ஆகும்னு உங்களுக்கு தெரியுமா, தெரிஞ்சுருந்தா... என நீங்க இப்படி விட்டு போயிருப்பீங்களா... இயற்கையா யாராலும் தடுக்கமுடியாது கர்ணன்"

அவளும் இறுக்கத்தை தளர்த்தாமல் பதிலளித்தாள். அவளது பதில் நியாயம் தான் ஆனாலும் கர்ணனுக்குள் இருந்த குற்றவுணர்வு போகவில்லை. அவன் மெதுவாக அந்த அணைப்பை விடுவித்து தமயந்தியின் முகத்தை பார்க்கிறான்.

"இனிமே என்ன ஆனாலும், நான் உன்ன விட்டு போக மாட்டேன் தமயந்தி"

கர்ணன் இந்த பதிலை கூற, தமயந்தி மீண்டும் அவனை அணைத்து கொண்டாள். பின்னர் அவர்கள் அங்கிருந்து வெளியேறினர், தமயந்தியின் கைகளை இறுக்கமாக பிடித்துக்கொண்டான் கர்ணன். சரியாக அதே நேரத்தில் சிதம்பரமும் அங்கே வந்தான்.

"ட்ரைன்ல இருந்த யாருமே உயிரோட இல்ல கர்ணன்.... ஒரு ஆள் கூட பிழைக்கல"

சிதம்பரம் பதில் கூற, கர்ணன் அந்த இரயில் தண்டவாளத்தை பார்க்கிறான். இரயிலின் எஞ்ஜின் மட்டும் நின்றுகொண்டிருக்க,

பெட்டிகள் அனைத்தும் சிதறிக்கிடந்தன. அவன் அப்போது சிதம்ப ரத்தை கட்டியணைத்தான், சிதம்பரமும் கண் கலங்கியிருந்தான்.

"ஒருவேளை நாம ரெண்டுபேரும் இந்த ட்ரைன்ல இருந்து கீழ விழுகலைனா நமக்கும் இதான நிலம"

அந்த இரயிலையும், மொத்த ஊரையும் சுற்றி பார்த்துகொண்டு சொன்னான்.

மனதை இறுக்கமாக வைத்துக்கொண்டு அந்த சடலங்களால் சூழப்பட்ட தனுஷ்கோடியிலிருந்து நடக்கத்தொடங்கினர். தமயந்தி தான் தப்பித்தது குறித்து பகிர்ந்தாள்.

"ஒரு இரயில் 100 பேருக்கு மேல கொன்றுக்கு... இன்னோரு இரயில் 100பேருக்கு மேல காப்பாத்தியிருக்கு"

கர்ணன் பதிலளித்தான். அப்போது இராமேஸ்வரத்திலிருந்து வந்த மீட்பு படையினர் அவர்களை படகில் ஏறுமாறு அறிவுறுத்தினர், தமயந்தியும் சிதம்பரமும் அந்த படகில் முதலில் ஏறினார்கள், கடை— சியாக கர்ணன் ஏறுவதற்கு முன்பாக அந்த தனுஷ்கோடி நகரை திரும்பி பார்க்கிறான். நேற்று மாலையில் மிகவும் அழகாக தோன்றிய நகரம் அவன் கண்களுக்கு முன்பாக வந்தது, இப்போது அதே நகரம் முற்றிலும் சிதைந்து போய் திரும்பிய பக்கமெல்லாம் இறந்தவர்களின் சடலங்கள் நிறைந்த மயானக்காடாய் காட்சியளித்தது. கர்ணனின் கண்கள் கலங்கின, உண்மையில் அவன் மட்டுமல்ல தனுஷ்கோடியே அழுதுகொண்டு தான் இருந்தது. உலகிலே அழகானது இயற்கை தான், அதே நேரத்தில் அதீத ஆபத்து கொண்டதும் இயற்கை தான். இயற்கையை யாராலும் தடுக்கவும் முடியாது, அழிக்கவும் முடியாது. மக்களுக்கு இயற்கை புகட்டிய பாடம் தான் இந்த தனுஷ்கோடி பேரழிவு... ஆனால் அதில் இறந்தவர்கள் அனைவரும் அப்பாவி மீனவ குடும்பங்கள். ஜமீந்தார் வீட்டு கொள்ளயனை தேடுவதற்— காக தொடங்கிய இந்த தேடல் பல்வேறு திருப்பங்களையும், இழப்— புகளையும் சந்தித்து... முற்றிலும் எதிர்பார்க்காத ஒரு இடத்தில் வந்து முடிந்துள்ளது. பலபேரை கொன்று, கொள்ளியடித்த நில— வனை, அவன் கொள்ளையடித்த செல்வத்தோடு இயற்கை அவனை எடுத்துக்கொண்டது.

தனுஷ்கோடி அழிந்த தகவல் காட்டுத்தீ போல மாகாணம் முழு— வதும் பரவத்தொடங்கியது, ஆனால் அது மெட்ராசை அடைவதற்கு அரைநாள் ஆகிவிட்டது. அரசாங்கம் மீட்பு நடவடிக்கைகளில் இறங்கியது, மொத்த இந்தியாவும் மீட்பு பணிகளைத்தொடங்கியது.

இராணுவம், பாதுகாப்பு துறை என எல்லாரையும் இறக்கினர். பாது-காப்பு மற்றும் மீட்பு படையினருக்கு இருந்த பெரிய பிரச்சனை மண்டபத்திலிருந்து பாம்பன் செல்வது. ஏனெனில் பாம்பன் பாலம் சேதமடைந்ததால் அவர்கள் அனைவரும் படகுகளை தான் நம்பி-யிருந்தனர். ஹெலிகாப்டர் மூலம் அவர்களுக்கு உணவு வழங்கப்-பட்டது... பின்னர் அங்கு தப்பித்திருந்த மக்களை படகுகள் மூலம் வேறு இடங்களுக்கு அனுப்பி வைத்தனர். ஆயிரத்திற்கும் அதிக-மானோர்கள் இறந்திருப்பதாகவும், இன்னும் ஆயிரம் பேர் என்ன ஆனார்கள் எனவும் கணக்கெடுப்பில் தெரிய வந்தது. அதேநே-ரத்தில் அந்த மண்டபம்-தனுஷ்கோடி இரயிலில் பயணித்த அத்-தனை பயணிகளும், ஓட்டுனரும், எஞ்சினியர்கள் இறந்துவிட்டனர். அதே போல் சேதமடைந்த இரயில் பாலத்தை உடனடியாக மறுசீர-மைக்க மெட்ராஸ் அரசாங்கம் உத்தரவிட்டிருந்தது. இந்த நூற்றாண்-டில் ஆசியாவில் ஏற்பட்ட மாபெரும் பேரிடர் என இந்த நிகழ்வை ஐ.நா சபை அறிவித்தது, மேலும் தனுஷ்கோடி மக்கள் வாழ்வ-தற்கு தகுதியில்லாத இடமாக அறிவிக்கப்பட்டது. இரயில் சேவையும் இராமேஸ்வரத்தோடு நிறுத்தப்பட்டது, அங்கு பிழைத்திருந்த மக்கள் தங்கள் ஊரை விட்டு வேறு பல ஊர்களுக்கு புலம் பெயர்ந்தனர். ஆனால் தனுஷ்கோடியின் நினைவுகள் என்றைக்கும் அழியாது, மறவாது.

அவர்கள் மூவரும் மண்டபத்தை அடைந்ததும், நேற்று இரவு தாங்கள் நிறுத்தியிருந்த காரில் ஏறி புறப்பட்டனர். அன்று இரவே மெட்ராசில் இருக்கும் தங்களது ஏஜென்சிக்கு வந்தனர், மலர்வேந்-தனும் அங்கு வந்திருந்தார். நடந்த அத்தனை நிகழ்வுகளையும் அவர்களிடம் எடுத்துரைத்தனர், நிலவன் இறந்த செய்தி மலர்வேந்-தனை மிகவும் மகிழ்ச்சியடைய வைத்தது. கர்ணன் மற்றும் சிதம்பரத்-தின் வீரதீர செயல்களை அவர் வெகுவாக பாராட்டினார், ஆனால் அந்த பாராட்டுகளை ஏற்கும் மனநிலையில் அவர்கள் இல்லை, அவர்களுக்கு மிகுந்த நன்றியை தெரிவித்துவிட்டு மலர்வேந்தன் அங்கிருந்து வெளியேறினார். இந்த தேடுதல் வெற்றிக்காக அவர் அதிக பணத்தை அங்கு வைத்துவிட்டு சென்றார்.

சரியாக மூன்றே மாதத்தில் கர்ணனுக்கும் தமயந்திக்கும் வெகு சிறப்பாக திருமணம் நடைபெற்றது. அவர்கள் இருவரும் மெட்ராசில் குடியேறினார்கள், அதற்கு பின் கர்ணன் நிறைய கேஸ்களில் துப்-பறிவாளனாக பணியாற்றினான். ஆண்டுக்கு ஒரு முறை அவனும்

தமயந்தியும் தனுஷ்கோடியை சென்று பார்வையிடுவது வழக்கம், ஒவ்வொரு முறை அங்கு செல்லும்போதும் முதல் நாளில் அவர்கள் கண்ட காட்சிகள் தான் அவர்கள் கண் முன்பாக வரும், இடிந்த போன தேவாலயம், இரயில்நிலையம், தபால்நிலையம் இவை அனைத்தையும் காணும்போது அவர்கள் இருவரும் அழுகாமல் திரும்பியது இல்லை. 10ஆண்டுகள் ஆகிவிட்டது, இந்த 10ஆண்டு-களில் எந்த ஜமீந்தார் வீட்டிலும் கொள்ளை நடக்கவில்லை. அதே-நேரத்தில் நிலவனின் மருத்துவமனை இப்போது அரசாங்கத்தின் கட்-டுபாட்டில் இருக்கிறது, ஆனால் நிலவன் கொடுத்த மருத்துவ தரம் இப்போது இல்லை. கர்ணனும், தமயந்தியும் இதுவரை குழந்தை பெற்றுக்கொள்ளவில்லை. அவர்கள் இருவரும் இந்த 10ஆண்டுக-ளில் பல இடங்களுக்கும், பல நாடுகளுக்கும் சுற்றி வந்துள்ளனர். அவர்கள் இருவரும் வாழ்க்கையை மிகுந்த ரசனையோடு வாழ்ந்-தனர். ஆனாலும் தனுஷ்கோடியின் நினைவுகள் என்றைக்கும் அவர்களை விட்டு நீங்காது.

33

முடிவு?

நள்ளிரவை கடந்திருந்த நேரம், சாலை முற்றிலும் வெறிச்சோடிப்-போய் காணப்பட்டது. அப்போது குடிகாரான் போல வேடமணிந்தவன் அந்த சாலையினுள் நுழைகிறான், அவனை கண்டவுடன் தெரு-நாய்கள் குரைக்கின்றன. அவன் நேரடியாக ஒரு வீட்டின் முன்பாக வந்து நிற்கிறான், தனது பையில் வைத்திருந்த துப்பாக்கியை கையில் எடுக்க....

சட்டென தூக்கத்திலிருந்து எழுந்தான் கர்ணன், அவனுடைய கெட்ட கனவு அவனது தூக்கத்தை கெடுத்தது. அவனுக்கு அருகில் தமயந்தி நல்ல உறக்கத்தில் இருந்தாள். கட்டிலுக்கு கீழே இருந்த சொம்பை எடுத்து, அதிலிருந்த தண்ணீரை குடிக்கிறான். சிறிது நேரம் அப்படியே அமைதியாக இருக்க... அவனுக்கு பின்னால் யாரோ இருப்பது போல உணர்ந்து திரும்பி பார்க்கிறான். அவனுக்கு பின்னால் ஜன்னல் இருந்தது, அந்த ஜன்னலை லேசாக திறந்து வெளியில் யாராவது இருக்கிறார்களா என கவனிக்கிறான். அப்-போது அவனுக்கு ஒரு அதிர்ச்சி வெளியில் ஒரு பெண் நின்று கொண்டிருந்தாள், அவள் நெருங்கி வந்து கொண்டிருந்தாள்... கர்-ணன் அவளது முகத்தை உற்று கவனிக்கிறான். அந்த முகத்தை பல ஆண்டுகளுக்கு முன் எங்கோ பார்த்ததை போல உணர்கிறான்... அவள் மேலும் நெருங்கி வந்தாள்... கர்ணனுக்கு இவள் யாரென நியாபகம் வந்துவிட்டது... அவள் சட்டென தன் கையிலிருந்த துப்-பாக்கியை கர்ணனை நோக்கி நீட்டுகிறாள்......